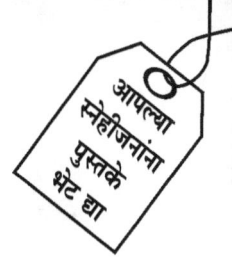

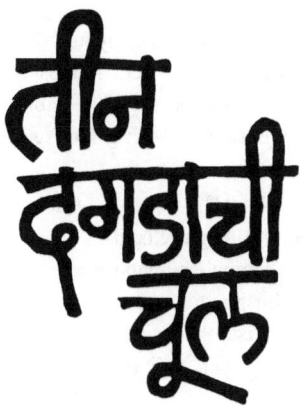

# तीन दगडाची चूल

विमल दादासाहेब मोरे

AA000808

मेहता पब्लिशिंग हाऊस

- *या पुस्तकातील लेखकाची मते, घटना, वर्णने ही त्या लेखकाची असून त्याच्याशी प्रकाशक सहमत असतीलच असे नाही.*

**TEEN DAGADACHI CHUL** by VIMAL DADASAHEB MORE

**तीन दगडाची चूल / कादंबरी**

© विमल दादासाहेब मोरे

फ्लॅट नं - ५, मित्रनगरी अपार्टमेंट, हिंमतबहादूर परिसर, ताराबाई पार्क, कोल्हापूर -४१६ ००३

प्रकाशक : सुनील अनिल मेहता, मेहता पब्लिशिंग हाऊस,
१९४१, सदाशिव पेठ, माडीवाले कॉलनी, पुणे - ४११०३०.

मुखपृष्ठ : चंद्रमोहन कुलकर्णी

प्रकाशनकाल : सप्टेंबर, २००० / सप्टेंबर, २००४ / पुनर्मुद्रण : एप्रिल, २०१४

ISBN 81-7766-036-5

ज्यांनी स्त्री-शिक्षणाची सुरुवात करून माझ्यासारख्या असंख्य
स्त्रियांना आत्मसम्मानाने आणि स्वाभिमानाने जगण्याचा मार्ग
दाखविला, त्या
सावित्रीबाई आणि महात्मा फुले
यांच्या पवित्र स्मृतीस...

– विमल दादासाहेब मोरे

# मनोगत

आपण कधी एखादे पुस्तक लिहू शकू, असे मला वाटले नव्हते अज्ञान-अंधश्रद्धेच्या गर्तेत अडकलेल्या आणि रूढी-परंपरांच्या चक्रात गुरफटलेल्या भटक्या-विमुक्त जमातींपैकी 'गोंधळी' या जमातीमध्ये मी जन्मले. बालपणापासूनच अन्याय, अत्याचार, अगतिकता, अवहेलना सहन करीतच लहानाची मोठी होत गेले. या जमातीमध्ये स्त्रियांच्या वाट्याला येणारे नरकप्राय जीवन मी जगत होते, अनुभवत होते. आपल्याला असेच जगावे लागणार आहे, याची खूणगाठ मी मनाशी पक्की केली होती. त्यामुळे आपल्याला स्वतंत्रपणे विचार करता येईल, आपले व्यक्तिमत्त्व घडविता येईल याची पुसटशी कल्पनाही मनाला शिवली नाही.

श्री. दादासाहेब मोरेंशी माझे लग्न झाले आणि माझे जीवन बदलून गेले. मोरेंच्याबरोबर सभा-संमेलनांतून वावरू लागले. सामाजिक चळवळीत सहभागी होऊ लागले. माझ्यातील न्यूनगंड घालविण्यासाठी आणि मला स्वाभिमानानं उभं करण्यासाठी मोरेंनी बरेच कष्ट घेतले. त्यांच्या प्रयत्नामुळेच मी आत्मसन्मानानं जगण्यास शिकले, हे येथे नम्रपणे नमूद करणे मला आवश्यक वाटते.

साहित्यक्षेत्राशी आणि सामाजिक चळवळींशी मोरेंच्यामुळे माझा संबंध आला. मराठी साहित्यातील नामवंत साहित्यिकांपासून नवोदित लेखकांपर्यंत आणि चळवळींतील मान्यवर विचारवंतांपासून सामान्य कार्यकर्त्यांपर्यंत सर्वांशीच माझा परिचय होत गेला. साहित्यिकांच्या, विचारवंतांच्या आणि कार्यकर्त्यांच्या विचारांच्या कार्याचा प्रभाव कळत नकळत माझ्यावर पडत गेला. त्यातून देखील मी घडत गेले. अशा सर्वांचा उल्लेख करणं शक्य नाही, याची मला जाणीव आहे. त्यांच्यापैकी काहींचा उल्लेख करणे हे मी माझं कर्तव्य समजते. मराठीतील ज्येष्ठ समीक्षक आणि आम्हां उभयतांचे गुरुवर्य प्रा. म. द. हातकणंगलेकर सर यांनी या आत्मकथनाचं हस्तलिखित वाचून काही सूचना केल्या आणि मला लेखनाला प्रोत्साहन दिले. त्यामुळेच मी हे लेखन पूर्ण करू शकले. आदरणीय हातकणंगलेकर सरांचे जिव्हाळ्याचे आणि

आपुलकीचे मार्गदर्शन हीच आम्हां उभयतांची शिदोरी आहे. केवळ लेखनाच्या बाबतीतच त्यांचा हा जिव्हाळा आणि आपुलकी नाही, तर आमच्या कौटुंबिक अडी-अडचणींबाबतही सर तितक्याच जिव्हाळ्याने व आपुलकीने मार्गदर्शन करतात. त्यांच्या ऋणात राहाणे मी पसंत करते.

'सकाळ' वृत्तपत्र समूहाच्या परिवारातील मोरे एक सदस्यच आहेत. त्यांच्याबरोबर माझाही 'सकाळ'च्या सर्व संपादकांबरोबरच कर्मचाऱ्यांशीही जिव्हाळ्याचा संबंध आहे.

'सकाळ' वृत्तपत्र समूहाचे मुख्य संपादक मा. विजय कुवळेकरसाहेब यांनीच या आत्मकथनाचे हस्तलिखित 'मेहता पब्लिशिंग हाऊस'ला दिले. कुवळेकरसाहेबांच्या प्रयत्नामुळेच ते पुस्तकरूपाने प्रकाशित होत आहे. ज्या ज्या वेळी ते आम्हांला भेटतात, त्या त्या वेळी आम्हां दोघांचीही आपुलकीने विचारपूस करतात. त्यांची ही आपुलकीची भावना अशीच राहावी ही अपेक्षा. 'सकाळ'च्या कोल्हापूर आवृत्तीचे संपादक मा. अनंत दीक्षित आणि उत्तर महाराष्ट्र आवृत्तीचे संपादक उत्तम कांबळे यांचेही आम्हाला मोलाचे सहकार्य मिळते. श्री. उत्तम कांबळे आणि लतावहिनी यांचे कुटुंब आणि आम्ही एकत्र कुटुंबात वाढल्यासारखेच जगलो. रक्ताच्या नात्यांपेक्षा जोडलेली नाती श्रेष्ठ ठरावीत, इतका स्नेह आजही आमच्यामध्ये आहे. आम्ही एकमेकांची सुखदु:खे वाटून घेण्याचा प्रयत्न केला. मला लिहिते करण्याचा श्री. कांबळे यांनी मनापासून प्रयत्न केला. त्यांची मी ऋणी आहे.

कविवर्य वि. वा. शिरवाडकर तथा कुसुमाग्रज यांच्याशी मला मनमोकळ्या गप्पा मारता आल्या. मी आत्मकथन लिहीत असल्याचे तात्यासाहेबांना सांगितले होते. त्यांनी माझ्या पाठीवरून हात फिरवून मला शाबासकी दिली होती. आता हे आत्मकथन प्रकाशित होत असताना आदरणीय तात्यासाहेब आपल्यामध्ये नाहीत, याची खंत मनाला बेचैन करते.

कविश्रेष्ठ नारायण सुर्वे, ज्येष्ठ साहित्यिक बाबुराव बागूल, डॉ. रावसाहेब कसबे, डॉ. जनार्दन वाघमारे, डॉ. गंगाधर पानतावणे, डॉ. सूर्यनारायण रणसुभे, डॉ. तारा भवाळकर, डॉ. विश्वनाथ शिंदे, डॉ. अर्जुन चव्हाण, डॉ. राजन गवस, डॉ. शरणकुमार लिंबाळे, डॉ. नागनाथ कोत्तापल्ले, प्रा. फ. मु. शिंदे असे अनेक मान्यवर साहित्यिक घरी येत होते; आम्ही त्यांच्याकडे जात होतो. त्यांच्या साहित्याविषयीच्या चर्चा मला ऐकता आल्या. त्यांची मते जाणून घेता आली. त्या सर्वांची मी ऋणी आहे.

भटक्या-विमुक्तांच्या चळवळीबरोबरच दलित, शोषित, उपेक्षित समाजाच्या चळवळींमध्ये वावरत असताना अनेक कार्यकर्त्यांशी, विचारवंतांशी संबंध आला. त्यांमध्ये 'वेरळा विकास संस्थे'चे मानद सचिव प्रा. अरुण चव्हाणसाहेब,

मा. दत्ता सावळे आहेत. भटक्या-विमुक्तांच्या चळवळीचे संस्थापक कार्यकर्ते आदरणीय बाळकृष्ण रेणके, हे तर मला आपली मुलगीच मानतात. कॉ. गोविंद पानसरे, प्रा. शिवाजी जोशी, प्रा. राजेंद्र शिरगुप्पे, कॉ. धनाजी गुरव, प्रा. डी. यू. पवार, प्रा. टी. एस. पाटील, हरी नरके अशा अनेक कार्यकर्त्यांच्या कार्यातून, विचारांतून मला शिकता आले. त्यांच्याबद्दल कृतज्ञता व्यक्त करणे हे माझे कर्तव्य ठरते, असे मी मानते.

माझे सासरे आणि सासूबाई यांनीही मला आपल्या मुलीसारखं मानले, मला मोकळीक दिली, इतर पुरुषांबरोबर मिळून मिसळून राहताना देखील त्यांनी मला टोकले नाही, वेळप्रसंगी आमच्या जमातीमधील लोकांचे त्यांनी बोलून घेतले. म्हणूनच मी स्वत:ला घडवू शकले.

आदरणीय डॉ. प्रकाश आतकरे व प्रा. सौ. पूजा आतकरे यांचे मोलाचे सहकार्य मिळाले.

माझे आत्मकथन ग्रंथरूपाने प्रकाशित करण्याची जबाबदारी स्वीकारून मला वाचकांपर्यंत पोहोचविण्याचे कार्य 'मेहता पब्लिशिंग हाऊस'चे अनिल आणि सुनील मेहता यांनी केले आहे. त्यांची मी ऋणी आहे.

या आत्मकथनाचे संपादन करून ते अधिकाधिक निर्दोष व वाचनीय बनविण्यासाठी कष्ट घेणाऱ्या श्रीमती चारुलता पाटील यांचीही मी आभारी आहे.

'गोंधळी' आणि 'कुडमुडे जोशी' या भटक्या जमातींमधील स्त्रियांचे जीवन मला जसे भावले, मी जे अनुभवले आणि भोगले, तसेच इथे शब्दबद्ध करण्याचा प्रयत्न मी केलेला आहे. माझा हा प्रयत्न आपल्यासारख्या रसिक वाचकांना कितपत भावतो, त्याबद्दलच्या प्रतिक्रिया जाणून घेण्यास मी उत्सुक आहे.

**– विमल दादासाहेब मोरे**

कोल्हापूरमधल्या कळंबा मध्यवर्ती कारागृहाजवळ रस्त्याला लागूनच एका सरळ रेषेत पंधरा-वीस झोपड्या होत्या. त्यातल्याच एका झोपडीत आम्ही राहत होतो. त्या झोपड्यांनाच पाटील झोपडपट्टी म्हणत असत. मातीच्या कच्च्या विटांनी बांधलेल्या भिंती; त्या पण पावसाचं पाणी मुरून पडण्याच्या बेतात होत्या. फुटकी-तुटकी कौलं वरती टाकली होती. आतली जमीन तर सतत ओलसरच असायची. त्यामुळं त्या झोपडीत नेहमी कुबट वास यायचा. उठून उभं राहिलं तर वरची कौलं डोक्याला धाड्कन लागायची. मोठ्या माणसांना उभं राहून कसलंच काम करता येत नव्हतं.

झोपडीत एका बाजूला चार-पाच फाटक्या वाकळा पडलेल्या. त्याच वाकळा आम्ही अंथरायला-पांघरायला वापरत असू. सात-आठ जरमनची ताटं, चिंध्यांची, फाटक्या कपड्यांची दोन-तीन गाठोडी, पाण्यासाठी दोन जरमनची पातेली, एक पत्र्याची घागर आणि अशोकदादाला नुकतीच मिळालेली पोलिस खात्याची काळी पत्र्याची पेटी; एवढाच आमच्या घरातला एकूण संसार. शिवाय दारात एक रांजण जमिनीत पुरला होता.

त्या झोपडीत अशोकदादा, त्याची बायको सुमिती, लिंगाप्पा, मऱ्याप्पा, मधु आणि माझा चुलत भाऊ सिद्धू असे सहाजण राहत होते. तशातच तीन-चार दिवसांपासून माझे वडील, आई, मी आणि माझी बहीण मंगल असे आम्ही आणखी चारजणही तिथंच आलो होतो. सर्वांना झोपायलासुद्धा जागा पुरत नव्हती. रानात पालात असलं म्हणजे निदान एवढी गर्दी तरी होत नव्हती. आम्हाला पालात झोपायला जागा मिळायची. परंतु या झोपडीत मला अवघडल्यासारखं होत होतं. घरात खेळायलाही मिळायचं नाही.

पोरांना बघण्यासाठी म्हणून आई-बाबा आम्हाला घेऊन आले होते. उद्या आम्हाला पुन्हा बोरगावला आमच्या लोकांची पालं होती तिथं जायचं होतं. आई

आणि बाबा पालांवर जायची तयारी करत होते. आईनं दोन-तीन ताटल्या, वेगवेगळ्या रंगाची जोडलेली दोन पातळं एका मोठ्या पिशवीत भरली. बाबाही बारीक-सारीक सामान दुसऱ्या पिशवीत भरू लागले होते. तोच अशोकदादा ड्यूटीवरून घरी आला. तो आईला साठवताना बघून म्हणाला,

"आई, कुठं जायची तयारी चाललीय?"

आई म्हणाली, "जातू मागाला.... किती दीस हितं बसून खायाचं?"

दादानं बाबांना विचारलं, "बाबा, कुठल्या गावाला जाणार?"

"आपल्या लोकांची बोरगावला पालं हायीती. उद्या म्होरल्या गावाला जानार हायती. तवा आजच जायला पायजी." बाबा म्हणाले.

आई मला म्हणाली, "इमे, बगत काय हुबी हायीस..? तुजी कापडं आन हिकडं. उशीर हुतुया निघाया."

आईचं बोलणं ऐकून दादा म्हणाला, "आई, इमीला घेऊन जाऊ नको...मी तिला शाळेत घालणाराय."

शाळेत म्हटल्याबरोबर बाबांचं डोकं भडकलं.

बाबा रागानंच दादाला म्हणाले, "आशा, तुजं डोस्कं-बिस्कं फिरलं का काय? पुरीला साळंत घालतु म्हणतूस... आमच्या जातीत पुरी साळंत जात्यात का? लय शिकलास म्हंजी शेना झालास व्हय?"

दादा शांत आवाजात म्हणाला, "बाबा, तुम्ही उगीच चिडता. त्यात एवढं चिडण्यासारखं काय आहे? चांगली शिकली तर कुठंतरी नोकरी करील. नाहीतर शिकलेला नवरा तर मिळेल. आजकाल शिक्षणावर सगळं चालतं."

दादाचा शहाणपणा बाबांना पटणार होता थोडाच?

बाबा म्हणाले, "चूल आन् मूल बायला सुटलंय व्हय? साळा सिकून तर काय त्येच करायचं नव्हं? घरात खायाला आन न्हाय आन् हिच्या साळंला पैकं कुटलं आनायचं? त्या परीस लगीनच कुटं ठरतंय का बगू."

"तिच्या शाळेचा खर्च मी बघतो. तुम्ही काळजी करू नका. आणि लग्न करायला काय ती मोठी बाई झालीय का? आता कुठं ती सहा वर्षाची आहे. आक्काचं असंच केलंत. ती अडाणीच राहिली. उगीच तिचा नवरा चांगला म्हणून सांभाळून घेतलं त्यानं तिला ." दादा म्हणाला.

"कसं संबाळून घेनार न्हाय? आमश्या ल्हानगा असताना लगीन केलं हुतं. हिच्या भावानं भैनीची पुरगी करतू म्हनून वच्यान घितलं हुतं. आन् आमी न्हाय का त्येची पुरगी करून घितली? सुमीचं यिवडी साळा सिकून काय झालं?" बाबा वहिनीकडं बघत म्हणाले.

वहिनी चुलीपुढं डोक्यावर पदर घेऊन बसली होती.

दादा म्हणाला, "तुम्ही तिकडं काय पण करा, मी इमीला शाळेत घालणाराय."

इतका वेळ गप्प बसलेली आई म्हणाली, "आशा, तुजा बा असाच हाय. तुज्या वक्ताला साळंत घालताना असंच केलं. तु ज्या साळंसाठी म्या तुज्या बाचा लय मार खाल्ला. उगंच तुजी आजी बरी, ती तुमच्या साळंसाठी गावात ऱ्हायली भाकरी करून घालाला, तवा तुमी साळा शिकला. तुला, लिंग्याला आन् जिन्नूला म्हातारीनं संबाळलं. आमी आसं भिक मागत फिरत हुतू... तुज्यामुळंच तर मद्या, मऱ्या साळा शिकल्याती. तुज्यासारखीच ती पोरं कुटंतर काम करून खात्याली. साळंत घातली नसती तर भिक मागत फिरली असती. तू म्हणतूस तर इमीला ठिव तुज्याजवळ. सिकली तर सिकंल, न्हायतर हायच आमच्यासारकं पालं मारून भिक मागत प्वाट भरायचं."

बाबा आईकडं रागानं बघत म्हणाले, "तुमी मायलेकरं काय करायचं त्ये करा. उद्या पुरीचं लगीन झालं न्हाय म्हंजी घरात ठिवून बसाला लागील."

बाबांचं बोलणं ऐकून वहिनी गालातल्या गालात हसली.

वहिनी शाळा शिकलेली होती. वहिनीच्या भावानं म्हणजे दाजीनं आपली बहीण पायानं अधू आहे, उद्या कोणी लग्न केलं नाही तर कुठंतरी नोकरी तर करील म्हणून शाळेत घातलं होतं. दहावीत असतानाच वहिनीचं लग्न झालं होतं.

माझं शाळेचं नक्की झालं.

आई-बाबा मंगल आणि मधूला घेऊन बोरगावला पालांवर गेले.

मला करमत नव्हतं. सारखी आईची आठवण येत होती. पहिल्यांदाच आईला सोडून राहायची वेळ आली होती.

आई जाताना म्हणाली होती, "माजी सय काडत बसू नगू...साळंत जात जा. वयनीबर भांडू नगू. ध्यान दिवून साळा सिक म्हंजी जालं."

दादा आठ वाजता कामावर निघाला होता. माझी भावंडं बाहेर खेळायला गेली होती. वहिनी भाकरी करत होती. मी वहिनीजवळ बसून भाकरी खात होते. मला सकाळीच भूक लागायची. आईबरोबर पालावर असताना सकाळी भाकरी खायची सवय होती. दादाला उशीर झाला होता. दादा गडबडीनं कपडे घालत होता. कपडे घालता घालता तो वहिनीला म्हणाला,

"सुमे..आज इमीला शाळेत घेऊन जा... तिचं नाव शाळेत घालून ये. मला वेळ नाही... नाहीतर मीच गेलो असतो. पोरं कुठं गेली? घरात कोणीच नाही? पोरांना जेवायला घालून शाळेत पाठव."

दादा कामावर गेला.

अजून पाणी आलं नव्हतं. वहिनी पाण्याची वाट बघत होती. रोज दहा

वाजता पाणी येत होतं. नळ दारातच होता. वहिनीनं घर झाडून काढलं. तेवढ्यात पाणी आलं. वहिनीनं घरातली सर्व कामं भराभर आवरली.

आमच्या घरापासून शाळा फार जवळ होती. चार-पाच झोपड्या ओलांडल्या की देवीचं मंदिर होतं. त्या मंदिराशेजारीच दगडी बांधकाम केलेली एक मोठी शाळा होती. तिथंच पहिलीचा वर्ग भरत होता. शाळेशेजारीच मोठं वडाचं झाड होतं.

वहिनी आणि मी शाळेत आलो. बाई शिक्षिका होत्या. वहिनीनं बाईंना नमस्कार केला. वहिनीची बाईंबरोबर आधीची ओळख होती. माझे भाऊही त्याच शाळेत शिकत होते. फक्त त्यांचे वर्ग दुसरीकडं भरत होते.

शाळेत मुलं दंगा करत होती. बाई टेबलावर जोरजोरात पट्टी बडवून "गप्प बसा" म्हणत होत्या. वहिनी म्हणाली,

"हिचं नाव शाळेत घालायचंय."

बाईंनी माझ्याकडं निरखून बघितलं आणि माझी माहिती विचारायला सुरुवात केली,

"मुलीचं पूर्ण नाव काय?

वहिनी म्हणाली, "विमल नामदेव भोसले"

बाईंनी नोंदवहीत लिहून घेतलं.

"हिची जन्मतारीख सांगा".

जन्मतारीख कोणाला माहिती होती? मी जन्मलेलं वर्ष मात्र वहिनीला माहिती होतं. पण वहिनीनं सांगून टाकलं,

"२० सप्टेंबर १९७०."

बाईंनी 'जात-गोंधळी', 'पत्ता-झोपडपट्टी' ही सर्व माहिती लिहून घेतली.

"नारळ आणला का?" बाईंनी वहिनीला विचारलं.

वहिनी बाईंच्या तोंडाकडं बघू लागली.

बाई थोडा वेळ थांबून पुन्हा म्हणाल्या, "शाळेत नाव घातलं म्हणजे नारळ किंवा सव्वा रुपया द्यावा लागतो. तुम्हाला माहीत नाही का?"

वहिनी म्हणाली, "मी नारळ नाही आणला. पैसे तर माझ्याजवळ नाहीत. नंतर आणून देईन."

"बरं, नंतर आणून द्या, नाहीतर दुपारी शाळा सुटल्यानंतर हिच्याजवळ पाठवून द्या."

"बरं पाठवते" म्हणून, पुन्हा एकदा नमस्कार करून वहिनी घरी गेली.

मी शाळेत बसले.

बाई मुलांना शिकवू लागल्या. थोड्या वेळानं बाईंनी मला जवळ बोलावलं.

माझी पाटी घेतली. ग, म, भ, न ही चार मुळाक्षरं लिहून दिली. बाई म्हणाल्या,

"ही अक्षरं गिरवत बस."

मी माझ्या जागेवर येऊन बसले. शाळेत फरशीवरच बसावं लागत होतं. फरशी फार गार लागत होती. मी ती चार अक्षरं गिरवत बसले. दुपारी जेवणाच्या सुट्टीत घरी आले. माझे सगळे भाऊही जेवणासाठी घरी आले होते. आम्ही जेवण करतो न करतो तोपर्यंत शाळेची घंटा झाली.

वहिनीनं पैशासाठी दोन-तीन डबे उघडून बघितले. त्यात काहीच नव्हतं.

आमच्या शेजारी पाटलांची मुलगी लता राहत होती. आम्ही तिला लताक्का म्हणायचो. वहिनी लताक्काच्या घरात गेली. मी पण तिच्या मागोमाग गेले. वहिनी लताक्काला म्हणाली,

"लताक्का, तुमच्याजवळ सव्वा रुपया आहे का? इमीच्या शाळेत द्यायचाय. मी 'ते' आल्यावर परत करीन."

लताक्कानं घरात सगळी शोधाशोध केली आणि माझ्या हातावर सव्वा रुपया ठेवला. मी तो घेऊन शाळेत गेले.

मला सारखी आईची-बाबांची आठवण येत होती.

पालांवर जेवणापाण्यानं खेळायला मिळायचं. माझ्या वयाच्या मुली पालांवर बऱ्याच होत्या. आम्ही चिखलाची भांडी करून, भांडी विकायचा खेळ खेळायचो. इथं मात्र माझ्या वयाच्या कोणत्याच मुलीशी माझी ओळख नव्हती. दिवसभर शाळेत बांधून घातल्यासारखं बसावं लागायचं. घरी आल्यानंतर वहिनीबरोबर घरातली कामं करायला लागायची. मला फार राग येत होता. पण वहिनीची दया यायची. लिंगाप्पादादा, मऱ्याप्पा, मधु आणि मी अशी चौघं सख्खी भावंडं आणि चुलतभाऊ सिद्धुदादा असे आम्ही पाचजण शाळेला जात होतो. पाचजणांच्या खादीला करावं लागायचं. त्यांचं आवरावं लागायचं. यातच वहिनीचा सारा दिवस जायचा. दिवसभर ती कामात खपायची. मग मला वाईट वाटायचं. पालांवरच्या बायका दिवसभर एकमेकींच्या डोक्यातल्या 'उवा' बघण्यात, गप्पा मारत दिवस घालवायच्या. पण वहिनीला दिवसभर बसायला मिळायचं नाही. म्हणून मी तिला कामात मदत करायची. कधी लहान पातेलं घेऊन नळावरून पाणी आणायची, तर कधी घर झाडून काढायची, भांडी घासायची. दिवसभर शाळेत बसायचं म्हणजे जिवावर येत होतं.

लिंगाप्पादादा आणि सिद्धुदादा दहावीच्या परीक्षेत नापास झाले होते. नापास झाल्यानंतर सिद्धुदादा त्याच्या आईवडिलांकडं पालांवर निघून गेला. जाताना तो म्हणाला होता, "यापुढं शाळा शिकणार नाही. भांडी विकून जगेन." लिंगाप्पादादा

पण ‘पुढे शाळा शिकायची नाही’ असं ठरवून त्या झोपड्यांच्या समोरच असलेल्या ‘एलोरा टाइल्स फॅक्टरी’त काम करू लागला. तो नापास झाल्यानंतर अशोकदादानं त्याला फार बोलून घेतलं होतं. लिंगाप्पादादा डोळ्यातून पाणी टाकत गप्प ऐकून घेत होता. मलाच वाईट वाटत होतं.

आई-बाबा मला शाळेसाठी सोडून गेल्यानंतर घरात त्यांनी मागून आणलेले थोडेफार तांदूळ आणि पायली-दोन पायल्या बारा मिसळीचं धान्य तेवढंच होतं. घरात खाणाऱ्यांची संख्या जास्त. त्यामुळं सात-आठ दिवसांतच ते धान्य संपलं. दादाचा पगार व्हायला आठ-दहा दिवस बाकी होते. घरात एक वेळाच जेवायला मिळत होतं. त्यामुळंच लिंगाप्पादादा ‘एलोरा फॅक्टरी’त कामाला लागला होता. सिमेंट कालवून त्याच्या फरशा तयार करण्याचं काम त्याला करावं लागत होतं. सिमेंट कालवून त्याच्या हातापायांच्या बोटांना छिद्रं पडत होती. त्याच्या नाकातोंडात सिमेंट जात होतं. नाइलाजानंच तो ते काम करत होता.

अशोकदादा उसने पैसे मिळतात का बघत होता. परंतु त्यालाही कुठं पैसे मिळत नव्हते. ड्यूटी संपल्यानंतर दोन-तीन तास तो पैशासाठी फिरायचा. वहिनीनं शेजारच्या लताक्काकडून पाच रुपये उसने घेतले होते. त्या पैशातून पाच किलो तांबड्या दातऱ्या मका विकत आणल्या होत्या नि त्या भरडून त्याच्या कण्या केल्या होत्या. थोड्या कण्यात भरपूर पाणी मिसळून, त्या पातळ कण्या आम्हा पाचसहा भावंडांना वहिनी खायला घालत होती. बऱ्याच वेळा वहिनी आणि दादा उपाशीच झोपायचे. मला मात्र आईबाबांचा फार राग येत होता. का म्हणून मला उपाशी मारण्यासाठी इथं ठेवून गेले, असं वाटायचं.

त्या दिवशी अशोकदादाची रात्रपाळी होती. घरात आम्ही सगळेजण मक्याच्या थोड्याथोड्या कण्या खाऊन झोपलो होतो. वहिनीनं कण्यांचं भांडं खरडून खाल्लं होतं. ती विचार करत अंथरुणावर पडली होती; तेवढ्यात दाराची कडी वाजली. वहिनीनं उठून दार उघडलं. मी जागीच होते. माझ्या पोटात कावळे ओरडत होते. दारात आई मंगलला कडेवर घेऊन उभी होती. आई बारातेरा दिवसातच परत कशी आली, म्हणून वहिनी चकित झाली होती. मला मात्र फार आनंद झाला. आईच्या हातात पिशवी होती. वहिनीनं आईच्या हातातली पिशवी घेतली. माझं सगळं लक्ष पिशवीकडं होतं. मी पिशवी चाचपून बघत होते. वहिनीनं आईला तांब्याभरून पाणी आणून दिलं. आई पायावर पाणी टाकून घरात आली.

आई बाहेरून आली की नेहमी पायावर पाणी टाकून घ्यायची. ‘‘भूतं माणसाबरूबर येत्याती आनिक पानी टाकलं का म्हागारी जात्याती’’ असं ती नेहमी आम्हाला सांगायची.

तर, वहिनी खाली मान घालून उभी होती. वहिनीची आईला ‘जेवणार का’

असं विचारायची पंचाईत झाली होती. आईच म्हणाली,

"सुमे, माजं त्वांड बघत काय हुबी हायीस? भाकर वाड. भाकर न खाताच सकाळ पारीच निगाले."

वहिनी काय तर बोलावं म्हणून म्हणाली, "आत्या... कोणत्या गावावरून आला? मामांची तब्येत बरी आहे का?"

आई म्हणाली, "समदी बरी हायती. बेळगावहून आली."

आईचं आणि वहिनीचं बोलणं सुरू होतं. आईच्या आवाजानं लिंगाप्पादादा, मऱ्याप्पा पण उठले.

मऱ्याप्पा आईला म्हणाला, "आये, काय आनलंस बगू?"

आई म्हणाली, "माश्याचं लोनचं करून आनलंया".

आईनं माश्याचं लोणचं असलेलं पातेलं पिशवीतून बाहेर काढलं. लोणचं बघून आमच्या तोंडाला पाणी सुटलं. आई वहिनीला म्हणाली,

"सुमे, भाकरीचं टोपलं घी ... आनं पोरास्नी वाडायला ताटं घी."

वहिनी नाईलाजानं म्हणाली, "आत्या, ....चार दिवस झाले घरात ज्वारी नाही. आम्ही मक्याच्या कण्याच खातोय..."

आई लगेच म्हणाली, "घरात न्हाई दाना आनि हवालदार म्हना."

नंतर आईपण गप्पच बसली.

आम्ही सगळ्यांनी ते मासे मोकळेच खाल्ले आणि झोपी गेलो.

सकाळी सात वाजता अशोकदादा घरी आला. आम्ही सातआठजण त्या लहानशा झोपडीत एकमेकांना खेटून, फाटकी वाकळ एकमेकांच्या अंगावरून ओढून घेत झोपण्याचा प्रयत्न करीत होतो. वहिनी मात्र सहा वाजताच उठून घरातल्या कामाला लागली होती. आईपण 'झोप लागत न्हाय' म्हणत उठून बसली होती.

अशोकदादानं आईला पाहून आश्चर्यानं विचारलं, "आई, तू लगेच का परत आलीस?"

आई आपल्या विचारात गढल्यासारखी बसली होती. तिनं एकदम वर बघितलं आणि दादाला बघून चेहऱ्यावर उसनं हसू आणायचा प्रयत्न करीत म्हणाली,

"काय न्हाय, ... पुरीला बगू वाटा लागलं म्हणून आली. लिकीला सुडून काय करमंना ....."

आईच्या बोलण्यानं दादा खरं तर मनातून थोडा नाराजच झाल्यासारखा दिसला. मी मंगीला घेऊन खेळवत होते. अंगावरचा पोलिसांचा पोषाख काढत दादा म्हणाला, "कशी आहेत सगळी? बाबा ... काका ... काकी..?"

आई बसल्या जागेवरून चुलीकडं सरकत म्हणाली, "बरी हायती की .... त्येनास्नी काय व्हुतंया ....?

दादा घरात आल्याआल्याच लिंगाप्पादादा, मऱ्याप्पा, आम्ही सर्वजण गडबडीनं उठून बसलो होतो. आम्हाला अशोकदादाची फार भीती वाटायची. तो जसा माया करायचा, तसाच फार मारायचा.

अशोकदादा लिंगाप्पादादाकडं बघत रागानंच म्हणाला,

"आई..... मी एवढं जनावरासारखं राबतो ते या पोरांचं चांगलं व्हावं म्हणूनच ना? ही पोरं बोंबलत भीक मागत फिरतील म्हणून उपाशी तापाशी राहून पोटाला चिमटा घेऊन यांना शाळा शिकवतो, त्याची ह्या कार्ट्यांना जाणीव नाही."

अशोकदादा खवळलेला बघून आई म्हणाली, "आरं आश्या, काय झालं सांगशील का न्हाय....?"

अशोकदादा म्हणाला, "विचार तुझ्या लिंग्याला.... दहावीत नापास झाला..... आता बसेल बोंबलत.. "

अशोकदादा एवढं पोटतिडकीनं बोलत होता, परंतु आईवर कसलाच परिणाम झाला नाही. उलट ती म्हणाली,

"आरं आश्या... लिकरु सारकं सारकं तर कुटपातूर पास हुईल? झालं येकदा नापास.... म्हनून काय हुतंया? हुईल की म्होरच्या वरसाला पास....."

काही झालं तरी आई लिंगाप्पादादाची बाजू घेणार, असं समजून अशोकदादानं तो विषय तिथंच थांबवला.

वहिनी चूल पेटवत होती. आम्ही अंथरलेल्या फाटक्या वाकळांच्या घड्या घालत होतो. आईनं माझ्याकडं बघितलं आणि हळूच विषय काढला,

"आश्या... म्या इमीला पालावर घिवून जाती.... तुजा बा मला लय शिव्या दितुया. बिऱ्हाडातली दुसरी मानसंबी मलाच नाव ठिवत्याती... येवड्या येवड्या बारक्या लेकराला जड झाल्यावानी टाकून आल्याती म्हणत्याती....."

अशोकदादा म्हणाला, "आई ... लोकांचं काय जातंय बोलायला? ते एक आपल्या लेकरांना शिकवत नाहीत आणि दुसऱ्यालाही शिकवू देत नाहीत. आता इमी काय लहान नाही. चांगली सहा वर्षांची झालीय...."

लिंगाप्पादादा मध्येच म्हणाला, "आई, तू इमीला आयुष्यभर पालं मारत फिरायला लावनार आहेस. तू एक फिरतीस ती फिरतीस, आता तिच्या मागं का लागलीस........?"

आई एकदम लिंगाप्पादादावर खवळली, "म्या काय तिची वैरीण हाय व्हय रं? त्वा लय साळा सिकून उजीड पाडलाय..... मला आक्कल शिकवतुया! तुजा

बा तकडं माजा जीव खातुया. बाला शिकवा की आक्कल, आं..?''

लिंगाप्पादादा म्हणाला, ''मरा जावा तिकडं, मला काय करायचं...?'' म्हणत तो घरातून बाहेर गेला.

वहिनीनं चुलीवर आंघोळीसाठी पाणी तापवायला ठेवलं. चुलीला जाळ घालता घालता ती म्हणाली,

''आत्या..... इमीला कशाला घिवून जाता? आता दहा बारा दिवस झाले शाळेत जात्येय ती...तिला आता थोडी अक्षरं काढायला येतात. रानात गेलं की ती सगळं विसरून जाईल. ''

आई म्हणाली, ''बरं....बरं....आता घिवून जाती आनि आकाडाला जाताना साळंला ठिवती....''

वहिनीही गप्प बसली.

आई घेऊन जाणार म्हणून मला फार आनंद झाला होता. रानात पालांवर खेळायला मिळायचं. पोटभर खायला मिळायचं. मजा असायची. इथं मात्र त्याच्या उलटंच होतं. दादानं, वहिनीनं आईला समजावून सांगण्याचा बराच प्रयत्न केला. परंतु काहीच उपयोग झाला नाही. ''पुरीला घिवून आल्याबिगर यीवू नगू....'' असा दम देऊन बाबांनी तिला पाठविलं होतं असं आई म्हणाली.

माझा दिवस मजेत गेला.

दुसऱ्या दिवशी मी, मंगल आणि आई पालावर जाण्यासाठी निघालो. पिशवीत माझे कपडे भरत आई लिंगाप्पादादाला म्हणाली, ''लिंग्या, त्वा चल आमच्या बरूबर. हितं बसून काय करतुस...? लोकांची पोरं च्यार-दोन पयसं मिळवा लागली. हितं त्या येकट्या आश्याच्या गळ्याला फास झालाय. त्येनं येकल्यानं कुनाकुनाच्या पोटाचं बगावं......?''

लिंगाप्पादादा भलताच तडकला, ''तुजं तू जा....त्या पोरीलाही भिकंला लावायचंय तुला.....मी आलो म्हंजे माझ्या गळ्यात सटवाई दे....आनि भीक मागायला पाठीव.....मी तुला सांगून ठेवतो, मी इथं गवंड्याच्या हाताखाली काम करीन....न्हाईतर हमाली करीन, पन भीक मागनार न्हाई. ते कुत्र्यासारखं लाचार जगनं माझ्यानं व्हायचं नाही. तुमाला त्याचं काय वाटत नाही. तू जा.... ''

आई स्वत:शीच काहीतरी पुटपुटली.

लिंगाप्पादादाच्या बोलण्यानं अशोकदादाला आणि वहिनीला मात्र आनंद झाला. मी आणि आई बेळगावला जाण्यासाठी निघालो. मी फार खुशीत होते. त्यामुळं पिशवी घेऊन मी आईच्या पुढे निघाले. आईनं गाडीखर्चापुरते पैसे ठेवून राहिलेले पंचवीस रुपये वहिनीकडं दिले. आईनं मंगीला कडेवर घेतलं आणि ती भराभरा स्टँडकडं चालू लागली.

आम्ही बेळगावच्या बस स्टँडवर उतरलो.

एस्टीत झोपलेली तान्ही मंगल खाली उतरल्या उतरल्या रडायला लागली. दिवस बराच कलला होता. आई मला म्हणाली, "इमल, लवकर चल....हितनं अपुन ऱ्हायल्याली जाग लई लांब हाय......" मी पिशवी घेऊन आईच्या मागोमाग चालू लागले. जाता-जाता आईनं एका हॉटेलातून आठ आण्याची भजी घेतली. ती माझ्याजवळच्या पिशवीत टाकली. भज्यांच्या वासानं माझ्या तोंडाला पाणी सुटलं. पण खाणार कसं? आईच्या मागे जवळ जवळ पळावंच लागत होतं.

मैल-दीड मैल अंतर चालून आम्ही जाग्यावर आलो.

एक धान्य साठवण्याचं मोठं गोदाम होतं. त्याला लागूनच असलेल्या मोकळ्या जागेवर सात-आठ पालं होती. दिवस मावळायला लागला होता. त्या पालांसमोर तीन दगडांच्या चुली पेटल्या होत्या. वाऱ्यामुळं चुलीतला जाळ बाहेर फरफटत येताना दिसत होता. आम्ही पालांजवळ गेलो. आईला नि मला बघून मधु पळतच आडवा आला. आईनं त्यालाही उचलून एका कडेवर घेतलं. बाबा पालातून बाहेर आले होते. प्रत्येक पालातली बायकामाणसं, मुली उभं राहून आमच्याकडं बघत होती. पालांसमोर गेल्या गेल्या बाबांनी मला उचलून घेतलं. मला कुरवाळलं, माझे पटापटा मुके घेऊ लागले. इतर पालातली बायकामुलं आमच्या पालासमोर जमली. दादाकडची कशी आहेत, याची चौकशी झाली.

तिथं आमच्या पालासोबत माझे दोन चुलते पांडूकाका, दामूकाका, तानाजी धुमाळ, शामराव दोरकर, खंडू धुमाळ, रावसाहेब दोरकर, नारायण दोरकर यांची पालं होती. त्या साताठ कुटुंबातल्या वीस-बावीस मुलांचा घोळका बघून मला फार आनंद झाला. आता मला खेळायला मिळणार होतं.

पांडूकाकांची पत्नी गोजराकाकी आली. मला जवळ घेऊन म्हणाली,

"इमल.....कसली असत्याया ग साळा....?"

मला कुठं शाळेची चांगली माहिती होती?

मी म्हटलं, "चांगली आसत्याय...."

गोजराकाकी मला आपल्या पालाकडं घेऊन गेली. मी चुलीसमोर बसले. काकी काट्याची लाकडं मोडून चुलीत घालू लागली. त्याचवेळी भाकरीही करू लागली. पिठाच्या हातात काटे घुसत होते.

मी काकीला म्हणाले, "काकी...... म्या मुडू का लाकडं...?

काकी म्हणाली, "नगू ग बायं....तुजं लिवून लिवून हात दुकत असत्याली....म्या तुडती की लाकडं. आमाला सवं झाल्याया..."

काकीच्या बोलण्याचं मला हसू आलं. तिला वाटत होतं, दहा-बारा दिवसांत

मी लिहायला शिकले असेन आणि शाळेत भरपूर लिहीत असेन. मला तर धड मुळाक्षरंही लिहिता येत नव्हती.

“काकी, तुजं हात काटं गुसल्यावर दुकत न्हायती....?”

“दुकून काय उपेग? आमचा जलमच आसा गेला. आता हातास्नी सवं झाल्याया.”

तेवढ्यात आजीनं मला हाक मारली. मी पळतच आजीच्या पुढ्यात जाऊन बसले. आमच्या घरात सर्वांत जास्त अधिकार चालायचा तो आजीचा. माझ्या डोक्यावरून हात फिरवीत आजी म्हणाली, “जेवल्यावर माज्याजवळच झोपायचं बरं का ग इमे....” मी नकारार्थी मान हालविली. जेवून झाल्यावर घरातल्यांनी बराच वेळ गप्पा मारल्या. रात्री मी आजीकडं झोपायला गेलेच नाही.

आजीचं पाल स्वतंत्र होतं. मी बाबांच्या पुढ्यातच झोपले.

झुंजूमुंजू होतानाच बाबा उठले. मलाही जाग आली होती. किलकिले डोळे करून मी बघत होते. बाबा अंथरुणातून उठले. त्यांनी तीन दगडांच्या चुलीतली राख घेऊन दात घासले. पत्र्याच्या घागरीतलं पाणी तोंडावर मारलं नि धोतऱ्याच्या सोग्यानं तोंड पुसत हाडप (झोळी) काढली. झोळण्यातला छोटा आरसा घेऊन फेटा बांधला. हाडपातल्या एका पिशवीत ठेवलेलं इबित काढलं. त्यावर तीन बोटं घासून आरशात बघत तीन बोटांचा पट्टा कपाळावर ओढला. तीन बोटांचे पट्टे कानाच्या पाळीवर आणि गळ्यावरही ओढले. अष्टगंधाचा नाम कपाळावर ओढला. काळा कोट घातला. कोटाच्या आतला शर्ट मात्र बऱ्याच ठिकाणी फाटलेला होता. तो पण कोणीतरी भीक मागताना दिलेला होता. सर्व साज व्यवस्थित झाल्याची खात्री बाबांनी पुन्हा एकवेळ त्या छोट्या आरशात बघून केली. अंबाबाईचा फ्रेम केलेला छोटा फोटो आणि कवड्याच्या माळा गळ्यात अडकवल्या. भंडाऱ्याचा बटवा एका बाजूच्या खांद्याला लावला, दुसऱ्या खांद्यावर हाडप टाकली नि भांबा (कुडमुडं) हातात घेऊन दिवस उगवण्यापूर्वीच ते पालातून बाहेर पडले.

आमच्या गोंधळी जमातीची माणसं असाच पोषाख करून भीक मागायला जातात. अंबाबाईचा पुजारी आहोत म्हणून लोकांना भंडारा लावतात आणि भीक मागतात. मुलंही हातात ताटं किंवा परडी घेतात, त्यात अंबाबाईचा टाक ठेवून भाकरीचे तुकडे मागत फिरतात. काही माणसं आणि मुलं सटवाई करूनही मागायला जातात.

दिवस उगवला होता. पालांवर जाग आल्यासारखी वाटत होती. प्रत्येक पालात हालचाल जाणवू लागली. मुलं, मुली भीक मागायला जायची तयारी करू

लागल्या. बाबा मागायला जात असतानाच आई उठली होती. मधु अजून झोपलेलाच होता. आई मधूला उठवीत म्हणाली,

"आरं ये.....मद्या, उट की....का मागाला जायचं न्हाय व्हय? समद्या पालातली पोरं गिली गावात...."

खरं तर आठ वर्षाच्या मधूला मागायला जायचं जिवावर आलं होतं. मी आल्यामुळं त्याला खेळायला थांबावंसं वाटत होतं. तो तसाच वाकळेत मुसकटून पडला. आईनं धापूकन पाठीत धपाटा घातला, तसा मधु पाठ चोळत उठला. आईनं गडबडीनं चुलीपुढल्या जळणातून एक फोक काढली. त्या फोकेला कापडाचं लहानसं गाठोडं करून बांधलं. त्या गाठोड्यावर चुलीतल्या कोळशानं नाक, तोंड, डोळे काढले. ते गाठोडं देवीचा मुखवटा दिसू लागलं. कुंकवाच्या करंड्यात होतं नव्हतं तेवढं कुंकू आणि हळद त्या कापडी मुखवट्यावर टाकली. आता तो मुखवटा लाल, पिवळा दिसू लागला. त्याला सटवाईच्या मुखवट्याचा आकार आला. ती 'सटवाई' मधूच्या हातात देत आई म्हणाली,

"ती ततलं जरमनचं ताट घी, आनिक ही 'सटवाय' धर येका हातात.....आनिक जा गावात....पोरं गिली की समदी...."

मधु मुसऱ्या तोंडानंच एका हातात 'सटवाई' बांधलेली फोक आणि दुसऱ्या हातात ताट घेऊन गावात भीक मागण्यासाठी गेला.

आईनं चुलीजवळच्या जळणातल्या चार-पाच काटक्या घेतल्या नि त्या काटक्यांनीच ती पालातली जागा लोटायला लागली. आमच्याकडं दोनच फाटक्या वाकळा होत्या. त्यातली एक आम्ही अंथरली होती आणि दुसरी पांघरली होती. मी घाईघाईनं त्या वाकळा घडी करून एका बाजूला ठेवल्या. आई लोटत होती आणि पालात फुफाटा उडत होता. खरं तर न लोटलेलंच चांगलं होतं. पण माझं काय आई ऐकणार होती थोडंच?

लोटून झाल्यानंतर आई एका फाटक्या चिंधीची चुंबळ करून माझ्या हाती देत म्हणाली,

"इमल, मालीनं चूल पिटवलीया. ही चुंबळ घी आनि हेच्यात इस्तू आन....लय उशीर झालाय...."

चुंबळ घेऊन मी मालनमामींच्या पालाजवळ गेले.

"आयनं इस्तू मागीतलाय" म्हणताच मालनमामीनं जळते निखारे उचलून माझ्या जवळच्या चुंबळीत घातले.

मला प्रश्न पडत होता, या बायकांना भाजत कसं नाही? मी तो विस्तव घेऊन आले. आईनं चूल पेटवली आणि त्यावर एका काळ्या पातेल्यात पाणी तापवायला ठेवलं.

पाणी तापवून आई पालासमोरच एका दगडावर बसून आंघोळ करू लागली. मला कसंतरी वाटत होतं. पण आईला त्याचं काहीच वाटत नव्हतं. आई आपली उघड्यावरच आंघोळ करत होती. तेवढ्यात आजी आपल्या पालातून बाहेर आली. आईकडं बघत म्हणाली,

"ये कन्नडमाट....रानीसारकी आंगुळ-बिंगुळ म्हागनं कर.....आदी त्या इमीला भाकऱ्या कराला शिकीव.....न्हायतर उद्या लगीन झाल्यावर लोक तुज्या तोंडात श्याण घालत्याली. पयलंच त्या आश्यानं तिला साळंत घातलंय.....समदं इसरून जायील..."

आजी नेहमी आईला 'कन्नडमाट' म्हणायची. आईचं माहेर कर्नाटकातलं होतं. तिला सुरुवातीला मराठी बोलायला येतच नव्हतं म्हणे. कन्नडच बोलायची. त्यामुळं आजीनं तिचं नाव 'कन्नडमाट' ठेवलं होतं.

मंगल रडत होती. आजी तिला घेऊन आपल्या पालाकडं गेली. आईनं गडबडीनं दोन-तीन तांबे अंगावर ओतून घेतले आणि जोडलेलं लुगडं गुंडाळलं. चुलीपुढं बसत मला म्हणाली,

"इमे, हिकडं यी.....आनि भाकऱ्या कर....."

आईनं तीन दगडाच्या चुलीत लाकडं घातली आणि फूऽऽऽ फूऽऽऽ करून चुलीला फुंकू लागली. चूल पेटली. आईनं पिठाळी घेतली. वारं सुटलं होतं. एका मोठ्या जरमनच्या ताटात भाकरी करण्यासाठी तिनं पीठ घेतलं. त्या पिठात वाऱ्यानं कचरा पडला होता. पाण्यातही कचरा होता. त्या पाण्यानंच आई पीठ मळू लागली. मी आईच्यापुढं बसले. आईनं पीठ मळलेलं ताट माझ्यासमोर ठेवलं. धुरामुळं माझ्या डोळ्यातून पाणी येत होतं. मी पिठाचा गोळा पिठाळीवर ठेवला. आईनं एक लहान गोळा करून माझ्या हातात दिला.

ताटात थोडंसं पीठ टाकून आई म्हणाली, "थाप बगू सावकास."

मी तो गोळा थापू लागले. तेवढ्यात मंगलला घेऊन आजी माझ्याजवळ आली आणि म्हणाली,

"इमे, असं ताट धरत्याती व्हय ग? नीट दोनी पायात ताट धर आनि थाप भाकऱ्या !"

मी पायात ताट धरून भाकरी थापू लागले. पाऊस पडला नाही तर जशा जमिनीला भेगा पडतात, तशी माझ्या भाकरीची अवस्था झाली होती. आजीनं ती भाकरी बघितली आणि धापदिशी माझ्या पाठीत धपाटा घातला.

"खादीला कार आनं धरणीला भार....यीवढी मुटी घुडी झाली आनं अजून भाकऱ्या कराया येत न्हाय. आन हिकडं परात, म्या दावती कशा भाकऱ्या करत्याती ते...." असं म्हणून आजीनं माझ्याजवळचं ताट घेतलं आणि आईला

उद्देशून ती म्हणाली,

"कन्नडमाटाकडं कशी चाललीस, जरा आमचं पानी लागू दी की!"

आई म्हणाली, "मामी, आसं का बोलतासा? मला काय भाकरी कराया येत न्हाय व्हय...?

आजी म्हणाली, "आता येत्यात्या गं, पर पयल्या कुटं येत हुत्या. म्याच समदं शिकविलं की..." आजी बडबडत भाकरी शिकवत होती.

आईला आणि काकीला बरंच झालं होतं. आज भाकरी करायचा त्यांचा ताण मिटला होता. कारण मला शिकवता शिकवता आजीनं सगळ्या भाकरी करून टाकल्या होत्या. त्यामुळं त्या दोघी हसत होत्या.

आजीनं आईकडं बघून विचारलं, "का ग, तुमाला दुगीला दातं काडाया काय जालं?"

आई म्हणाली, "मामी, तुमी इमीला भाकरी शिकवाचं सुडून तुमीच समद्या भाकरी केल्या."

आजीच्या लक्षात आल्यावर आजी म्हणाली, "व्हय की गं दोडानो ! म्या समद्याच भाकरी केल्या...." म्हणून आजीही हसू लागली.

सुना घरात असताना मी का काम करू, म्हणून खरं तर आजी बरेच दिवस कामच करत नव्हती.

आम्ही आजीनं दिलेल्या भाकरी आणि चटणी, मीठ नि चिमूटभर डाळ घालून तयार केलेली आमटी खाल्ली. त्या भाकरीत वाऱ्यानं उडून पडलेला कचरा होता, धूळ होती. चवढव तर काय कळायचीच नाही. भूक लागली की पोट भरेपर्यंत पोटात ढकलायचं एवढंच आम्हा लोकांना माहीत होतं.

दुपार झाली होती. त्या साताठ पालांतली बायका, मुलं असे आम्ही सर्वजण जवळच्याच गोदामाच्या सावलीला जाऊन बसलो. काही बायका त्या सावलीत मोकळ्या जमिनीवरच कलंडल्या. काहीजणी मागून आणलेली कापडं वाकळा शिवण्यासाठी बघू लागल्या. दोघी-तिघीजणी वाकळा शिवत होत्या. मी, लीली, विठाबाई, शोभा, उषा आम्ही सगळ्याजणी जिबलीचा खेळ खेळू लागलो. बराच वेळ खेळण्यात गेला. मधु एका हातात सटवाईची काठी आणि दुसऱ्या हातात भाकरीचे तुकडे असलेलं ताट घेऊन येताना दिसला. मी आईला म्हणाले,

"आये....आये...मद्या आला....."

आईनं गावाकडून येणाऱ्या रस्त्याकडं बघितलं. मधु भराभरा येत होता. आई जवळ आल्यानंतर त्यानं उभ्यानंच सटवाई बांधलेली फोक आईकडं फेकली, ताट खाली ठेवलं आणि 'भूक लागली' म्हणून रडू लागला. आईनं त्या आणलेल्या भाकरीच्या तुकड्यांवर असलेली भाजी काढून घेतली नि मला बोलावलं. वेगवेगळ्या

प्रकारची भाजी त्या भाकरीच्या तुकड्यांवर होती. वांग्याची शिळी भाजी, डाळीची उसळं, लोणचं, वेगवेगळे पदार्थ. मी ते भाकरीचे तुकडे आणि भाजी खाऊ लागले.

आईनं पालात जाऊन एक भाकरी आणि थोडी सकाळची आमटी आणून मधूला दिली. मधु जेवल्यानंतर आमच्याबरोबर खेळू लागला.

दिवस कलला होता.

बाबा मागून पालांवर आले. खांद्यावरची हाडप त्यांनी खाली ठेवली. मी हाडप चाचपू लागले. त्यामध्ये बारा मिसळीचं धान्य होतं. कोणी तांदूळ, कोणी ज्वारी, बाजरी, गहू, असं दिलेलं सगळं एकत्र मिसळलेलं होतं. मला खायला काहीच नव्हतं. मी हाडप शोधत असलेली बघून बाबा म्हणाले, "बाय... आज लांब वस्त्यावर मागाला गिलू व्हुतू. तुला कायच खायाला आनलं न्हाय..." मी निराशेनं तिथून उठले आणि पुन्हा खेळायला गेले.

चार-पाच दिवस असेच गेले. मी, लिली, उषा, विठाबाई, शोभा सगळ्या मुली दररोज दुपारी लाकडं, वाळल्या शेणी गोळा करायला जात असू. आई फाटक्या पातळाचा झोळणा करून देत असे. विठाबाई यशोदाकाकीची दुसरी मुलगी. आम्ही दोघी चुलत बहिणी. ती मला सोडून जळणाला जाईना. यशोदाकाकी तिला शिव्या द्यायची. "उद्या ती कोलापूरला गिली म्हंजी काय करचील?" म्हणायची. परंतु विठाबाई तिचं काहीच ऐकायची नाही.

आम्ही झोळणे खांद्याला अडकवून वाळल्या शेणी, नारळाची टपरं, बारीक काटक्या त्या झोळण्यात टाकत असू. बऱ्याच वेळा आम्ही बंगल्यांच्या भोवतीनंच फिरायचो. बंगल्यांच्या बाहेरच्या बाजूला बऱ्याच वेळा आम्हाला ओले नारळ सापडायचे. कधी-कधी पिना, चाप, बाटलीची बुचं, रंगीत कापडांचे तुकडे मिळायचे. ते सगळं आम्ही आमच्या खेळासाठी गोळा करायचो. बंगल्यांच्या भोवतीनं नारळाची झाडं असायची. ओला नारळ सापडला, की आम्हाला फार आनंद व्हायचा. बंगल्यातली माणसं नारळातलं पाणी पिऊन नारळ फेकून द्यायची. तो नारळ आम्हाला सापडला, की आम्ही सर्व मुली झोळ्या खाली ठेवून तिथंच बसायचो. मग विठाबाई दगड मारून मारून तो नारळ फोडायची. ओला नारळ लवकर फुटायचा नाही. मग आमचा बराच वेळ त्यातच जात असे... नारळ फुटला, की त्यातला मऊ मऊ गाभा आम्ही खोबरं म्हणून खात असू. तो नारळ खाऊन झाला, की दुसरा नारळ सापडतो का बघण्यासाठी आम्ही फिरत असू. त्यातच आमचा वेळ जात होता. त्यामुळं बऱ्याच वेळा लाकडं, शेणी न आणताच झोळ्या हालवीत पालांवर जायचो. रिकाम्या हातानं आलेलं बघून आमची प्रत्येकीची आई, कोण मारायची, नाही तर शिव्या तरी हमखास द्यायची.

आम्ही राहत होतो तिथं जवळच बऱ्याच तणसाच्या झोपड्या होत्या. त्या झोपड्यांत दोन-चार दारूचे गुत्तेही होते. संध्याकाळी पाचची वेळ असावी. आमची माणसं मागून नुकतीच आली होती. तो दिवस गुरुवार होता. बेळगावचा बाजार असल्यामुळं येताना कोणी मटण, कोणी फेर, कोणी मासे आणले होते. माझ्या वडिलांनी मासे आणले होते. वडील आंघोळ करायच्या दगडावर मासे घासत होते. आई भाकरी करत होती. इतर बायकाही स्वयंपाकाला लागल्या होत्या. तेवढ्यात दहा-बारा माणसं आमच्याच पालांकडं येत असलेली दिसली. आमच्या माणसांची पाचावर धारण बसली. नागूमामा वडिलांना म्हणाले,

"नामदेवमामा .... चिडक कणशी गासका लागत्याती" (बघ, माणसं इकडंच येत आहेत.)

वडील म्हणाले, "समदीजणं हिकडं गासका."

त्या साताठ पालांतली सगळी बायकामाणसं आमच्या पालासमोर गोळा झाली. येणाऱ्या माणसांपैकी रामा पवाराला आमची माणसं ओळखत होती. त्याचा दारूचा धंदा होता. आमची माणसं कधी-कधी दारू पिण्यासाठी त्याच्या गुत्त्यावर जात होती. त्या माणसांपैकी एकाही माणसाला मराठी येत नव्हतं. सर्वजण कन्नडच बोलत होते. आईला, शालनआक्काला आणि यशोदाकाकीला कन्नड बोलता येत होतं. तानाजीमामा कन्नडमध्येच त्या माणसांबरोबर बोलत होते. मला ते काय बोलतात ते समजत नव्हतं. पण ती माणसं काही बोलली, की बायका तोंडाला हात लावून म्हणायच्या, "आता गं बाय ... काय करावं?"

ती माणसं काय तरी सांगून निघून गेली. आता आमच्या लोकांची मिटींग सुरू झाली. तानाजीमामा म्हणाले,

"आता काय करावं गड्यांनो ...! ही माणसं आपल्या पालांत दारू ठिवा म्हणा लागल्याती. पुलीसाची गाडी येणार हाय... गुत्त्यावर छापा पडल्यावर समदी दारू जाती म्हणून ही लोक आमाला धमकी द्या लागल्याती."

नागूमामा मध्येच म्हणाले, "गड्यांनो.... दारू आमच्या पालात ठिवल्यावर पुलीस आमच्याकडं येत्याली. मग काय कराचं... आम्ही फुकट लाथा खाऊ."

शामराव दोरकर म्हणाले, "आसं करू या.... आपुन पालं काढून दुसऱ्या गावाला रातीच्यालाच जावूया"

"कुठलं जातुया मरदा.... ती लोक आता दारूचं डबं घिवून येत्याली" खंडू धुमाळ म्हणाले.

आमच्या लोकांना पोलिसांची फार भीती वाटत होती. पोलीस म्हटलं की त्यांच्या अंगाचं पाणी-पाणी व्हायचं. 'आता काय करावं?' 'आमचं कसं व्हायचं?'

म्हणतच सर्वजण बसले.

ती माणसं हातात दारूचे डबे घेऊन आली.

आमची माणसं त्या लोकांच्या हातापाया पडून समजूत घालू लागली. परंतु ते कोणीही ऐकायला तयार नव्हते. ती लोकं कन्नडमध्ये म्हणत होती,

"डबं ठेवा, नाहीतर काठ्यानं फोडून काढू. तुम्ही लोक मागून खानार ... पोलीस तुमच्याकडं कशाला मरायला येतील? तुम्ही भिऊ नका."

आमच्या बायका म्हणत होत्या, "पुलिसांकडं कुतरी असत्याती.. ती कुतरी हुंगत आमच्या पालांकडं आली म्हंजी काय कराचं?"

आमची लोकं डबे ठेवून घ्यायला तयार नसल्यामुळं त्या लोकांनी दुसरीच युक्ती शोधून काढली. त्यांनी झोपड्यांकडं दोन मुलांना पाठवून दिलं. ती मुलं हातात कुदळ, खोरी घेऊन आली. मग त्या माणसांनी आमच्या पालांसमोर खोदायला सुरुवात केली. नाईलाजानं आमची माणसं गप्प बसली. थोड्या-थोड्या अंतरावर त्यांनी तीन-चार खड्डे खोदले, खड्ड्यात ते दारूचे डबे पुरले नि त्याच्यावर माती सारून सर्व जमीन पुन्हा सपाट केली. मग त्यावर आमच्या पालांपुढचे जळणाचे भारे उचलून नेऊन ठेवले.

तेवढ्यात पोलिसांच्या गाडीचा आवाज ऐकू आला. त्यातली दोन-चार माणसं माळानं पळू लागली. आमच्यातली गडीमाणसं गोदामाच्या आडोशाला जाऊन दडून बसली. बायका तेवढ्याच पालात राहिल्या. बायका भीतीनं थरथर कापत होत्या. पोलिसांनी दोन-चार गुत्त्यांवर छापे टाकले. परंतु त्यांना काहीच सापडलं नाही. पोलीस हातात दांडकं घेऊन झोपड्यांतून घुसून पाहू लागले. झोपड्यांतही काहीच सापडलं नाही. मग पोलिसांचा मोर्चा आमच्या पालांकडं वळला. पोलिसांनी विचारायला सुरुवात केली,

"तुमची माणसं कुठं आहेत?"

आई गडबडीनं म्हणाली, "मागाला गेल्याली अजून म्हागारी आली न्हायिती..."

पोलीस आमच्या पालात शिरले. पालातली भांडी, कपडे सगळा संसार इस्कटून बघितला. परंतु काहीच नव्हतं.

दुसरा पोलीस म्हणाला, "साहेब ... ही मागून खात्याती; ह्यांच्याकडं कशी दारू सापडंल?"

एक पोलीस म्हणाला, "उद्याच तुमची पालं हालवा... नाही तर फुकट आत जाशीला! ही माणसं रात्री तुमच्या पालात दारूचं कॅन आणून ठेवतील."

बायका म्हणत होत्या, "व्हय सायेब.... आम्ही उद्याच जातू"

पोलीस निघून गेले.

आमची माणसं हळूहळू पालांवर आली. त्या रात्री भीतीनं कोणीही जेवण

केलं नाही. सर्वजण उपाशीच झोपले. मासे, मटणाची पातेली चुलीवरच राहिली.

दुसऱ्या दिवशी पहाटेच आमच्या लोकांनी पालं काढली. पालांची, वाकळांची सामान-सुमानांची गाठोडी बांधली. पालांच्या काठ्या एकत्र बांधल्या नि आपला संसार डोक्यावर घेऊन आमची माणसं स्टँडवर आली.


बेळगावहून आम्ही एसटीनं रबकईला आलो. गाठोडी डोक्यावर घेऊनच आम्ही गावाच्या पूर्वेला मोकळ्या जागेवर आलो. गाठोडी खाली ठेवली नि पालं मारण्याचं काम सुरू केलं. मी, गोजराकाकी पाणी आणायला निघालो. इतर बायकाही आमच्याबरोबर पाण्याला आल्या.

जवळच ओढा होता. त्या ओढ्यातलं गढूळ पाणी आम्ही मातीच्या, पत्र्याच्या घागरीत, पातेल्यात भरून घेतलं. गोजराकाकीच्या कडेवर मातीची घागर आणि डोक्यावर काळंमिट्ट पातेलं होतं. मातीच्या घागरीला बऱ्याच ठिकाणी भोकं पडली होती. त्या भोकांत कापडाचे बोळे कोंबले होते. चालताना पातेल्यातलं पाणी डचमळून अंगावर पडत होतं. गोजराकाकीचा पदर पूर्ण पाण्यानं भिजला होता. माझ्याही डोक्यावर काळंकुट्टं पातेलं होतं. एकच पातेलं असल्यामुळं धुणं, भांडी, आंघोळीचं पाणी त्याच पातेल्यात भरावं लागत होतं. त्याच पातेल्यातलं पाणी आम्ही पिण्यासाठीही वापरत होतो.

पाणी घेऊन आम्ही बिऱ्हाडावर आलो. पुरुषमाणसं पालं मारत होती. आई गोजराकाकीला म्हणाली,

"गोजरा, चूल पिटीव... आनं भाकऱ्या कर."

गोजराकाकी 'बरं' म्हणून चुलीसाठी दगड शोधू लागली. मी पण काकीच्या पाठीमागे पळत गेले. गोजराकाकीनं दोन्ही हातात दोन दगड आणि डोक्यावर एक दगड असे गोल तीन दगड घेतले. मी पण तीन दगड गोळा केले. पण मला काही ते तीन दगड एकदम घेता येईनात. मी एकच दगड उचलून घेतला. गोजराकाकीनं दगड नेऊन पालासमोर टाकले नि माझे दगड घेण्यासाठी परत माझ्याजवळ आली.

काकी मला म्हणाली, "इमल, म्या धोंडं टाकून यीती तवर त्वा जळाण हुडीक"

मी परकराचा ओटा केला आणि बारीक काटक्या, गवऱ्या, कुठं सापडतात का बघत फिरू लागले. एखादं-दुसरं मोठं लाकूड सापडलं का मी लगेच उचलून ओट्यात टाकत होते. कारण माझ्या पाठीमागे आमच्यातल्या बायका, पोरं, पोरी लाकडं गोळा करत येत होत्या. आम्ही लाकडं गोळा करून परत आलो. काकीनं भाकरी थापायला सुरुवात केली. बायकांनीही चुली पेटविल्या होत्या. आता

एकमेकींकडं पीठ, मिरची, मीठ मागायची सुरुवात झाली. उषा हातात पातेलं घेऊन आमच्या पालासमोर आली. उषाला बघून आई म्हणाली,

"का गं उषे... काय पायजे?"

उषा म्हणाली, "रक्माक्का, आयनं जुंदळ्याचं पिट मागितलंय."

गोजराकाकी चुलीजवळ बसून भाकरी करत होती.

आईनं गोजराकाकीला हाक मारली,

"गोजरे... पिटाळीत पिट हाय का....?"

पोरांच्या रडण्याच्या, ओरडण्याच्या गोंधळात काकीला आई काय म्हणाली ते ऐकू गेलं नाही. आई मोठ्यानं ओरडली,

"गोजरे, किंवडी-बींवडी झालीस का? म्या काय म्हणती?"

गोजराकाकीनं आईचा आवाज ऐकला. ती गडबडीनं म्हणाली,

"आक्का, काय म्हनला?"

"पिट असल तर उषीला दी"

काकीनं नकारार्थी मान हालवली. हातानं रिकामी पिठाळी उचलून दाखवली. उषा ती रिकामी पिशवी बघून दुसऱ्या पालाकडं निघून गेली.

एकदाचा स्वयंपाक झाला. माणसं जेवायला बसली. नेहमीप्रमाणे एकमेकांना जेवायला हाका मारू लागली. पण कोणीच कोणाकडं जेवायला जात नव्हतं. बाबा, पांडूकाका, दामूकाका, मधु, सुखदेवदादा, सिद्धुदादा, मंगल, अलका, विठाबाई, लीला, सोना सर्वजण जेवून उठली. मग आम्ही जेवायला बसलो. आई सर्वांना जेवायला वाढत होती. आईनं गोजराकाकी, यशोदाकाकीला तव्यात आमटी वाढली. मला एका जरमनच्या डब्यात वाढलं. आमटी कसली नुसतं चटणी, मीठ, पीठ मिसळून तयार केलेलं पाणीच होतं. मी आईला म्हणाले,

"आये, ही कशाची आमटी हाय?"

आई म्हणाली, "गेल्या बाजारी झिंगं आणलं हुतं त्याची हाय"

"आये ह्यात झिंगं कुटं हायती?" मी विचारलं.

आई म्हणाली, "थोडकंच हुतं... तुज्या 'बा'ला आनं काकाला वाडलं... गपगुमान जेव."

टोपल्यात चारच भाकरी होत्या. जेवायला आम्ही पाचजणी होतो. मी, गोजराकाकी, यशोदाकाकी, आजी, आई. आईनं तीन भाकरी त्या तिघींना दिल्या आणि उरलेल्या एका भाकरीतली अर्धी मला दिली. आपण अर्धी भाकरी घेतली. आईनं अर्धी भाकरी घेतलेली बघून गोजराकाकीनं आपली भाकरी आईला दिली. आईनं ती भाकरी उचलून काकीच्या ओट्यात टाकली.

आई म्हणाली, "तू खा गोजरा.... लेकराला दुद यायला पायजी... थानचं

लिकरू हाय.''

गोजराकाकी म्हणाली, ''न्हाय आक्का तुमीच खावा... तुमी सकाळधरनं उपाशीच हायसा.''

आईचा त्या दिवशी उपवास होता. दिवसभर कडक उपवास धरून रात्री झिंग्याच्या आमटीवर उपवास सोडायचं चाललं होतं. कुणालाच भाकरी पुरली नाही. शेवटी ताटातली आमटी पिऊन आम्ही उठलो.

रोज जळणाला जाणं, पाणी आणणं, भाकरी करणं, पालं काढणं, ओझं डोक्यावर घेऊन एका गावाहून दुसऱ्या गावाला जाणं सुरूच होतं. आमच्या जमातीतल्या लोकांना देवीच्या नावानं भीक मागून काही मिळत नव्हतं. गोंधळ लग्नसराईतच घालावा लागायचा. 'आषाढ' तर तोंडावर आला होता. 'आषाढा'साठी पैसे कुठून आणावे, हाच प्रश्न सर्वांसमोर 'आ' वासून उभा होता. वडिलांना त्याचीच काळजी लागली होती. 'आषाढा'साठी निदान एखादं बोकड तरी लागणार होतं. घरात माणसं जास्त होती; नाही तर एखादा कोंबडा कापून भागवलं असतं. आमच्या जमातीमधली माणसं खरं तर आता पोट भरण्यासाठी कसला तरी धंदा सुरू करण्याचा विचार करत होती. परंतु हातात पैसा नसल्यामुळं दुसरा धंदा तर कसा करणार?

'आषाढ' आठ दिवसांवर आला होता. आईबाबा 'आषाढा'ला जाण्यासाठी आम्हाला घेऊन कोल्हापूरला आले.

आमचा 'आषाढ' दरवर्षीप्रमाणे दोन ठिकाणी होणार होता. निम्यापेक्षा जास्त माणसं कोल्हापूरलाच 'आषाढ' करत होती. त्यामुळं कोल्हापूरचं घरही सारवावं-पोतारावं लागणार होतं. आईनं, वहिनीनं घर सारवून पोतारून काढलं. वाकळा धुवायच्या होत्या. आईनं सर्व वाकळा एका चादरीत बांधल्या आणि ते वाकळांचं गाठोडं मऱ्याप्पाजवळ दिलं. मऱ्याप्पानं सायकलीवर गाठोडं ठेवलं आणि ओढ्याकडं गेला. आईनं राहिलेल्या चिंध्या, लुगडी, सगळ्यांचे कपडे एका फडक्यात गुंडाळून आपल्या डोक्यावर घेतले. आम्ही वाकळा धुण्यासाठी ओढ्यावर आलो. आमच्या घरापासून तसा ओढा लांबच होता. वहिनी स्वयंपाक करायचा असल्यामुळं धुवायला आली नाही.

आम्ही त्या वाकळा आपटून पाण्यात बुडवू लागलो. वाकळा आपटताना घाणेरडं पाणी तोंडात जात होतं. वाकळा आपटून आपटून आम्ही दमलो. भूकही जास्त लागली होती. माझ्या उजव्या हाताचं बोट खूप दुखत होतं. वाकळा आपटताना बोटाला दगड लागला होता. ओल्या वाकळांचं लादं घेऊन आम्ही घरी आलो. अशोकदादा दारात आमची वाटच बघत उभा होता. अशोकदादानं

आईच्या डोक्यावरचं ओझं उतरवलं. अशोकदादानं हाक मारली,

"मऱ्याप्पा, ... मधु, वाकळा वाळत टाका."

घरासमोर मोठं पटांगण होतं. मधु, मऱ्याप्पा वाकळा वाळत टाकायला गेले.

अशोकदादा म्हणाला, "आई, एवढा उशीर का झाला?"

आई म्हणाली, "वड्यात मरणाची मुरकंड पडली हुती."

दादा म्हणाला, "आई.... सर्वांना जेवायला वाढ. मी तोपर्यंत लाईनीत जाऊन येतो. बाजाराला जायचंय. आवर लवकर."

दादा पोलीस लाईनीत गेला.

आम्ही सर्वजण जेवायला बसलो. घरात जेवायला जागा पुरत नव्हती. आई-बाबा हातात भाकरी घेऊन दारातच जेवत बसले. लिंगाप्पादादा, मऱ्याप्पा एका कोपऱ्यात जेवायला बसले. मी, मधु, मंगल खाली जेवत बसलो होतो. वहिनी भाकरी करतच वाढत होती. माझ्या बोटाला तिखट लागल्यामुळं बोट चुरचुरत होतं. मी ते बोट सोडून जेवत होते. परंतु एक बोट सोडून जेवता येत नव्हतं. निम्मा अर्धा घास खाली पडत होता. मी तशीच जेवत होते.

तेवढ्यात माझ्या पाठीत जोरात लाथ बसली. मी मोठ्यानं कळवळले. माझ्या हातातला घास खाली पडला. पुन्हा पाठीत जोरात धपाटा बसला. मऱ्याप्पा मला मारत होता. मी जेवणाचं ताट सोडून रडू लागले. लिंगाप्पादादानं मऱ्याप्पाच्या दोन-तीन थोबाडीत दिल्या. आई मऱ्याप्पाला शिव्या देऊ लागली.

मऱ्याप्पा चिडक्या आवाजात म्हणाला, "आये, बगितलंस का इमी बोट सुडून जेवत हुती."

आता आईचा मोर्चा माझ्याकडं वळला.

आई मऱ्याप्पाला म्हणाली, "मार अजून त्या कार्टीला...समद्यांस्नी मारून येकटी ऱ्हावावं म्हणतीया."

आई मऱ्याप्पालाच प्रोत्साहन देत होती. मी रडत असलेलं बघून वहिनीला वाईट वाटलं.

वहिनी म्हणाली, "आत्या, बोट सोडून जेवल्यावर कधी माणसं मेली होती का?"

लिंगाप्पादादाही आईला बोलू लागला.

आई म्हणाली, "तसं शास्तर हाय."

वहिनी मला म्हणाली, "इमे गप, रडू नको....जेव आता. तुझ्या बोटाला काय झालंय?"

मी दगड लागलेलं सांगितलं.

वहिनी म्हणाली, "आत्या, इमीच्या बोटाला धुणं धुताना दगड लागलाय."

"उद्या अशीच सवं पडली म्हंजी लोक माज्या तोंडात श्यान घालत्याली."
आई रागानं माझ्याकडं बघत म्हणाली, "इमे पाची बोटं तोंडात घालून जेव."

बोटाला तिखट लागलं होतं. त्यामुळं बोट चुरचुरत होतं. आईला थोडीसुद्धा दया आली नाही. उलट ती रागातच म्हणाली,

"इमे, पाची बोटं तोंडात घालून जेवणार असशील तर जेव, न्हाय तर.... ऊट!"

ताटात आमटी होती. त्यामध्ये हात धुतला असता तर आणखी शिव्या बसल्या असत्या. मी ती आमटी पिऊन उठले.

आम्ही रानातून कोल्हापूरला आल्यानंतर वहिनी मला शाळेत घेऊन गेली. मी महिनाभर शाळेत नव्हते. त्यामुळं रणदिवेबाई माझ्यावर खवळण्याऐवजी वहिनीवरच खवळल्या.

बाई म्हणाल्या, "भोसलेबाई.... तुम्हाला मुलांची काय काळजी आहे की नाही? त्या मधूला दोन महिन्यापासून पाठवलं नाहीत. आता विमलला पण महिनाभर पाठवलं नाही... असं झालं तर मी त्या दोघांची पण नावं शाळेतून काढून टाकीन..."

वहिनी बिचारी आमच्यासाठी गयावया करीत म्हणाली, "बाई... एवढ्या वेळ घ्या तिला शाळेत. काय करणार? माझे सासरे आणि सासूबाई माझं काहीच ऐकत नाहीत.. पोरांना महिना-महिना पालावर घेऊन जातात. त्यांना मुलीनं तर शाळा शिकलेलीच आवडत नाही. तुम्हीच सांभाळून घ्या...."

रणदिवेबाईंना आम्ही गोंधळी जातीचे असल्याचं माहीत होतं. आमच्या घरची स्थितीही बाईंना माहीत होती. त्यामुळं लिंगाप्पादादा, मऱ्याप्पा, सिद्धू, मधु या प्रत्येकाच्या वेळी बाई वहिनीला असंच बोलायच्या. परंतु त्यांना शाळेत बसवून घ्यायच्या.

बाई माझ्याकडं वळून म्हणाल्या, "आजपासून रोज नियमित शाळेला येत जा... नाहीतर जितकी दिवस शाळा बुडवशील तितके तास तुला वर्गात उभी करीन."

मी फार घाबरले होते. वहिनी मला शाळेत बसवून गेली. मी मात्र रडायला लागले. नंतर बाईंनीच माझी समजूत काढली. मला अगोदर ग, म, भ, न, क, ख, ग पर्यंत मुळाक्षरं येत होती. आता तीही विसरली होती. मी फक्त पाटीवर चित्रंच काढत बसले होते. माझ्या वर्गातल्या मुली भराभर पाटीवर मुळाक्षरं काढीत होत्या. मला आपल्याला काहीच येत नाही असं वाटू लागलं. त्यापेक्षाही दिवसभर खेळायला न जाता बसणं माझ्या जिवावर आलं होतं. पण एकदाची

शाळा सुटली आणि मी घरी आले.

रविवारचा दिवस उजाडला.

त्या दिवशी कोल्हापूरचा बाजार होता. आई, अशोकदादा, बाबा 'आषाढा'साठीची सर्व खरेदी करून आले. मला, मऱ्याप्पाला, मधूला आणि मंगलला जुन्या बाजारातले कपडे घेतले होते. दादानं लोकांकडून कर्जाऊ पैसे घेतले होते. आईनं बाजारातून मासे विकत आणले होते. रात्री आई माशाचं कालवण करत होती. तेवढ्यात दादा बाहेरून आला. अशोकदादा म्हणाला,

"आई, झाला का स्वयंपाक?"

"थोडं थांब. कोरड्यास शिजाचं हाय."

"बरं.. मी आणि बाबा थोडं बाहेर जाऊन येतो." अशोकदादा म्हणाला.

आईच्या काळजात धस्स् झालं !

आई गडबडीनं म्हणाली, "आरं... आश्या... येवडा चांगला संयपाक केलाय... जेवाचं सुडून का आन्नात माती कालवतुस?"

अशोकदादा आईचं काही न ऐकता बाबांना घेऊन दारूच्या गुत्त्यावर गेला. आई, वहिनी एकमेकींकडं बघत राहिल्या. जिन्नूदादा मरण पावल्यापासून दादाला दारूचं व्यसन लागलं होतं. बाप, मुलगा मिळून दारू प्यायचे. बाप-मुलानं एकत्र दारू पिणं आमच्या समाजाच्या दृष्टीनं काहीच वावगं नव्हतं. गोंधळी समाजात असे कितीतरी बाप होते, जे मुलगा लहान असतानाच त्याला दारू प्यायला द्यायचे.

आई आम्हा भावंडांना ताकीद देत होती, "दादा दारू पिऊन आला म्हंजी कुणी फुढं फुढं जावू नगा. आनं सुमे, तुजं त्वांड बंद ठिव. काय बुलू नगं.... न्हायतर मरूस्तोर मार खाचील..."

वहिनीला माहीत होतं. दादा दारू पिऊन आला म्हणजे वहिनीची धुलाईच करायचा. वहिनी दादाला फार घाबरायची. दादा दारू पिऊन आला म्हणजे आमचं कोणाचंही त्याच्यासमोर उभं राहून बोलायचं धाडस होत नव्हतं. पिऊन आला म्हणजे दादा एकच शब्द चार-चार वेळा बडबडायचा. आईनं पटापटा सर्व मुलांना जेवायला वाढलं. लिंगाप्पादादाची रात्रपाळी होती. अशोकदादानं दुसऱ्याच्या हातापाया पडून लिंगाप्पादादाला पोलीसमध्ये भरती केलं होतं. लिंगाप्पादादा सबजेललाच नोकरी करत होता. लिंगाप्पादादा घरात नव्हता म्हणून आईला देव पावल्यासारखं वाटत होतं; कारण त्याला दारू प्यालेली अजिबात आवडत नव्हतं. अशोकदादा पिऊन आल्यावर लिंगाप्पादादा घरात असला म्हणजे जोरात भांडणं व्हायची. कधी-कधी मारामारी व्हायची.

माझी सर्व भावंडं दारात अंथरूण टाकून पडली होती. सर्वांनी मुस्कटून घेतलं होतं. मी, आई, वहिनीच दादाची आणि बाबांची वाट बघत बसलो होतो. आई मला म्हणाली, "इमे.... बग आला का दादा..."

मी दारात आले. दारात धुणं धुण्यासाठी मोठा दगड टाकला होता. त्या दगडावर उभं राहून बघू लागले.

दादा आणि बाबा झोकांड्या खात येत होते. मी घरात पळत गेले. "आई दादा आला..."

"लय पेलाय व्हय गं?"

"लय पिलाय वाटतंय. दोगंपण डुलत येत्याती."

आईला, वहिनीला भीती वाटत होती. जास्त तमाशा होतो की काय, म्हणून आई घाबरली होती. दादानं आल्या-आल्याच वहिनीला एक शिवी हासडली. वहिनी बिचारी गप्पच बसली. अशोकदादा आणि बाबा तिथंच भिंतीला टेकून पाय पसरून बसले. बाबा दारूच्या नशेतच बरळत होते,

"आश्या...त्वा काय काळजी करू नगं...म्या चार गावं मागून आलो तर पैशाचा पाऊस पाडीन. समद्या गावापरीस म्या आकाड भारी करणार हाय."

दादा बाबांचीच 'री' ओढत होता.

"बाबा, अजून मी जिवंत आहे तोवर तुम्ही काऽऽय...काळजी करू नकाऽऽ" दादानं जमिनीवर जोरात हात आपटला.

बाबा एकसारखे थुंकत होते. काहीतरी कडू खाल्ल्यावर माणसांची तोंडं वेडीवाकडी होतात, तशी दोघांची तोंडं झाली होती. ते दोघे 'आषाढा'च्या खर्चावर चर्चा करत होते.

दादा म्हणाला, "बाबा... दोनशे रुपये 'आषाढा'ला पुरतील का?"

आई चटकन म्हणाली, "यीवडं पैसं कसं पुरत्याली...? लोकांचं घेतल्यालं पैसं द्यायचं हायिती."

दादा म्हणाला, "तुमच्या आयलाऽऽऽ किती पैसे दिले तरी तुम्हाला पुरत नाही."

पैशावरून दादाचं आणि बाबांचं भांडण सुरू झालं.

बाबा म्हणत होते, "मी मागून आणलेलं समदं पैसं तुला दितू."

दादा म्हणाला, "तुम्ही मागून आणलेलं पैसे उदाला पुरत नाहीत आणि लिंग्या घरात एक पैसा देत नाही... मी एकट्यानंच कुठपर्यंत सांभाळायचं...?"

भांडण मोठ्यानं लागलं. दादा, बाबा एकमेकांच्या अंगावर धावून गेले. दारूच्या नशेत दोघांनाही कशाचंच भान नव्हतं. अशोकदादा बाबांना मारायला हात उगारत होता. परंतु हात हवेतच तरंगत होता. आई दोघांचं भांडण सोडवायला

मध्ये पडली. बाबांनी जोरात आईला ढकलून दिलं. आई भिंतीला थडकून खाली पडली. डोक्याला लागलं होतं. आई विव्हळतच डोकं धरून खाली बसली. मी पळत जाऊन झोपलेल्या भावंडांना उठवलं. मऱ्याप्पानं बाबांना धरलं. वहिनीनं अशोकदादाला धरलं. दोघं एकमेकांकडं बघून दातओठ खात होते.

सगळी माणसं वैतागली होती. तो रोजचाच तमाशा होता. रोज दारू पिऊन अशोकदादा धिंगाणा करायचा. आज बाबांची भर पडली होती. त्या भांडणात वहिनीलाही लाथा बसल्या होत्या.

मऱ्याप्पा बाबांना म्हणाला, "बाबा, तुमी पालांवर असल्यासारकं भांडायला सुरू केलंय... लोकांनी हाकलून दिलं म्हंजे तुमचं मन शांत हुईल."

आई नि वहिनीकडं बघत मऱ्याप्पा म्हणाला, "तुमच्या अंगात लई मस्ती हाय. मधी पडून लाथा खायाची तुमाला हौसच हाय. तुमी मार खाऊनच मरा!"

आई म्हणाली, "दोघं माराला लागल्यावर काय कराचं? काय झालं म्हंजी? ह्यांची भांडणं केवड्याला पडत्याली?"

मऱ्याप्पा म्हणाला, "ही दारू पिऊन नुसती नाटकं करत्याती. दुसऱ्याला त्रास द्यायचं तेवडं कळतंय ह्यांस्नी..."

"मऱ्या... काय म्हणालास... पुन्हा म्हण बघू मादरच्योत...थोबाड फोडीन!"

दादा असं म्हटल्याबरोबर मऱ्याप्पा अशोकदादाच्या अंगावर धावून गेला.

आई म्हणाली, "मऱ्या, तू तर त्यांच्यापरीस जास्त कराला लागलाच!"

मऱ्याप्पा म्हणाला, "तू काय बगत ऱ्हाईस आई... रोजचाच तमाशा हाय. वैताग आलाय... या घरात राहूसुद्धा वाटत ऱ्हाई."

आई म्हणाली, "मऱ्या, तुज्या बाला घिऊन बाहीर जा..."

मऱ्याप्पानं बाबांना "बाहीर चला" म्हटलं, पण बाबा बाहेर जायला तयार नव्हते. उलट "सोड..रे..म्या बगतू त्येला" असं म्हणून दादाच्या अंगावर धावले.

मऱ्याप्पाला खूप राग आला होता. मऱ्याप्पानं जोरात बाबांना बाहेर ढकललं. बाबा धोतरात पाय अडकून धप्कन खाली पडले. आईला एवढं लागलं होतं तरी सुद्धा आई झटकन उठून बाबांजवळ गेली. आईनं बाबांना उठवलं. बाबांच्या अंगठ्याला लागलं होतं. आईनं चिमणीतील थोडं रॉकेल त्यांच्या अंगठ्यावर ओतलं. आई रागानंच मऱ्याप्पाला म्हणाली,

"मऱ्या...जलम दिल्याल्या 'बा'ला मारतूस..? कुटं फिडचील पाप?"

मऱ्याप्पा म्हणाला, "आई, तू माजं डोकं खवळू नको... गप बस आता..."

मऱ्याप्पानं बाबांना बाहेर नेऊन झोपवलं. आई कंबर धरून खाली बसली.

दादाला दारू जास्त झाली होती. दादा भडाभड उलट्या करू लागला. आई उठली. दादाजवळ गेली. दादाचं डोकं गच्च धरलं. वहिनीनं चुलीतील राख त्या

उलटीवर पसरली. मऱ्याप्पा, मधु आत आले. त्यांनी दादाला उचलून न्हाणीत बसवलं. मऱ्याप्पानं पाण्याची घागर दादाच्या अंगावर ओतली. अशोकदादाला गार पाण्याची आंघोळ घातली. आई घाबरली. म्हणाली,

"मऱ्या, गारठ्यात गार पाणी ओता लागल्यास... काय तरी व्हुईल लेकराला..."

मऱ्याप्पा म्हणाला, "काय होत न्हाई... दारू तेवडी झटकन उतरंल."

घरात दुर्गंधी पसरली होती. सगळीकडं घाणेरडा वास येत होता. दारूचा, उलटीचा वास एकत्र मिसळला होता. मला त्या वासामुळं मळमळायला लागलं. मी तिथून उठले. बाहेर अंथरुणावर येऊन पडले. दादा बडबडतच होता. हात-पाय आपटलेला आवाज ऐकू येत होता. बाबा बरळतच पडले होते. आई येऊन माझ्याशेजारी झोपली. ह्या दोघांच्या दारूमुळं मला, आईला आणि वहिनीला उपाशीच झोपावं लागलं.

दुसऱ्या दिवशी आम्ही 'आषाढा'ला निघालो. आईनं आणलेला कोंबडा घरातल्यांना कापून खायला ठेवला. वहिनीनं भाकरी करून बांधल्या होत्या. माझ्या, मंगलच्या अंगावर जुनेच कपडे होते. बाबांचं धोतर फाटकंच होतं. आईच्या अंगावरचं लुगडं पण सगळीकडं गाठी मारलेलं. आईनं आषाढात नेसण्यासाठी बाबांनी मागून आणलेलं चांगलं लुगडं ठेवलं होतं.

मी, आई, बाबा, मंगल कोल्हापूरच्या एस्टी स्टँडवर आलो.

थोड्याच वेळात जतला जाणारी एस्टी लागली. आम्ही एस्टीत चढलो. आईनं पिठाचं, चटणीचं गाठोडं गाडीत आणून ठेवलं. बाबा भांडी-कुंडी, वाकळा, कपडे, मीठ, मसाला असलेलं पोत्याचं चुंगडं घेऊन गाडीत चढले. गावात कोणी राहायला नसल्यामुळं सर्व साहित्य इथूनच न्यायला लागत होतं. एस्टी सुरू झाली. घरात बोलल्याप्रमाणे आई-बाबा गाडीत मोठमोठ्यानं बोलत होते.

बाबा म्हणाले, "आश्याकडनं आनिक थोडं पैसं घ्यायला पायजी हुतं..."

आई पडलेला पदर व्यवस्थित करीत म्हणाली, "कश्याला... कालचा गुंदूळ इसरलासा व्हय?"

बाबा काळजीच्या सुरात म्हणाले, "पैसं कमी पडलं तर काय कराचं?"

आई म्हणाली, "पानाचा बटवा काडा"

बाबांनी पानाचा बटवा काढला. एक पान काढून आईच्या हातावर दिलं. दुसरं पान आपल्यासाठी घेतलं. आडकित्त्यानं सुपारीचे तुकडे केले. एक-एक सुपारीचा तुकडा मला नि मंगलला दिला. मी, मंगल सुपारीचा तुकडा चघळत होतो. आई-बाबांनी पान तयार करून खाल्लं. थोडा वेळ शांततेत गेला. पुन्हा आई म्हणाली,

"पैसं कमी पडलं तर घ्याला यिल दामूकडनं."

आईपेक्षा वयानं दोन्ही काका लहान होते. आमच्या समाजात दिराचं नाव घ्यायची पद्धत नव्हती. पण आईचं लग्न झालं तेव्हा पांडूकाका थानचा होता. आई आपल्या मुलाप्रमाणे समजून त्यांना नावानंच हाक मारायची. दामूकाका आईला तर आईच म्हणायचे. परंतु पांडूकाका 'रक्माबाई' म्हणायचे. पांडूकाका तसं म्हणाले, की सर्वजण खो-खो करून हसायचे. आई पांडूकाकांना 'जुळ्या बोटाचा पांड्या' म्हणायची. कारण पांडूकाका जुळ्या बोटाचे होते.

गाडी जतमध्ये येऊन पोहोचली. आम्ही आमचं गबाळ घेऊन खाली उतरलो. आम्हाला गोंधळेवाडीला जायचं होतं. आम्ही स्टँडजवळ असलेल्या झाडाखाली बसलो. आईनं पिशवीतून जरमनचा तांब्या बाहेर काढला. तो तांब्या माझ्या हातात देत म्हणाली,

"इमे, म्होरं नळ हाय... तितनं पाणी आण... म्या तवर भाकरी काढती."

मी तो तांब्या हातात घेतला आणि नळाकडं चालू लागले.

नळावर बरीच गर्दी होती. मला काही लवकर पाणी मिळालं नाही. आईनं मला रिकामं उभं राहिलेलं बघितलं आणि तेथूनच जोरात ओरडली,

"इमे, कंबरंवर हात ठिवून नुसती हुभी काय हायीस... म्होरं जावून पाणी घी की..."

मी आईचा आवाज ऐकला. नळावर पाणी पित असलेली माणसं माझ्याकडं बघून हसली. मला आईचा फार राग आला. एवढ्या माणसांत बोलायची काय गरज होती? आईची बडबड सुरूच होती, "ह्या पुरीला काय काम कराया यित न्हाय. नुसतं खायाला कार आनं धरणीला भार..."

एका माणसानं माझ्या हातातून तांब्या घेतला आणि माझ्याकडं तांब्या भरून देत म्हणाला, "ती बडबड करत्याली बाई तुझी आई आहे का?"

मी नुसतीच मान हालवली.

तांब्या घेऊन मी आईजवळ आले. सगळ्यांचं जेवण सुरू होतं. हातावर भाकरी आणि मसुरीची कोरडी डाळ होती. आईनं मलाही डाळ घालून भाकरी दिली. जेवायला सुरुवात केली. आई म्हणाली, "बिगीनं खा... गाडी लागायची येळ झाली." कोरडी भाकरी डाळीबरोबर खाताना घास बसत होता. सगळ्यांनी त्याच तांब्यातलं पाणी प्यालं. सगळे तोंड लावूनच पाणी पीत होते. एकानं पाणी प्यायलं, की आई थोडंसं पाणी तांब्यातून खाली टाकायची. आई नेहमी म्हणायची, "तोंड लावून पिल्यालं पाणी उष्टं असतं... मग थोडं खाली सांडलं, की उष्टं निघून जातं..." आईनं गडबडीनं सगळं आवरलं. बाबा बिडीचे झुरके घेत होते.

गाडी लागली. आम्ही आमचं गबाळ घेऊन गाडीत चढलो.

गाडी गच्च भरली होती. बसायला पण जागा नव्हती. गाडी सुरू झाली.

आम्ही उभेच होतो. गाडीत गोंधळेवाडीला 'आषाढा'साठी निघालेली बरीच माणसं होती. सगळी लोकं मोठमोठ्यानंच बोलत होती.

गाडीत मागच्या सीटवर एक वयस्कर बाई बसली होती. तिच्या गळ्यात लाल, पिवळ्या मण्याची पोत होती. नाकात, कानात मोठी पितळी फुलं होती. हातात वेगवेगळ्या रंगाच्या रबरी बांगड्या होत्या. अंगावर जरीचं काठ असलेलं लालभडक लुगडं होतं. मी मनात अंदाज केला. ही बाई गोंधळ्याचीच असावी. त्या बाईचं आईकडं लक्ष गेलं. ती म्हणाली,

"अगं रक्मे... आता निघालीस व्हय आकाडाला?"

आईच्या चेहऱ्यावर हसू उमटलं. आमच्या लोकांना आपल्या ओळखीचं कोणी भेटलं की फार आनंद होतो.

आई म्हणाली, "सोनामामी, तुमी कुनाबरोबर आलाया?"

त्या बाईनं समोर उभ्या असलेल्या एका माणसाकडं बोट केलं. आईनं त्याच्याकडं बघितलं आणि म्हणाली, "लेकाबरूबर आलाय व्हय?"

तिनं 'व्हय व्हय' करून मान हालवली.

रस्ता कच्चा असल्यामुळं पाळण्यात घालून हलविल्यासारखं वाटत होतं. गाडीत कोणी पालं बरोबर घेऊन 'आषाढा'ला चाललेली माणसं होती, तर कोणी नोकरी करणारे सुट्टी काढून निघाले होते. गाडीत पोरांची रडारड सुरू होती. बायका 'आषाढा'साठी घेतलेले कपडे गाडीतच गाठोडी सोडून एकमेकींना दाखवत होत्या. मी मात्र माझ्याच विचारात पोत्याच्या चुंगड्यावर बसले होते.

.....अगोदरच शाळेत बाई फार रागावल्या होत्या. तशातच आता आणखी चार-पाच दिवस शाळा बुडणार होती. तिघांनी जत्रेला जाऊ नये म्हणून आई-बाबांनी मला बळजबरीनं आणलं होतं. मधु, मऱ्याप्पा आषाढाला जातच नव्हते. आता परत गेल्यानंतर बाई काय म्हणतील? शाळेत घेतील का?

एस्टी एका झाडाखाली थांबली. आमची माणसं उतरायची घाई करत होती. कंडक्टर म्हणत होता, "आवं, सावकाश उतरा... गाडी काय पळून जात नाही..." पण कोणीच त्याच्या बोलण्याकडं लक्ष देत नव्हतं. गाडीतून आमची सगळी माणसं उतरली.

कोणीतरी गाडीच्या टपावर चढला. खालून माणसं म्हणत होती, "आरं, माजं गठूळ टाक की..." त्या माणसानं सगळ्यांचं सामान खाली टाकलं. मी पिशवी घेतली आणि बाबांनी पोत्याचं चुंगडं डोक्यावर घेतलं. गाडी ज्या झाडाखाली थांबली होती तिथं एक दगड होता. त्या दगडावर हळदीकुंकू टाकलं होतं.

मी आईला विचारलं, "आये, ही काय हाय?"

"ही फिरस्ती आय हाय..." आईनं उत्तर दिलं.

एकंदरीत आमच्या देवाची सुरुवात झाली.

गाडी धुरळा उडवत निघून गेली.

आम्ही चालू लागलो. मी पहिल्यांदाच गाव बघत होते. मी विचारलं,

"आये, अजून घर किती लांब हाय?"

"अजून बरंच लांब हाय." आई म्हणाली.

आम्ही ओसाड माळावरून चाललो होतो. गावाजवळून ओढा वाहत होता. आम्ही ओढ्याजवळ आलो. ओढ्यात गुढगाभरसुद्धा पाणी नव्हतं. त्या गढूळ पाण्यात पोरं डुबक्या मारत होती. पोरी-बायका धुणं आपटत होत्या. आईबाबांनी तुटक्या चपला हातात काढून घेतल्या. आम्ही ओढा ओलांडून आलो.

आता गावातली घरं दिसू लागली. तणसाच्या घरांपेक्षा धाब्याचीच घरं जास्त होती. सर्व घरं पांढऱ्या शुभ्र मातीनं सारवलेली होती. आम्ही घरं ओलांडत गावात आलो. गावात मध्यभागी मोठा रस्ता होता. तिथंच रस्त्याकडंला दगडानं बांधलेली शाळा होती. पाणी पिण्यासाठी आड बांधला होता. त्या आडावर रहाट होता. बायका घागरीला दोर बांधून आडातून पाणी काढत होत्या. थोडे पुढे आलो, तिथं मारुतीचं देऊळ होतं. देवळासमोर मोठं झाड होतं. त्या झाडाच्या पारावर बरीच माणसं पत्ते खेळत बसली होती. समोरून गोजराकाकी पळत आली,

"आक्का, किती वाट बगितली... तुमी लवकर का आला न्हाय?"

आई म्हणाली, "ती राहू दी पर... दामूनं बोकाड आणलंय का?"

गोजराकाकी म्हणाली, "व्हय... बाजारादिशी तुमची लय वाट बगितली.. पर तुमी आला न्हाय म्हणून मामानी बोकाड आणलं"

बाबा म्हणाले, "बरं झालं! उद्याच आकाड हाय. आनं बोकाड नसतं म्हंजी आणाय जाय लागलं असतं."

गोजराकाकीनं आईजवळचं गाठोडं घेतलं.

आम्ही एका लहान घरासमोर येऊन थांबलो. घर धाब्याचंच होतं. घरापुढली सर्व जागा झाडून स्वच्छ केलेली होती. घरापुढे लिंबाचं झाड होतं. दामूकाका झाडाखाली वाकळ अंथरून बसले होते. रंगानं काळीसावळी, अंगानं किडमी आणि डोक्यावरून पदर घेतलेली विठाबाई पाण्याचा तांब्या घेऊन बाहेर आली. बाबांकडं तांब्या देत म्हणाली,

"थोरल्या बाबा.. पाणी घी"

बाबांनी तोंडावरून पाण्याचा हात फिरवला आणि तोच तांब्या आईकडं परत दिला. विठाबाई मला म्हणाली,

"इमल... त्वा आत चल."

मी तिच्याबरोबर घरात आले. घरात एकच मोठी खोली होती. मध्ये अर्धी भिंत बांधून दोन खोल्या केल्या होत्या. वलवतीवर कपडे लोंबत होते. आजी आमच्या अगोदरच आली होती. ती कोपऱ्यात बसली होती.

आई सांगायची, आजी शंभर वर्षांची आहे. परंतु आजीकडं बघितल्यानंतर ती शंभर वर्षांची असेल असं वाटत नव्हतं. आजी अंगानं दणकट होती. एकही दात पडलेला नव्हता. सुईत दोरासुद्धा आजी स्वत:च ओवायची. उंचीनं मात्र ती कमी होती. त्यामुळं गोल गरगरीत दिसायची. दामूकाकाची पत्नी यशोदाकाकी आजीसारखीच होती. त्यामुळंच आजीला सर्वजण 'गिड्डी यशोदा' म्हणायचे.

आमच्या घरातली माणसं वेगवेगळ्या दिशेनं मागून खात फिरत होती. परंतु 'आषाढ' मात्र एकत्रच करत होती.

घरात स्वयंपाकाची घाई सुरू होती. घरात धूर झाला होता.

आई आत आली. यशोदाकाकी चुलीपुढं बसली होती.

आई म्हणाली, "यशोदे... बरं हाय न्हवं?"

यशोदाकाकी हसतच चुलीपुढून उठली. आईच्या पायाला तिनं हात लावला. तेवढ्यात आजी म्हणाली,

"रक्मे... त्वा कवा आलीस?" आईनं आजीच्या पायाला हात लावला.

मी पण आजीच्या पायाला हात लावला. आजीनं आशीर्वाद दिला,

"आवंदा लगीन हुदी."

आई म्हणाली, "समदीजण हायीती... आनं आंबु कुटं दिसत न्हाय?"

यशोदाकाकी म्हणाली, "आंबु परसाकडला गिलीया... पोरीचं दिस भरत आल्याती. आज उद्या व्हुईल आसं वाटतंया."

आंबुआक्का आईला म्हणाली, "थोरली आय... त्वा कवा आलीस?"

"आताच आली... त्वा कशी हायीस?"

"बरंच म्हणायचं... इमल, त्वा बी आलीस व्हय?"

मी म्हणाले, "व्हय... आकाड बगाया आली."

रात्री उशीरपर्यंत इकडच्या-तिकडच्या गप्पा रंगल्या होत्या.

दुसऱ्या दिवशी आम्ही लवकर उठलो. सर्व बायकांनी डोक्यावरून आंघोळ केली. आम्हा मुलींना पण डोक्यावरून आंघोळ करायला लावली. आमच्या सगळ्यांच्या अंगावर जुनीच कापडं होती. आईनं आपलं लुगडं विठाबाईला नेसायला दिलं. घरात विठाबाईच्या लग्नाची काळजी लागली होती. आमचं सगळं आवरून झाल्यावर आई म्हणाली,

"इटे... पुरीस्नी दिऊळ दावाया घिऊन जा"

मी, विठाबाई, मंगल, अलका, सर्वजणी देवळाजवळ आलो.

गावाच्या मध्यभागी मरगम्मा देवीचं मोठं देऊळ होतं. देवळाला चुन्याचा पांढरा रंग दिला होता. देवळाच्या भोवती पताका लावल्या होत्या. मरगम्मा देवीच्या देवळासमोर देवळापेक्षा कितीतरी उंच स्तंभ बांधला होता. त्यामध्ये तेल घालून जाळत होते. बकरी, मेंढ्या, बोकडं देवीच्या देवळासमोर आणून बळी दिले जात होते. देवळासमोर मोठी गटारं खोदली होती. त्या गटारीमध्ये कापलेल्या बोकडांचं, बकऱ्यांचं रक्त सांडत होतं. बकरी कापताना लोक "मऱ्या आईच्याऽऽ नावानंऽऽ चांऽऽगऽऽभऽलंऽऽ" असं ओरडत होते. गटारीमधून रक्ताचा पाट वाहत होता. ज्यांची बकरी, बोकडं कापली होती, ती माणसं ते घरला घेऊन जात होती. लोकांचा आरडाओरडा चालू होता. रंगीबेरंगी कपडे घातलेली मुलं देवळासमोर खेळत होती. दिवसभर सगळीकडं गडबड, धावपळ चालू होती. लोकं कापलेल्या बकऱ्यांची लगेच कातडी काढीत होते. आमच्या घरात तीन बोकडं आणि तीन बोकडं कापायचे नसतात, अपशकुन असतो म्हणून चौथा कोंबडा कापला होता.

आम्ही घरी आलो. दारात मेढ रोवली होती. काकांनी बोकडं उलटी टांगली होती आणि ते कातडं काढत होते. बाबा सोलायचं काम करत होते. नैवद्यासाठी बाबांनी थोडं मटण काढून माझ्याजवळ दिलं. मी मटणाचं ताट घेऊन घरात आले. घरात चुली पेटल्या होत्या. गोजराकाकी, आंबुआक्का भाकरी करायला बसल्या होत्या. आई नैवद्यासाठी तिसऱ्या चुलीवर भात शिजवत होती. मी आईजवळ मटण दिलं. गोजराकाकी म्हणाली,

"इमल... केवड्या भाकऱ्या झाल्या बग."

लगेच आई म्हणाली, "मोजून टाक म्हंजी कळंल."

यशोदाकाकीनं धोतराचं फडकं अंथरलं. मी त्यावर भाकरी मोजून टाकू लागले. मला कळायला लागल्यापासून मी एवढ्या भाकरी कधी बघितल्या नव्हत्या.

मी अंदाजानं म्हणाले, "शंभर झाल्यात्या."

मला कुठं पाढे येत होते?

मी तिथून उठले. आजी म्हणाली,

"एवढ्या भाकऱ्या कुणाच्या नाकाला पुरत्यात? आजून करा."

गोजराकाकीच्या अंगातून घामाच्या धारा वाहत होत्या. वर्षभर मागून मिळविलेले पैसे ही माणसं 'आषाढा'वर खर्चत होती. बायकांचे मात्र काम करून हाल होत होते. 'आषाढ' हा बायकांसाठी नव्हताच मुळी. फक्त रांधा, वाढा, उष्टी काढा एवढंच बायकांचं काम होतं.

मी घरातून बाहेर आले. फिरत-फिरत शेजारपाजाऱ्यांच्या घरातून डोकावून

बघितलं. जिकडंतिकडं हेच दृश्य दिसत होतं. बायका चुलीतच खपत होत्या.

सुखदेवदादा देवळात नैवेद देऊन आला.

रात्री देवीची पालखी निघाली. सर्व बायका रस्त्यावर आडव्या झोपल्या होत्या. माणसं पालखी घेऊन त्यांच्या अंगावरून पुढे जात होती. त्यात आमची आंबुआक्का पण झोपली होती. मला भीती वाटत होती. चुकून त्या माणसांचा पाय आंबुआक्काच्या पोटावर पडला तर...? पालखी अंगावरून गेली की चांगलं होतं असं सगळ्या बायका म्हणत होत्या. बऱ्याच बायका लोटांगण घालत घालत देवीकडं जात होत्या.

जेवणं करून लोकं देवीच्या देवळासमोर जमू लागली. आई गोजराकाकीला म्हणाली,

"गोजरे... आटीप. आपुण गुंदूळ बगाया जावू."

थंडी लागत होती म्हणून आंबुआक्कानं लुगडं पांघरलं होतं. देवळासमोर मोठा कट्टा होता. त्या कट्ट्यावर पुरुषमाणसं बसली होती. माणसांनी कट्टा टिच्चून भरला होता. आम्ही कट्ट्यापासून थोड्या अंतरावर खाली बसलो. तिथं सर्व बायका बसल्या होत्या. गोंधळ घालणाऱ्या लोकांपैकी सटवाप्पा भोसले प्रमुख होते. त्यांच्या अंगात कोट होता. डोक्याला गुलाबी रंगाचा, जरीचे काठ असलेला फेटा बांधला होता. पायात चाळ, गळ्यात कवड्याच्या माळा घातल्या होत्या. दुसरे नारायण भोसले संबळ (दोन्ही बाजूला तबल्याप्रमाणे असणारे वाद्य) अडकवून उभे होते. शंकर गुरव टाळ घेऊन तर शिवलिंग गुरव हातात तुणतुणं घेऊन उभे होते. त्या दोघांच्या डोक्यावर टोप्या होत्या.

सर्वांनी देवीला नमस्कार केला आणि गोंधळाला सुरुवात केली. सटवाप्पा भोसले पुढे म्हणत होते आणि त्याच्या पाठीमागे शंकर गुरव नि शिवलिंग गुरव म्हणत होते. नारायण भोसले संबळ वाजवत होते. सटवाप्पा भोसल्यांनी देवांना गोंधळाला बोलावणारं गीत म्हटलं,

मरगम्मा देवी, तुमी गोंधळा यावं ।<br>
तुळजापूरची आई आंबाबाय, तुमी गोंधळा यावं ।<br>
जेजुरीच्या खंडेराया गोंधळा यावं ।<br>
डोंगरावरची आई यल्लमा, गोंधळा यावं ।<br>
गोंधळा यावं देवा, तुमी संभळा यावं ।<br>
संभळ्या नारायणाऽऽ हेऽऽ ।।धृ।।

सटवाप्पा भोसले नाचून गाणं म्हणत होते. त्यांच्या पायातल्या चाळांचा मधुर आवाज येत होता. देवीच्या गाण्यानंतर त्यांनी चित्रपटांतली गाणीही म्हटली. लोकं एकमेकांच्या चढाओढीनं बक्षिसं देत होती.

त्यानंतर सटवाप्पा भोसले कथा सांगू लागले. ते हरिश्चंद्र राजाची कथा सांगत होते. लोकं भान हरपून कथा ऐकत होती. सटवाप्पा भोसले आपल्या गोड आवाजानं लोकांना डोलवत होते. मध्येच दु:खाचा प्रसंग आला, म्हणजे बायका डोळ्यांना पदर लावत होत्या. कथा ऐकण्यात आम्ही सर्वजण गर्क होतो. तेवढ्यात आंबुआक्काच्या पोटात दुखू लागलं. त्यामुळं आम्ही घरी उठून आलो.

आंबुआक्काच्या पोटात जास्त दुखू लागलं. आईला भीती वाटत होती, पोरीचं पहिलंच बाळंतपण आहे, कशी सुटका होते कुणास ठाऊक! त्यातल्या त्यात एक गोष्ट बरी होती. ती म्हणजे आम्ही पालांवर नव्हतो. नाहीतर फार हाल झाले असते. इथं कमीतकमी चार भिंतींचा तरी आधार होता. आईनं जाऊन सुईणीला बोलावून आणलं. सुईण म्हणजे गोंधळ्याचीच सोनाआजी होती. आईनं आम्हा सर्वांना बाहेर काढलं.

गोंधळ केव्हाच संपला होता. आमच्या घरात शेजारच्या बायका गोळा झाल्या होत्या. माझे दोन्ही काका, वडील दारातच बसले होते.

बायका हळू आवाजात बोलत होत्या. आम्हाला स्पष्टपणे ऐकू येत नव्हतं. पहाटे चार वाजता आंबुआक्का बाळंत झाली. मुलगा झाला होता. आम्हाला खूप आनंद झाला. आंबुआक्काचा नवरा तिचा फार छळ करायचा. त्यामुळं आता तर तिचा संसार सुखाचा होईल असं सर्वांना वाटत होतं.

परंतु आई गडबडीनं बाहेर आली. काका, बाबा बसले होते तिथं येऊन हळू आवाजात म्हणाली, "आवं, देव आला द्याला, आनं पदर न्हाय घ्याला... आसंच झालं... पोराची समदी आतडी वरती हायती.."

हे ऐकून दामूकाकाचे पायच गळाटले.

मी आईबरोबर घरात गेले. ते मूल एका फडक्यात गुंडाळून ठेवलं होतं. पोरगं दिसायला छान होतं. पण त्याच्या छातीवर मोठी गाठ होती आणि त्या गाठीभोवती आतड्याचा गुंडाळा दिसत होता. आंबुआक्का रडत होती. कुणीतरी जाऊन डॉक्टर सुरेश मोरे यांना घेऊन आलं. ते शिकाऊ डॉक्टर होते. त्यांच्याजवळ काहीच साहित्य नव्हतं. ते 'आषाढा'साठी आले होते. परंतु त्यांनी दोन-चार धीराच्या गोष्टी सांगितल्या.

सुरेश मोरे म्हणाले, "तुम्ही काळजी करू नका. याच्यामुळं काही होत नाही. ऑपरेशन करता येतं."

परंतु कोणालाच विश्वास वाटत नव्हता. आंबुआक्का एकसारखी रडत होती. दामूकाकांनी दारातच खड्डा खणला. गोजराकाकीनं पाणी तापविलं. दोघी बायकांनी आंबुआक्काला धरून बाहेर आणलं. वाकळा आडव्या धरून तिथंच तिला आंघोळ घातली. आंघोळीचं सर्व पाणी खड्ड्यात साचलं. बाळंतिणीला

आंघोळ घातल्यालं पाणी ओलांडायचं नसतं. पाणी ओलांडल्यावर बाळाच्या पोटात दुखतं असा आमच्या लोकांत समज होता. ते घाणेरडं पाणी ओलांडायचा आणि बाळाच्या पोटात दुखण्याचा काय संबंध, हे मात्र मला समजत नव्हतं.

गोजराकाकीनं जात्यावर ज्वारी भरडली. भरडलेल्या ज्वारीच्या कण्या शिजवून आंबुआक्काच्या समोर ठेवल्या. आमच्या जमातीत पाच दिवस बाळंतिणीला बिगर मिठाच्या ज्वारीच्या कण्याच खाण्यासाठी देतात. पाचव्या दिवशी सुपात मूल ठेवून सटवाई पुजतात. बारीक पाच खडे धुवून ओढ्याच्या कडेला ठेवतात. त्यावर हळदी-कुंकू वाहतात. त्या दिवशी रात्रभर ते मूल सुपातच झोपवतात. कारण रात्री सटवाई येऊन त्याच्या कपाळावर त्याचं नशीब लिहिते, अशी समजूत होती.

आम्हाला देवळाकडं जाता येत नव्हतं. कारण बाळंतिणीचा विटाळ होतो. विटाळ सव्वा महिना तरी पाळावा लागतो. सव्वा महिन्यानं बाळतिणीला, सुईणीला आणि घरातल्या बायकांना नव्या बांगड्या भरतात. बाळंतीण असलेल्या घरात पटकन जाता येत नाही. दारात एका लोटक्यात पाणी आणि लिंबाचा डहाळा ठेवलेला असतो. त्या डहाळ्यानी पाणी पायावर घ्यायचं आणि मगच घरात जायचं.

चार दिवसांनी आंबुआक्काचा मुलगा मरण पावला. आम्हाला यावर्षीचा आषाढ चांगला आला नाही, असं घरातली माणसं म्हणत होती. आंबुआक्काचा नवरा येऊन आम्हालाच शिव्या देत होता.

तो म्हणत होता, "माजं लिकरू तुमीच मारलं... त्येला नीट बगीतलं नसंल..."

इतर लोकांनी त्याची समजूत घातली. तेव्हा कुठं तो गप्प बसला.

'पालजत्रा' म्हणजे देवळासमोर छोटंसं पाल करायचं. सगळ्यांकडून पट्टी काढून एक बोकड आणायचं. ते कापून त्याचं सामुदायिक जेवण करायचं. ते जेवण 'प्रसाद' म्हणून सगळ्यांनी खायचं.

'पालजत्रा' झाली. लोकं पोटं भरण्यासाठी गावोगाव निघून जाऊ लागली. आम्हीपण कोल्हापूरला निघालो. 'आषाढा'साठी जमलेला गाव हळूहळू रिकामा होत होता. आमच्याबरोबर आजी आली होती. आजीचं पालाबरोबर हाल व्हायला नको, म्हातारपणी तरी दोन घास सुखाचे खाऊ दे, म्हणून आजीलाही आमच्याबरोबर पाठवलं होतं. काका कुठंतरी भीक मागण्यासाठी गेले.

आम्ही कोल्हापूरला आलो. आईनं आल्यावर आंबुआक्काचा मुलगा वारलेला सांगितलं. घरातल्या सगळ्यांनाच वाईट वाटलं.

थोड्या वेळानं अशोकदादा कामावरून घरी आला. अशोकदादानं 'आषाढ'

कसा झाला, वगैरे चौकशी केली. आईनं घडलेला सर्व वृत्तांत सांगितला.

दादा आजीला म्हणाला, "बरं झालं येसाई तू आलीस..."

आजी म्हणाली, "त्वा यी...यी म्हणत व्हुतास म्हणून आली."

मला दुसऱ्या दिवशी शाळेत जायची भीती वाटू लागली. अगोदरच बाईंची बोलणी खाल्ली होती. पाच-सहा दिवस शाळा बुडाली होती. मला गप्प बसलेली बघून वहिनी म्हणाली,

"इमे काय झालं? ... शाळेत जायचं नाही का?"

मी नुसतीच मान हालवली.

वहिनी म्हणाली, "कधी जाणार? अकरा वाजून गेले."

मी वहिनीला लाडीगोडी लावण्याचा प्रयत्न केला,

"वयनी... तुमी सांगाल ती काम करती. पर मला चिठी लिहून द्या."

"मी विचारलं तेच चुकलं..."

"वयनी.. मला बाई लय मारील."

वहिनी हसत-हसत म्हणाली, "तुला मारायलाच पाहिजे. तुझं शाळेवर लक्षच नाही."

मी म्हटलं, "वयने... मी पण तुजं नाव आयला सांगून माराया लावीन."

तेवढ्यात आजी आत येत म्हणाली, "इमे... सुमी काय म्हणतीया?"

"मला चिठी लिवून पायजे... पर वयनी देत न्हाय." मी गाऱ्हाणं सांगितलं.

आजी म्हणाली,"सुमे...पुरीला चिटी लिवून दी, न्हायतर पुरीला कडू मास्तर मारील गुरावाणी."

वहिनी म्हणाली, "मला वेळ नाही... भाऊजी आल्यावर लिहून देतील..."

आजी झटकन म्हणाली, "त्यो काय बसून खातोय? मस्त दिसबर काम करून मरतंया पोरगं... त्वा लिवून दिलीस तर काय धाड भरील..?"

वहिनी रागानं आजीकडं बघू लागली. वहिनीला सगळा दिवस काम करायला पुरत नव्हता. त्यात आणि माझी कटकट. वहिनी जाम वैतागली होती. आजी कमरेवर हात ठेवून उभी होती. वहिनी दात-ओठ खाऊन बघत होती.

आजी म्हणाली, "सुमे, मारक्या म्हशीवाणी काय बगतीयास? चिटी लिव"

वहिनी रागानं आतल्या आत धुमसत होती. शेवटी वहिनीचा राग तोंडावाटे बाहेर पडलाच,

"दिवस-रात्र चुलीपुढं मर-मर मरायचं आणि वर ह्यांची कटकट... साधी वेणीसुद्धा स्वत: घालून घेत नाही. सगळी कामं मीच करायची. मला काय कंटाळा वगैरे आहे की नाही...?" थोडा वेळ थांबून पुन्हा म्हणाली, "एवढं काम

कमी आहे, म्हणून रोज शाळेत मीच जायचं!''

आजी ठसक्यातच म्हणाली, ''मग लगीन कशापायी केलंया? नुसतं बसून खायाला? माज्यासारकं काय दिस काडता?... उजडायच्या अगुदर उठावं लागाचं. त्यायेळी आतासारक्या गिरण्या नव्हत्या. जात्यावर लोकांचं आठ-दहा पायल्या दळाण दळायची. मान-पाट एक व्हायाची. पर सांगती कुणाला? दाल्ला काय माजं ऐकायचा न्हाय. आनं सासुपुडं काय चालायचं न्हाय. दळाण झालं, की भाकऱ्या थापायच्या. पाण्याकांज्याचं बगावं लागायचं. दिसबर कामच काम असायचं...''

वहिनीला आजीचं भाषण ऐकण्यापेक्षा मला चिठ्ठी लिहून दिलेली बरी, असं वाटलं असावं. एकदाची वहिनीनं चिठ्ठी लिहून दिली. चिठ्ठीत लिहिलं होतं, 'विमल आजारी असल्यामुळं शाळेत पाठविता आलं नाही.'

मी दप्तर घेतलं आणि शाळेकडं पळाले.

आजी घरात आल्यापासून मला काय फारसं काम करावं लागत नव्हतं. भांडी घासणं, झाडून काढणं, असली कामं आजीच करायची. त्यामुळं शाळेतून आल्यावर मला खेळायला मिळायचं. म्हणून मला कोल्हापूरात राहायला बरं वाटू लागलं. मऱ्याप्पाला शाळेत उशिरा घातलं होतं. त्यामुळं मऱ्याप्पा, मधु चौथीच्या वर्गात शिकत होते. त्या दोघांची शाळाही माझ्या शाळेशेजारीच होती. मऱ्याप्पा वर्गातही बराच मोठा दिसत होता. त्याची आणि मधुची रोज भांडणं होत होती. शाळेला जाताना नाहीतर घरी येत असताना कोणीतरी एकमेकांना चिडवत असे. मऱ्याप्पा बोबडं बोलायचा. त्याची नक्कल मधु करायचा. मऱ्याप्पाला 'वाळूक' म्हणता येत नव्हतं. तो 'वाळूत' म्हणायचा. लगामला 'यगाम' म्हणायचा. मधु उंचीनं कमी नि जाड होता. त्यामुळं मऱ्याप्पा त्याला 'गिड्ड्या' म्हणायचा. त्यातच त्यांची भांडणं लागायची. घरात जेवतानाही ताट घेण्यावरून, तुला जास्त जेवण, मला कमी म्हणून दोघेजण भांडायचे. वहिनी फार वैतागायची.

माझी शाळा भरली होती. रणदिवेबाई एक ते पन्नासपर्यंतचे पाढे म्हणत होत्या. बाईंचं म्हणून झालं, की वर्गातली मुलं एका सुरात पाढे म्हणत होती. मला मात्र पाढे पाठ नव्हते. मी मान खाली घालून बसले होते. सामुदायिक म्हणायचं असल्यानं ते खपून जात होतं. बाईंनी पाढे म्हणायचं बंद केलं. वर्गातल्या प्रत्येक मुलाला उभं करून बाई मुळाक्षरं म्हणायला सांगत होत्या. नियमित येणारी मुलं भराभर मुळाक्षरं म्हणून दाखवत होती. कोणी मध्येच अडखळत होतं. चुकलं, की बाई छडीनं मारत होत्या. कोणाला तरी मारलं, की इतर मुलं चोरून हसायची. मी भीतीनं थरथर कापत होते. मला मुळाक्षरंही पाठ नव्हती आणि पाढेही. सहामाही परीक्षा जवळ आली होती, म्हणून बाई मुलांना काय काय येतंय ते पाहात होत्या. माझी चांगली दोन महिने शाळा चुकली होती.

काहीच आठवत नव्हतं.

माझा नंबर आला.

बाई म्हणाल्या, ''विमल, ऊठ... मुळाक्षरं म्हणून दाखव.''

मला येणार नाही याची बाईंना खात्रीच असावी. त्या माझ्याजवळ येऊ लागल्या. तशी मी लटलट कापायला लागले. मी आठवण्याचा प्रयत्न करीत होते. परंतु 'ग, म, भ, न...' याच्यापुढं काही केल्या आठवत नव्हतं. पालांवर असताना मुळाक्षरांची आणि पाढ्यांची आठवणच झाली नव्हती आणि घरी आल्यापासून कधी अभ्यासच केला नव्हता. मग कसं येणार?

बाई माझ्याजवळ आल्या आणि म्हणाल्या,

''का गं... येत नाहीत का मुळाक्षरं?''

मी थरथरत गप्पच उभी होते.

बाई रागानंच म्हणाल्या, ''फिरत जा की पालांवर महिना महिना... कसा अभ्यास होईल...? गावोगाव फिरायला पाहिजे... शिळे तुकडे खात...''

बाईंनी असं म्हटल्या म्हटल्या वर्गातली मुलं-मुली जोरात हसायला लागल्या. मला खिजल्यासारखं झालं होतं. तशातच बाईंनी चार-पाच छड्या हातावर मारल्या होत्या. मारता-मारताच बाई म्हणाल्या,

''तुला पाढेपण येत नसतील... शाळा चुकव की..!''

मी भोंगा पसरला होता. मुलं जास्तच हसत होती.

बाई मुलांना दरडावून म्हणाल्या, ''दात काढायला काय झालंय? कोण कोण हसतंय त्यांनाही छड्या बसतील...''

मग मात्र सगळी मुलं गप्प झाली.

हातावर छड्या बसल्यानं हात फार दुखत होता. मी हमसून-हमसून रडत होते. शाळा सुटली होती. मुलं दंगा, आरडाओरडा करीत दप्तर घेऊन आपापल्या घरी पळत होती. मी रडतच दप्तर घेऊन उठले. घरी येऊ लागले. मुलं माझ्याकडं बघून ''ढ हाय ढ'' म्हणत हसत पळायची. मी रडत येत असलेली बघून जयश्री माझ्याजवळ आली. जयश्रीच्या वडिलांच्या म्हणजे नायकू पाटील यांच्या झोपडीतच आम्ही भाड्यानं राहात होतो. जयश्री आमच्या शेजारीच राहायची. ती दुसरीत शिकत होती.

ती मला म्हणाली, ''इमे... लय लागलं व्हयं ग? वाईटच हाय आपली बाई.''

मला जयश्रीबद्दल फार आपुलकी वाटली. आपली कोणीतरी मायेनं चौकशी केली असे वाटलं. मी रडतच 'व्हय' म्हणाले. आम्ही घरी आलो.

मला रडत आलेलं बघून आजीनं विचारलं,

“काय झालं गं इमे, का रडत्यायास?”

“साळंत बाईनं लय मारलं... हात दुका लागलाय.” मी रडतच सांगितलं.

आजीच्या तोंडाचा पट्टा सुरू झाला.

“येवड्या येवड्या लेकराला मारत्याया... काय बाय हाय का कसाबीण हाय, आंऽऽ?”

एरवी मला जवळ घेणारी वहिनी म्हणाली, “बरं झालं बाईंनी मारलं ते. अभ्यास करायला नको, पालावर जायला पाहिजे... मग मारच मिळणार ग.”

मला वहिनीचा फार राग आला. आजी वहिनीला म्हणाली,

“सुमे, त्वा काय माज्या पुरीला मारून टाकाचा इच्च्यार करत्याच काय...? तुला संबाळाची जड झाल्याती व्हय...?”

आजीचं आणि वहिनीचं माझ्यावरून भांडण सुरू झालं. तोपर्यंत मऱ्याप्पा नि मधु शाळेतून आले. मला मारलेलं त्यांना समजलं. ते दोघे एकत्र होऊन मला चिडवायला लागले,

“काय मज्या झाली एका पुरीची...”

मला त्यांचा भयंकर राग आला. मी मोठ्यानं रडू लागले. आजी त्यांना शिव्या देऊ लागली. मी पाय आपटतच बाहेर पडले.

मी सरळ जयश्रीच्या घरात आले. मला बघून जयश्री बाहेर आली. आम्ही दोघीजणी वंदनाच्या घरी गेलो. वंदना दारात टाकलेल्या चटईवर लोळत होती. आम्ही वंदनाला म्हणालो, “वंदे चल, खेळाला जावया.”

वंदनाला पण तेवढंच पाहिजे होतं. ती लगेच तयार झाली.

अंधार असल्यामुळं कुठं खेळायचा हा प्रश्न पडला होता. मग जयश्रीच म्हणाली, “चला, आमच्या दारात खेळूया. खांबावरच्या लाईटीचा उजीड पडतो...”

आम्ही तिघींनी डाव मांडला. कोळशानंच जमिनीवर एक्का, दुर्री, तिर्री, चौकट अशा रेषा मारल्या. मी चिंचुके आणले नव्हते. मला जयश्रीनं चिंचुके दिले आणि खेळायला सुरुवात झाली. जयश्रीनं पहिला डाव खेळला. तिनं थोडे मुठीत चिंचुके घेऊन झाकलेली मूठ रिंगणात ठेवली. मी नि वंदीनं तीन ठिकाणी चिंचुके ठेवले आणि जयश्रीला दुर्री काढायला सांगितली. मी आणि वंदना दोघीही मनातून घाबरलो होतो. खरोखर दुर्री निघाली तर सर्व चिंचुके जयश्री घेणार. परंतु दुर्री निघालीच नाही. जेवढे एक्क्यावर चिंचुके ठेवले होते, तेवढे चिंचुके मला परत द्यावे लागले. नंतर मी मूठ ठेवली. आमचा खेळ सुरूच होता. खेळता-खेळता किती वाजले ते समजलंच नाही. मला शाळेत मारलं होतं ते पण मी विसरले होते!

थोड्या वेळानं वहिनीनं हाक मारली, “इमे, किती उशीर झाला ! जेवायला

चल...''

मी ओट्यात चिंचुके घेतले आणि घरी आले.

रॉकेलची चिमणी धूर ओकत होती. चिमणी ठेवलेली देवळी धुरानं काळी झाली होती. घरात मिणमिणता उजेड पडला होता. सर्वजण जेवून झोपले होते. फक्त मी, आजी आणि वहिनीच जेवायचं मागे राहिलो होतो. अशोकदादा झोपेतच हात आपटत होता.

मी विचारलं, "वयनी, दादा जेवला का?''

वहिनीनी नुसतीच मान हालवली.

माझा अभ्यास फारच कच्चा होता. म्हणून वहिनी कामाच्या रगाड्यातून वेळ काढून रात्री मला मुळाक्षरं, पाढे काढायला शिकवत होती. पहिलीच्या पुस्तकातले धडे वाचायला शिकवत होती. माझ्या शाळेची खरी तर माझ्यापेक्षा वहिनीलाच जास्त काळजी होती. मला वाटायचं, वहिनीला माझ्या शाळेची एवढी काळजी का म्हणून वाटते? पण मी तसं विचारत नव्हते. तसं विचारलं असतं तर तिनं मारलंच असतं. परीक्षा जवळ आली तसं वहिनी माझ्यावर अभ्यासासाठी फार खवळायची. दहा-पंधरा दिवसांत मला मुळाक्षरं आणि शंभरपर्यंत पाढे काढता येऊ लागले. शाळेत बाईंच्या भीतीनं, तर घरात वहिनीच्या धास्तीनं मी अभ्यास करत असे. अभ्यास केला म्हणजे वहिनी मला खेळायला सोडायची. माझ्या अभ्यासासाठी वहिनीला आजीचं फार बोलून घ्यावं लागायचं. माझ्याबरोबर वहिनीला मधु नि मऱ्याप्पाचाही कधी कधी अभ्यास घ्यावा लागायचा. कामानं, आमच्या कटकटीनं वहिनी वैतागून जायची. तशातच आजीचं बोलणं आणि अशोकदादा दारू पिऊन आला म्हणजे त्याचा मार बसायचा. मला कधी कधी वाटायचं, वहिनी हे सगळं कसं सहन करीत असेल? वहिनी सात महिन्यांची गरोदर होती. एका पायानं पांगळी असल्यानं ती फारच विचित्र दिसायची.

रविवार असल्यानं शाळेला सुट्टी होती. सकाळपासूनच वहिनी चुलीम्होरं खपत होती. दररोज दुपारपर्यंत तिला चुलीपुढून हालता येत नसायचं. आजीही बसल्या बसल्या भाजी चिरणं, भांडी घासणं, चुलीला जाळ घालणं, असली कामं करायची. घरातली बरीच कामं झाली होती. लुगड्याच्या पदरानं घाम पुसत आजी बाहेर आली. मी पण आजीबरोबर घरातून बाहेर आले. दारात आंथरायच्या, पांघरायच्या वाकळा ठेवल्या होत्या. त्यातलीच एक वाकळ पसरून मी आणि आजी त्याच्यावर बसलो. मधु, मऱ्याप्पा खेळायला गेले होते. अशोकदादा, लिंगाप्पादादा ड्यूटीवर गेले होते. आजी बसल्या बसल्या आपल्या जुन्या आठवणी

सांगत होती. आजीला आपले पहिले दिवस आठवायचे.

आजी म्हणाली, "इमल... आता म्या सुकात हाय. ही सुकं बगाया तुजा आजा असता तर म्हनला असता ... जलमबर हाल काडल्यासारकं चांगलं दीस आलं... आतासारकं दीस आसतं तर तुजा आजा मेला नसता."

मी सहजपणे विचारलं, "आजी, आजोबा का बरं मेला?"

आजी म्हणाली, "कशाचं काय... ताप थंड आल्यालं निमीत झालं. मस्त देवधर्म केला. उतारा टाकला... दिवीला कोंबडा कापला... पर काय गुण यीना. मातूर एक देवरशी चांगला गाट पडला. त्येनं सांगीटलं... मसुबा घातलाय म्हनून... त्यो मसुबा काडासाटी लय खरूच येत हुता... घरात तर पैसा नव्हता. तवा लेकरं लय बारकी हुती. पयशासाठी समद्या पालांतनं हिंडले. पर कुनाकडं पैसं नव्हतं. म्हातारा तर नुसता तळमळत हुता. नामदेव, दामू बारकी-बारकी हुती. पांडू तर तान्हाच व्हुता. मसुबा काढल्याबिगार म्हातारा जगला नसता." आजीनं एक उसासा सोडला.

कुठंतरी हरवल्यागत बघत स्वत:शीच बोलल्यासारखं ती म्हणाली,

"...म्हातारा गुंदूळ लय चांगला घालाचा. लांब लांबच्या गावावरनं माणसं बोलवाला याची... गुंदूळ घालून मिळालेल्या धान्यावरच आमचं भागायचं... मला आता त्या गावाचं नाव ध्येनात न्हाय, पर त्या गावात लय मोठा सावकार व्हुता. त्याच्या पोरांच्या लगनाचा गुंदूळ घालासाटी तुजा आजा गेला व्हुता. रातभर नाचून तुज्या आज्यानं गुंदूळ घातला... तुज्या आज्याचा आवाज बी लय गोड हुता... त्येनी गोड आवाजात कानी सांगीटली. त्यो सावकार लय खुस झाला... त्यानं तुज्या आज्याला सोन्याचं मानाचं कडं आनं कोसल्या पटका दिला व्हुता..."

आजीच्या बोलण्यात अभिमान होता. परंतु पुढच्याच क्षणाला तो अभिमान विरघळून गेला. त्याची जागा दु:खानं घेतली. दाटल्या गळ्यानं आजी म्हणाली, "आता त्यो पटका तुजा बा कवातर घालतुया..." आजीनं डोळ्याला पदर लावला.

मी म्हटलं, "रडू नगू... त्या सोन्याच्या कड्याचं काय झालं...? आता हाय का घरात?"

आजी जास्तच रडू लागली. आजीचं सगळं अंग थरथरत होतं. हुंदका आवरत आजी म्हणाली,

"तुजा आजा येका दिशी लयच तरमळा लागला... म्हनून म्या ती कडं इकून मसुबा काडाचं ठरवलं... म्या हाडपतनं चिंदीत बांधून ठिवल्यालं कडं बाहीर काडलं. तुजा आजा पालातच वाकळ मुसकाटून इवळत पडला व्हुता. त्येनी ती कडं बगितलं आनं मला म्हणालं, 'येसवदा.... ती कडं का काडलंस? ती मानाचं

कडं हाय... जपून ठिव.'

"म्या लगीच म्हणाली, 'कडं घिऊन काय चाटाचं हाय? म्या ही कडं सोनाराजवळ इकून पैसं घिवून यीती.'

"तुजा आजा कळवळून म्हणाला, 'येसवदा... ती मानाचं कडं हाय... ती कुणाला बी मिळत न्हाय... मरगुबायच्या पुन्याईनं ती मला मिळालंय... ती घरान्याची श्यान हाय. म्या मिलूं तरी चालंल.. पर कडं इकू नगू...'

"म्या आवदसनं त्येचं आयकलं न्हाय... कसं आयकनार? मानसापरीस काय कडं मोट हाय? म्या ती कडं उचललं, पोराला काखंत घितलं आनं पेठंत निघाली. तुजा आजा म्हणत व्हुता, 'जाऊ नगं... ती कडं ठिव.. तुला ठाव न्हाय ती कडं मोलाचं हाय. माजी आठवन म्हणून ठिव... माजं आईक येसवदे...'

"उटून आडवण्यायिवडी सगत त्येंच्या अंगात नव्हती... म्या त्येंचं काय सुदीक आयकलं न्हाय. तशीच पेठंत गिली. कडं इकलं... ती पैसं घिवून पालाकडं आली, तर माज्या पालाम्होरं मानसांचा घोळका व्हुता... म्या लय घाबरली... मनात वाईट-वंगाळ इच्यार यीत व्हुतं... पायात चालण्यायिवडं अवसान नव्हतं. मला बगून तुजा 'बा' पळत आला. रडत व्हुता... म्या म्हनली, 'काय झालं रं नामू... त्वा का रडतूस?'

"तुजा बा म्हनला, 'आयेऽऽऽ आयेऽऽ बा मेलाऽऽऽ'

"म्या ततंच मट्कन खाली बसली. माजं कुक्कू पुसलं व्हुतं... माजा घरधनी मला सुडून गेला व्हुता... बापाबिगार पोरं पुरकी जालूती... तीन पोरं माज्या वटीत टाकून त्यो द्येवापाशी निगून गेला..."

आजीला हुंदका अनावर झाला. ती रडायला लागली. रडत-रडतच आजी म्हणाली,

"म्या रंडकी-मुंडकीनं... पदर पसरून भीक मागून ह्या पोरांस्नी संबाळलं... तुज्या बाचं लगीन केलं... तुजा बा सदऱ्याचा वटा करून भीक मागाचा... म्हणाचा, 'माजा 'बा' मेलाय... पोटाला आन न्हाय... भाकरीचा तुकडा द्या....'

"आसं करून दामूला, पांडूला संबाळत व्हुता... मग आमी गोंदळ्याच्या वाडीला ऱ्हायाला आलू... गावात कुनाच्या तर रानात भांगलून पसा-मूट मिळवून जगू लागलू... पात्रंची भाजी मिटात शिजवून खायाचो..."

मी विचारलं, "आजी, त्या कड्याचं पयसं काय केलं...?"

आजी म्हणाली, "तुज्या आज्याच्या दीसाला आनं आमच्या खादीलाच गेलं.... म्या चांडाळणीनं त्येंचं आयकलं असतं तर कडं ऱ्हालं असतं..."

मला गलबलून आलं होतं. वहिनीही जवळ येऊन ऐकत उभी होती. तिनंही पदरानं आपले डोळे पुसले.

आमची सहामाही परीक्षा झाली होती. परीक्षेत मला बाईंनी शंभरपर्यंत पाढे म्हणायला सांगितलं होतं. वहिनीनं अभ्यास घेतल्यामुळं मी पाढे म्हणून दाखवले. पहिलीच्या पुस्तकातला 'कमल घर बघ' हा धडाही वाचून दाखवला होता. परीक्षेची खरी गंमत मधु नि मऱ्याप्पाची झाली होती. मऱ्याप्पा मधुपेक्षा उंच होता. प्रत्येक परीक्षेत मऱ्याप्पाचा नंबर मधूच्या मागेच येत असे. यावेळी पण तो तसाच आला होता. मधु अभ्यास करून पेपर लिहीत असे, तर मऱ्याप्पा उंच असल्यानं त्याचं चोरून बघून आपल्या पेपरमध्ये उतरत असे. तिसरीपर्यंत दोघांचे गुण सारखेच होते. अभ्यास न करताच मऱ्याप्पाला मधुइतके गुण मिळत होते.

या सहामाही परीक्षेतही मऱ्याप्पानं मधूचं बघूनच पेपर लिहिले होते. त्यामुळं त्यांची दररोज भांडणं होत होती. मधु म्हणायचा,

"मी डोळे फोडून अभ्यास करतो आनि हा नुसताच बघून माझ्याइतके मार्क मिळवतो..."

तर मऱ्याप्पा म्हणायचा, "तू गिड्डा हाईस त्याला मी काय करू? मला तुझा पेपर दिसतोय..."

त्यातूनच त्यांची भांडणं लागायची. परीक्षा झाली की घरातल्या लोकांना या दोघांची दररोजची भांडणं सोडवणं हे एक कामच होत असे. वहिनी बाळंतपणासाठी सोलापूर जिल्ह्यातल्या माळीनगरला, आपल्या माहेरी जाणार होती. त्यामुळं सुट्टीत आम्हाला पालांवर जाता येणार नव्हतं. कारण अशोकदादा नि लिंगाप्पादादा यांना जेवण करून घालायला आईच कोल्हापूरला आली होती. आजी थोडे दिवस राहून लगेच पालांवर गेली होती. बाबा दामूकाकांच्याकडं जेवत होते. आई आल्यानंतर मला फार आनंद झाला होता. दोन महिने आई आलीच नव्हती. मधु, मऱ्याप्पा यांना आई-बाबांना सोडून राहायची सवय झाली होती. दोन-तीन दिवस आई माझी फार माया करत होती. मला जवळ घेऊन बसत होती.

आई आल्यानंतर चार दिवसांनी वहिनी माळीनगरला जाण्यासाठी निघाली. मऱ्याप्पा वहिनीला सोडण्यासाठी जात होता. आई वहिनीला सारखं सांगत होती,

"सुमे, ही पयलंच बाळांतपन हाय. निट काळजी घी. काय कमी ज्यादा झालं तर तुज्या भावाजवळ लगीच निरूप दी. पयलीच पायान आदू हायिस म्हनून काळजी वाटत्याया... त्वा सुकासुकी मुकळी होऊपातूर आमच्या जीवात जीव न्हाय..."

वहिनी पिशवी साठवत म्हणत होती, "आत्या, तुम्ही उगाच काळजी करता. आई दवाखान्यातच दाई म्हणून काम करतेय. ती माझी व्यवस्था करेल..."

अशोकदादाच्या चेहऱ्यावरही गंभीर भाव दिसत होते. तोही खिन्न मनानं

बसून होता. त्याच्या मनातही भीती होतीच.

आई काळजीतच म्हणाली, "म्या तकडं लावून देनारच नव्हती... पर... पयलं बाळांतपन म्हायारात कराचा रिवाज हाय म्हनून पाठवा लागल्याय... गेल्यावर लगीच कागुद धाड..."

अशोकदादाकडं वळून आई म्हणाली, "आश्या... काय पयसं दिलंच का रं तिला? उद्या बाळात झाल्यावर कायतर चांगलं चुंगलं घिवून खायील...."

अशोकदादा म्हणाला, "मी काही पैसे दिले नाहीत... पगार रेशन भरायलाच पुरत नाही..."

आईनं आपल्या जवळचे पन्नास रुपये वहिनी 'नको' म्हणत असतानाच तिच्याकडं दिले. लिंगाप्पादादाही कामावरून थोडा वेळ काढून वहिनीला घालविण्यासाठी आला.

आई मऱ्याप्पाला म्हणाली, "मऱ्या... सुमीला इस्टीतनं सारकं खाली उतरू दिव नगूस... दोन जीवाची बाय हाय.... पानीबिनी लागलं तर त्वाच उतरून आनत जा... संबाळून न्ही..."

मऱ्याप्पा म्हणाला, "बरं... बरं आता तुज्या सूचना बंद कर..."

परंतु वहिनी नि मऱ्याप्पा घरातून निघाले तरी आईच्या सूचना सुरूच होत्या. एकदाचे ते घरातून स्टँडकडं गेले. अशोकदादा त्यांना घालवायला स्टँडवर गेला.

वहिनी घरात असताना मी थोडंफार काम करीत असे. वहिनी मला अभ्यास करायला बसवत असे. परंतु वहिनी गेल्यानंतर मात्र मला भरपूर मोकळीक मिळाली. आई काही फार बोलायची नाही. शाळेलाही सुट्टी होती. मऱ्याप्पा दोन-तीन दिवसातच वहिनीला सोडून परत आला होता. मी, जयश्री, वंदना, छाया, तुळसा अशा चार-पाच मुली ओढ्याला म्हैशी घेऊन जात असू. जयश्रीच्या चार, तर छायाच्या तीन म्हैशी होत्या. मला खेळायला मिळत होतं म्हणून मी पण त्यांच्याबरोबर म्हैशी राखण्यासाठी जायची. आम्ही ओढ्यात म्हैशी सोडून द्यायचो आणि शिंदीच्या झाडाखाली शिंदोळ्या सापडतात का बघत फिरायचो. जास्त पिकलेली तांबूस, लालसर शिंदोळी सापडली की मला फार आनंद व्हायचा. ओढ्याच्या काठावर खूप शिंदीची झाडं होती. कधी कधी म्हैशी चरत-चरत ओढ्यातून माळावर जात. आम्ही मात्र शिंदीच्या झाडांखालूनच फिरत असू. मग जयश्रीला नाही तरी वंदनाला एकदम म्हैशीची आठवण येत असे. म्हैशी कुठं गेल्या ते बघण्यासाठी आमची पळापळ होई. आम्ही एकमेकींना म्हणत असू, "त्वा शिंदुळ्या हुडकाला लावल्या म्हणून म्हसरं गिली..."

त्यातूनच आमची भांडणं होत असत. पण म्हैशी पुन्हा ओढ्यात घेऊन आलो, की भांडणं मिटत असत. पुन्हा आम्ही शेणाच्या भाकरी करून खेळायचो.

हातपाय शेणानं भरायचे. खेळाच्या नादात, नाही तर म्हैशींच्या मागं आम्ही घाणेरड्या अवस्थेत घरी येत असू. मग आई दोन-चार धपाटे मारायची. मी रडायला लागले की मधु, मऱ्याप्पा मला चिडवायचे. मी रडत-रडतच हात, पाय, तोंड धुवायची.

एक दिवशी दुपारीच माळीनगरहून आक्काच्या नवऱ्याचं म्हणजे दाजीचं पत्र आलं. पत्रात लिहिलं होतं,

"सुमिती बाळंत झाली. तिला मुलगी झाली. मुलगी फार छान आहे. सुमिती सुखरूप आहे." पत्रात घरातल्या इतर माणसांची खुशालीही कळवली होती.

आम्हाला खूप आनंद झाला. आई शेजारच्या बायकांना जाऊन सांगत होती,

"माज्या सुमीला पुरगी झाली."

बायका म्हणत होत्या, "बरं झालं, न्हायतर काळजीच वाटत हुती..."

आई वहिनीकडं जायच्या तयारीला लागली होती. आईनं बाळंतविडा, लहान मुलीला अंगडं, टोपडं घेतलं होतं.

अशोकदादाही आनंदात होता. घरात लहान बाळ येणार म्हणून मी खूश होते. आई दोन दिवसांनी बाळंतविडा घेऊन जाणार होती. आईनं शेजारच्या विजूआक्काला स्वयंपाक करण्यासाठी सांगून ठेवलं होतं. आई लग्न झाल्यापासून आता दुसऱ्यांदाच आपल्या भावाच्या घरी जाणार होती. आपल्या दुःखाची, गरिबीची झळ माहेराला लागू नये, त्यांनी आपल्याला कमी लेखू नये म्हणून ती कधी जात नव्हती. आई नेहमी म्हणायची, "आपल्या घरात मीट-भाकर खावून ऱ्हावं.. खरं कुनाच्या दारात जावूनी..."

अशोकदादा रात्री कामावरून परत आला. त्याचा चेहरा रडवेला झाला होता. रोजच्यासारखा कुणाशीच बोलला नाही. आल्यानंतर एका बाजूला गप्पच बसला. आईला वाटलं, त्याची तब्येत बरी नसेल. म्हणून आई अशोकदादाला म्हणाली,

"आश्या... तुला बरं वाटत न्हाय का? तोंड पार उतरलंया..."

अशोकदादा म्हणाला, "मला काही झालेलं नाही.."

आईनं गडबडीनं वहिनीसाठी काय काय खरेदी केली होती ती अशोकदादाला दाखवली. बाळंतिणीसाठी खायचे जिन्नस, बाळासाठी अंगडं, टोपडं. रिकाम्या हातानं कसं जायचं म्हणून दुसऱ्याकडून उसने पैसे घेऊन आईनं ही सगळी तयारी केली होती. त्या सगळ्या वस्तू बघून अशोकदादाला हुंदका आवरला नाही. अशोकदादाच्या डोळ्यात पाणी बघून आई घाबरली. त्याला विचारू लागली,

"आरं... काय झालं ती तर सांग... आसं भरल्या-धरल्या घरात कशापाय

रडतूस?''

अशोकदादानं खिशातलं पत्र काढून मधूच्या हातात दिलं. मधूनं पत्र वाचलं आणि आईकडं बघून तो म्हणाला,

''आई... मुलगी मेली !''

आई मोठ्यानं रडू लागली. आम्ही सर्वजणच रडायला लागलो. मंगल आमच्या तोंडाकडं टकामका बघत होती. शेजारपाजाराची माणसं येऊन आमची समजूत काढू लागली. तो दिवस दुःखातच गेला.

दोन-तीन दिवसांनीच वहिनीचा दोन नंबरचा भाऊ सूर्यकांत वहिनीला सोडून गेला. वहिनी वेड्यासारखीच करायची. काहीबाही बडबडायची. रस्त्यावरून जाणारा एखादा गवळी दिसला की म्हणायची, ''आत्या, माझ्या मुलीला भूक लागली... रडत असंल. तिला थोडं दूध द्या.''

मग आई वहिनीला म्हणायची, ''सुमे, आमचं नशीबच फुटकं गं...पुरगी हाय कुटं..? ती तर कवाच मिली...''

वहिनी खवळून म्हणायची, ''कोण म्हणतंय माझी मुलगी मेली? ती माळीनगरात आहे...''

वहिनी आठ-दहा दिवसानंतर थोडं थोडं भानावर आली. त्यानंतर तिनं सांगितलं, मुलगी मरायच्या आदल्या रात्री जास्त रडत होती. वहिनी तिला दूध पाजत होती. पाजता-पाजता वहिनीला केव्हा झोप लागली ते कळलंच नाही. सकाळी वहिनीची आई म्हणजे सीतामामी वहिनीला उठवायला गेली, तर वहिनीचा पाय मुलीच्या पोटावर होता आणि मुलीच्या नाकातोंडात दूध गेलं होतं. त्यामुळं श्वास गुदमरून मुलगी मेली होती.

आमची शाळा सुरू झाली. मी, मऱ्याप्पा शाळेला जाऊ लागलो. वहिनीचं तसं झाल्यापासून अशोकदादा फारच एकेकटा राहत होता. वहिनी अद्याप सर्व विसरली नव्हती. ती अधुनमधून कुठंतरी हरवून गेल्यासारखी बसायची. वहिनीची ती अवस्था बघून आईनं पालांवर जायचं लांबणीवर टाकलं होतं. घरात तसं निराशेचं वातावरण होतं. मला मात्र तशा वातावरणाचा फार राग येत असे. घरात खेळायला मिळायचं नाही. त्यामुळं शाळा सुटली की आम्ही लवकर घरी येत नसू. रस्त्यानं खेळत यायचो. रात्री बळजबरीनंच अभ्यास करत बसायला लागत असे. कोणी कोणाशी फारसं बोलायचं नाही. आई आणि वहिनी घरातली कामं करीत. लिंगाप्पादादा कामावरून आल्यानंतर जेवून बराच वेळ मित्रांकडंच काढत असे. मी मात्र मंगलला बाहेर घेऊन जायची. मी, जयश्री, वंदना तिच्याबरोबर खेळत होतो.

मधु आणि मऱ्याप्पानं सहामाहीचे पेपर दिले होते. दोघांनाही सारखेच गुण मिळाले होते. दोन विषयातच मधूला मऱ्याप्पापेक्षा दोन आणि तीन गुण जास्त होते. मधु हुशार होता. परंतु मऱ्याप्पाला आपलं बघून लिहिल्यामुळं गुण मिळतात म्हणून त्याच्यावर चिडत होता. घरातली स्थिती बघून ते भांडत नव्हते. परंतु मधु मऱ्याप्पाकडं बघून दातओठ खात असे. मऱ्याप्पा मात्र गालातल्या गालात हसत असे. त्यामुळं मधु जास्तच चिडायचा. दोघेही पास झाले होते.

त्या दिवशी शनिवार होता. शाळा लवकरच सुटली होती. आई, वहिनी लिंगाप्पादादाच्या लग्नाबद्दल बोलत होत्या. ऊन फारच पडलं होतं. माझी उमदीची मामी सुभद्रा हातात मोठी पिशवी घेऊन आली. मामीला बघून आईला आनंद झाला. मामी उन्हातून आल्यामुळं घामाघूम झाली होती.

आई वहिनीला म्हणाली, "सुमे, वयनीला पाणी दी..."

वहिनीनं पाण्याचा तांब्या आणून मामीच्या हातात दिला. मामीनं चूळ भरली. तोंडावरून पाण्याचा हात फिरविला नि थोडं पाणी पायावर टाकून घेतलं.

वहिनी म्हणाली, "काकी, तू अचानक कशी काय आलीस?"

मामी म्हणाली, "थोडं काम व्हुतं म्हनून आलीया... तुज्या काकानं धाडून दिलंय..."

आईचे भाऊ अंबाजी भिसे उमदीला होते. सुभद्रामामी त्यांची बायको. भूक नाही म्हणत असताना आईनं बळंच तिला जेवायला घातलं. इकडचं-तिकडचं बोलणं झालं. मग मामीनं मूळ मुद्याला हात घातला. मामी आईला म्हणाली,

"आक्का... पुरीला साळंत घातलासा व्हय?"

"व्हय बाय... घातली साळंला."

"आक्का, तुमी वच्यान दिल्यालं इसरलासा व्हय?"

"वच्यान? कसलं वच्यान दिलं हुतं म्या?" आईनं विचारलं.

मामी म्हणाली, "आक्का, पुरगी झाली तर माज्या पोराला दितू म्हनाला व्हुता."

वहिनी आईच्या आणि मामीच्या तोंडाकडं बघू लागली. मामीनं मला जवळ ओढून घेतलं आणि पिशवीतलं शेंदाड काढून माझ्या हातात दिलं.

आई म्हणाली, "वयनी, म्या तर थट्ट्यानं म्हनाली व्हुती, आनं तुमी खरंच धरून बसलासा व्हय?"

मामी आईचं बोलणं ऐकून घ्यायला तयार नव्हती. मामीनं आईला पूर्वी घडलेली घटना जशीच्या तशी सांगितली. आई नि मामी शेंगाच्या रानात बोलत बसल्या होत्या. त्यावेळी आई गरोदर होती. सुभद्रामामीचा मुलगा रावसाहेब त्यावेळी चौदा वर्षांचा होता. मामी बोलताना आईला म्हणाली होती,

"आक्का तुमास्नी पुरगीच हुतीया."

आई म्हणाली, "तुज्या तोंडात साखर पडू दी... पुरगी झाली तर बरं हुईल गं बाय!" कारण मोठ्या मुलीचं लग्न झालेलं आणि तिच्या पाठोपाठ पाच मुलगेच झालेले. त्यामुळं आईला मुलीची फार हौस होती.

मामी आईला म्हणाली, "आक्का... माजं जर खरं झालं तर काय दिचील?"

आई सहजपणे बोलून गेली, "पुरगी झाली तर तुज्या पोराला दीन."

तेवढ्यावरच मामीनं विश्वास ठेवला होता आणि मामी आज माझं लग्न आपल्या मुलाबरोबर ठरवायला आली होती.

आई थोडा वेळ स्वत:शीच विचार करीत बसली. त्यानंतर मामीला म्हणाली,

"म्या काय सांगू बाय... आश्या आला म्हंजी त्वाच त्येला इच्यार."

सुभद्रामामी अशोकदादाची वाट बघत बसली. मामीच्या मोठ्या मुलाचं म्हणजे बबनमामाचं लग्न ठरलं होतं. एका लग्नात दोन लग्नं उरकायचा मामींचा विचार होता.

अशोकदादा रात्री उशिरा घरी आला. आई, वहिनी गप्पच बसल्या होत्या. वहिनीला खूप वाईट वाटत होतं. परंतु वहिनी तरी काय करणार? माझ्या लग्नाविषयी तिला निर्णय करता येत नव्हता.

मामीला बघून दादा म्हणाला, "आई, सुभद्रामामी केव्हा आली?"

आई काय न बोलताच गप्प बसली.

"काकी दुपारी आलीया." वहिनी बोलली.

"मामी, काय काम होतं असं अचानकच आलाय?" दादानं विचारलं.

"काम व्हुतं बाबा... म्हणून आलीया." मामी म्हणाली.

"काय काम होतं बोला की !"

मामी बोलणार तेवढ्यात आई म्हणाली, "आश्या, त्वा आदी जेव बगू."

"नंतर जेवतो" असं म्हणून पुन्हा दादा म्हणाला,"मामी, बोल काय काम होतं?"

मामी म्हणाली, "बबनचं लगीन ठरलंया... तवा रावश्याला इमीला देता का, इच्याराला आलूती."

दादानं आईकडं बघितलं. आई खाली मान घालून बसली होती.

दादा आईला म्हणाला, "आई, तू काय सांगितलंस?"

आई म्हणाली, "म्या काय सांगीतलं न्हाय... पर तवा पुरगी दीन म्हनली हुती."

दादा चिडक्या आवाजात म्हणाला, "मामी, रावशा किती मोठा आहे आणि इमी एवढी लहान; आणि एवढ्या लवकर लग्न केलं म्हंजे तिची शाळा बंद

होईल... मी तिला शाळा शिकवणाराय.''

मामी म्हणाली, ''मला ठावं व्हुतं... तुमी पुरगी देनार न्हाय म्हनून. माजं पोरगं शिकल्यालं न्हाय...!''

''मामी, तुमचा मुलगा शिकलेला असता तरी मी इमीचं लग्न केलं नसतं. इमीचं वय खेळायचं आहे. सहा-सात वर्षांच्या मुलीचं लग्न करायचा काळ जाऊन जमाना झाला.''

''आश्या... तांदूळ टाकापुरतं पुरीला आमच्या दारात आन... आनि लगीन झाल्यावर तुला केवडं शिकवायचं तेवडं शिकीव.''

''मला काय वेड लागलंय होय आतापासूनच तिच्या गळ्यात दगड बांधून ठेवायला?''

''बरं बाबा... लगीन करू नगूस, पर मुटी झाल्यावर तर लगीन करशील नव्हं...? न्हायतर म्हणत बसचीला आमची पुरगी शिकल्याली हाय.''

दादा म्हणाला, ''मी तसं काही सांगणार नाही. मोठं झाल्यावरचं कोणी बघितलंय?''

आई मध्येच म्हणाली, ''आश्या, तुज्या बाला बुलवून घिऊया... ते काय सांगत्याती बगुया.''

आमच्या बाबांना आनंदच झाला असता! त्यांनी लग्नाला लगेच होकार दिला असता. कारण मुलगी म्हणजे उरावरचा दगडच त्यांना वाटत होता. स्वत:हून चालत आलेलं स्थळ सोडायला ते तयार झाले नसते आणि ते पण बिगर हुंड्याचं!

अशोकदादा थोडा वेळ विचार करून म्हणाला,

''आई, मी सांगतोय तेच खरं. बाबांना बोलवायची गरज नाही. ही माझी जबाबदारी आहे. पुढे माझं मी काय करायचं ते बघून घेईन.'' दादा शेवटी कठोर शब्दात म्हणाला, ''मामी... तुम्हाला राह्यचं असेल तर राहा, नाहीतर उद्याच निघा.''

सुभद्रामामी दुसऱ्या दिवशी सकाळीच जायला निघाली. मामी रडत होती. आईला म्हणत होती,

''आक्का.. गरीब भावाला जवळ कर... अजूनबी पुरगी दिली म्हण.''

आईचं भावासाठी आतडं तुटत होतं. पण मुलांच्या पुढं तिचं काय चालत नव्हतं.

आई म्हणाली, ''वयनी, बगू म्हनं लिंग्याच्या लगनाच्या वकताला.''

मला त्यावेळी लग्न म्हणजे काय तेही समजत नव्हतं. मामीनं जाताना मला लाल रेबीन घेऊन दिली. खायला गोळ्या दिल्या. मी गोळ्या, रेबीन घेऊन घरी

आले. मामी आपल्या गावाला निघून गेली.

दादामुळं माझ्या जीवनाला वेगळी दिशा लागली होती.

थोड्या दिवसांनी आई पालांवर निघून गेली. जातेवेळी ती म्हणाली,

"सुमे, पोरांच्या सुट्ट्या कवा हुत्यात्या...?"

वहिनी म्हणाली, "मधु नि मऱ्याप्पाची वार्षिक परीक्षा जरा उशिरा आहे, इमीची दहा-पंधरा दिवसात चालू होईल. परीक्षा झाली की त्यांना सुट्ट्या पडतील... आत्या, सुट्टीत इमीला घेऊन जावू नका. घरात मला एकटं एकटं वाटंल."

"बगू बाय... म्या त्येंच्या बालाच घिवून जायासाठी लावून दिती. त्यो ऱ्हाव दी म्हनाला तर ठिवून घी." आई बोलली.

खरं तर मला पालांवर जायला फार आवडायचं. बाबा, काकी, काका माझा लाड करायचे. शिवाय दिवसभर खेळायला भरपूर मुलं असायची. नवीन नवीन गावं बघायला मिळायची.

वहिनी आता पहिल्यासारखी राहात होती. आमच्याशी हसून-खेळून वागायची. आपलं दु:ख विसरण्यासाठी ती माझ्याबरोबर, वंदनाबरोबर, जयश्रीबरोबर खेळात भाग घेत होती. मी, वंदना, जयश्री बाहुल्यांचं लग्न लावून खेळत असू. जयश्रीच्या बाहुलीला नवरा करायचा; माझ्या बाहुलीला नवरी करायचं नि त्या दोन बाहुल्यांचं लग्न लावायचं. वहिनी आम्हाला लग्नाचं जेवण करण्यासाठी मूठभर तांदूळ, थोडासा गूळ द्यायची. कधी कधी शिजविलेला भातच द्यायची. मग आम्ही लग्नात जेवल्याप्रमाणे पंगत करून जेवायचो. मध्येच मधु येऊन आमचं जेवण भराभरा खाऊन टाकायचा, नाही तर बाहुल्या विस्कटून पळून जायचा. मग आम्ही तिघीजणी मोठमोठ्यानं रडायचो. वहिनी आमची समजूत काढीत असे. मधूलाही एखादा धपाटा मारीत असे. मधूला मारलं, की आमचं समाधान होई. आम्ही पुन्हा खेळात रमून जायचो.

रविवार होता. परीक्षा जवळ आली होती म्हणून वहिनीनं अभ्यासाला बसवलं होतं. दुपारपर्यंत अभ्यास केला. मऱ्याप्पाचं अभ्यासावर लक्षच नव्हतं. तो म्हणायचा, "मध्या करतोय अभ्यास." आम्ही अभ्यास करून कंटाळलो. खेळायला मिळालं नव्हतं. चार वाजले होते. बाजारला गेलेले लोक बाजार करून परत यायची वेळ झाली होती. वहिनी मला म्हणाली, "इमे, जा आता मुलींना खेळायला बोलव.."

मला सुटल्यासारखं झालं. मी पळतच जयश्रीला नि वंदनाला घेऊन आले. वहिनीनं जयश्रीला हॉटेलातून पेपर आणायला सांगितलं.

वहिनी मला आणि वंदनाला म्हणाली, "इमे, वंदे तुम्ही दोघी मिळून एक चांगली वीट आणा."

आम्ही वीट आणली. जयश्रीनं पेपर आणला. वहिनीनं ती वीट पेपरात गुंडाळली आणि दोऱ्यानं बांधली. त्या विटेचा पावासारखा आकार झाला.

वहिनीनं तो विटेचा 'पाव' जयश्रीच्या हातात दिला. जयश्रीनं इकडं-तिकडं बघितलं. कोणी रस्त्यावर येताना दिसत नव्हतं. जयश्री तो 'पाव' रस्त्यावर ठेवून घरात पळत आली. वहिनी आणि आम्ही दाराच्या आडोशाला उभं राहून बघू लागलो. बाजार करून रस्त्यावरून बरीच माणसं जात-येत होती. त्या 'पावा'कडं बघून त्यांना तो घ्यायचा मोह व्हायचा, परंतु कोणीतरी बघेल म्हणून ते पुढे जात होते.

थोड्या वेळानं एक माणूस सायकलीवरून आला. त्यानं इकडं-तिकडं बघितलं; कोणी बघत नाही याची खात्री झाल्यावर, त्यानं चटकन सायकलीवरून उतरून तो 'पाव' उचलला आणि तराट सायकल मारली ! आमचं हसून-हसून पोट दुखत होतं. घरात गेल्यावर उघडून बघितल्यावर तो किती शिव्या घालील, म्हणून जास्तच हसू येत होतं.

वहिनीनं आता विटेच्या ऐवजी मातीची पुडी बांधली. मी ती रस्त्यावर टाकून आले. आम्ही दाराच्या आडोशाला दडून बसलो. नऊवारी साडी नेसलेली डोक्यावर बाजाराची टोपली घेऊन एक बाई येत होती. तिच्या पायातल्या कोल्हापुरी चपला कराकर वाजत होत्या. ती बाई त्या पुडीजवळ आली. तिनं ती पुडी हळूच उचलून घेतली आणि सोडून बघितली. त्यातली माती बघितल्यावर तिनं ती जोरात फेकली. आम्हाला हसू आवरलं नाही. आम्ही जोरात हसलो. त्या बाईनं आमच्याकडं रागानं बघितलं. तिनं ओळखलं होतं, की ती पुडी आम्हीच टाकलीय. त्या बाईच्या तोंडाचा पट्टा सुरू झाला. ती अस्सल कोल्हापुरी शिव्या देऊ लागली. शेजारची माणसं गोळा झाली. रस्त्यावरून जाणायेणारी माणसं थांबून विचारू लागली. ती बाई आमच्याकडं बोट दाखवून म्हणाली,

"ह्या पोरी वाटंवर मातीच्या पुड्या करून टाकत्यात्या... ह्यांच्या आईबानं असंच शिकविलंय जनू !"

त्यातला एकजण म्हणाला, "होय... होय मावशी, ह्या पोरी असंच फसवित्यात्या."

त्या बाईचं बोलणं चालूच होतं. अशोकदादा कामावरून आला. वहिनी घाबरली होती. आम्ही पण भीतीनं थरथर कापत होतो. ती बाई आम्हाला शिव्या देत असलेलं बघून दादा रागातच म्हणाला,

"अहो मावशी, शिव्या कशासाठी देता? काय केलं पोरींनी?"

त्या बाईनं सगळं सांगून टाकलं.

दादानं आम्हाला झोडून काढलं. परंतु आमच्यापेक्षा वहिनीलाच जास्त मार

बसला. खेळ आमचा झाला, परंतु मार वहिनीला बसला. पुन्हा कधी आम्ही तसला उद्योग केला नाही.

आमची वार्षिक परीक्षा झाली होती. आम्हाला उन्हाळ्याची सुट्टी मिळाली होती. माझं पास-नापास लगेच समजलं होतं. मी दुसरीत गेले होते. मधु आणि मऱ्याप्पाचं पास-नापास उशिरा समजणार होतं. मी खरं तर बाबांची वाट बघत होते. मला पालांवर जायचं होतं. वहिनी मला जाऊ नको म्हणून सांगत होती. मधु, मऱ्याप्पा पण पालांवर जायला उत्सुक होते. आमची सुट्टी होऊन चार-पाच दिवस झाले. बाबा आम्हाला घेऊन जाण्यासाठी आले होते.

बाबा मधु, मऱ्याप्पापेक्षा माझाच जास्त लाड करायचे. मला जवळ घेऊन म्हणायचे, "माजी बाय... आज न्हाय उद्या परक्याच्या घरला जायील..." मला त्याचा नीटसा अर्थ समजायचा नाही. परंतु माया करतात, एवढं चांगलं समजायचं. वहिनीनं मला ठेवण्याबद्दल बाबांना बरीच विनंती केली. परंतु बाबांनी काही तिचं ऐकलं नाही.

बाबांच्याबरोबर आम्ही तिघं भावंडं रबकईला आलो. त्यावेळी दामूकाकाचं पाल आमच्याबरोबर नव्हतं. ते आमच्या जमातीतल्या इतर लोकांबरोबर कोकणात गेले होते. आजी पण एक महिन्यापासून दामूकाकांकडंच होती. सिद्राम भोसले, वामन दोरकर, सटवाप्पा शिंदे, पांडूकाका यांची पालं होती. आईनं आम्हाला तिघांनाही जवळ घेऊन कुरवाळलं. गोजराकाकीनं आमची चौकशी केली. गोजराकाकी गरोदर होती. नगाऱ्यासारखं पोट दिसत होतं. रात्री तिथल्या सात-आठ पालांतले पुरुष एकत्र बसून कोणत्या गावाला जावं, याचा विचार करू लागले.

खंडू धुमाळ म्हणाले, "ह्या भागात कुटं पोटाला आन मिळीना... मागतपणात काय राम ऱ्हाला न्हाय. तवा दुसऱ्या भागात जावं चला..."

वामन दोरकर म्हणाले, "कुटंबी गेला तर काय आता दिवीचा पुज्यारी म्हणून कोन वाडत न्हायती..."

पांडूकाका म्हणाले, "ती समदं खरं हाय गा, पर कुटं तर जावून... मागूनच खायाला पायजी की... का लेकरंबाळं उपाशी माराची हायती?"

सटवाप्पा शिंदे म्हणाले, "ते बी खरंच हाय. आता आपुन आथणीला जावंया. जरा लांब जायाला लागील.... पर तकडं तर कसं काय हाय बगू..."

बाबा म्हणाले, "व्हय व्हय, त्या भागाला बरंच दीस झालं गिलू न्हाय... काय मिळंना जालं म्हंजी यीवू म्हागारी..."

सर्वांनीच अथणीला जायचं निश्चित केलं. आमची लोकं दहा-पंधरा दिवसांशिवाय एक गाव सोडत नव्हते. परंतु आता पहिल्यासारखे दिवस राहिले नव्हते. त्यामुळं

चार-आठ दिवसाला गाव बदलावं लागत होतं. कोणाला काही मिळत नव्हतं. सकाळी पालं काढणं, गाठोडी बांधणं सुरूच होतं.

आम्ही अथणीला राहिलो होतो. मऱ्याप्पा आणि मधु सटवाई करून मागायला जात होते. गोजराकाकीला नववा महिना संपला होता. आज-उद्या बाळंतीण होईल म्हणून सर्वजण वाट बघत होते. विठाआक्काचं लग्न गेल्या वर्षीच झालं होतं. तिचं पाल पण आमच्याबरोबरच होतं.

रात्री पालावरच्या सर्वांचीच जेवणं झाली. माणसं दिवसभर कुठं कुठं गेलो, काय मिळालं, काय नाही अशा बराच वेळ गप्पा मारत होती. आम्ही झोपलो. पहाटेच मला एकदम गार वारं लागलं. मी झोपेतून एकदम जागी झाले. बायकांच्या कुजबुजण्याचा आवाज ऐकू येत होता. आमच्या पालाचं लावणं वरती टाकलं होतं. तीन-चार बायका आमच्या पालात आल्या होत्या. आई त्यांच्याशी हळू आवाजात बोलत होती. एवढ्या रात्री बायका काय बोलतात, म्हणून मी पण उठून बसले.

यल्लव्वाआत्या आईला म्हणत होती, "रक्मावयनी... दादाला उटवून सांग... समदी लोकं मिळून रातच्यालाच काय ती करत्याली..."

आई दबक्या आवाजात म्हणाली, "व्हंजी... तुमीच सांगा. म्या कसं सांगू, सांगाया धीरच व्हत न्हाय..."

यल्लव्वाआत्या मला म्हणाली, "इमल... त्वा तुज्या बाला उटीव..."

मला काहीच कळेना. मी हालवून बाबांना उठवलं. बाबा खडबडून जागे झाले आणि बायकांकडं बघत म्हणाले, "काय झालं? येवड्या रातचं उटून बसलाया?"

यल्लव्वाआत्या हळू आवाजात म्हणाली, "नामदेवदादा... घात झालाय... गोजराच्या पोटाला बेंद गासकलंय !" (भूत जन्माला आलंय)

बाबा एकदम उडालेच. "खरं म्हणतीस आक्का?" म्हणत ते गोजराकाकीच्या पालाकडं गेले. मी पण बाबांच्या पाठोपाठ गेले. गोजराकाकीच्या पालातून अस्पष्ट रडण्याचा आवाज ऐकू येत होता. आतापर्यंत पाच-सहा पालातले पुरुष, बायका उठल्या होत्या. पुरुष गुडघ्यात मान घालून बसले होते. बाबा पण त्यांच्यातच बसले होते. मी आईला विचारलं,

"आयेऽऽ काय जालंय?"

आई घाबरून म्हणाली, "गोजराच्या पोटाला भूत जलमलंय !"

आईनं भूत म्हटल्याबरोबर माझ्या अंगावर सरसरून काटा आला. मी तसंच भीतभीत म्हणाले,"आये भूत कसलं असतंय?"

आई म्हणाली, "लय वंगाळ हाय. समदं आक्रीतच घडलंय... च्यार डोळं हायीती. त्वा बगू नगं... भिवून मरचील...."

माझी उत्सुकता वाढली. मी हळूच काकीच्या पालाचं लावणं वर केलं.

गोजराकाकी वाकळ पांघरून रडत बसली होती. तिथंच एक लालचुटूक बाळ पडलं होतं. त्याचे हातपाय एकत्र दुमडलेले होते. ते माकडाच्या पिलासारखं दिसत होतं. त्याच्या तोंडातून किणंकिणं केविलवाणा आवाज बाहेर पडत होता. त्याचं तोंड दुसऱ्या बाजूला होतं. मला ते बघून फारच भीती वाटू लागली. म्हणून मी तिथून पळतच येऊन बाबांच्या जवळ बसले. माणसं विचार करत होती. आता त्या भूताचं काय करायचं? कारण ते भूत जिवंत होतं. म्हणूनच सगळी लोकं खूप घाबरली होती.

यल्लव्वाआत्या तर म्हणाली, "गड्यांनो, माजं ऐका... ही जगलं तर लय वंगाळ व्हुईल... घरादाराचा नायनाट व्हुईल...."

यल्लव्वाआत्याला पूर्ण बोलू न देताच फुलाकाकी म्हणाली, "ही बेंद हाय. मोटं हुईल तसं समद्यास्नी खात सुटील.. तवा ही मेल्यालंच बरं हुईल.."

"आमी कुटं जगावं म्हणतुय... पर ती मरत बी न्हाय... मारावं म्हनलं तर धाडस हुत न्हाय." सिद्रामकाका वैतागून म्हणाले.

यल्लव्वाआत्या तोंडावर हात ठेवत म्हणाली, "गोजराला दुनी पोरं अशीच झाली. तवा येसाई हुती म्हनून बरं झालं ... येसाईनं जलमल्या जलमल्या नरडं दाबलं... रातीच खड्डा काढून पुरलं आनं पालं काढून म्होरल्या गावाला गिलू... बया! अजूनबी ती आटवलं म्हंजी अंगावर काटा हुबा ऱ्हातुया."

विठाआक्का गरोदर होती. ती दोन्ही हात कमरेवर ठेवून आमचं बोलणं ऐकत उभी होती. ती मध्येच म्हणाली, "तवा गडी नव्हतं व्हय?"

यल्लव्वाआत्या मांडी घालून बसत म्हणाली, "तवा येकबी गडी पालावर नव्हता. समदी सड्यानं मागाला गेलं हुतं... आमी समद्या बायकाच व्हुतू... तवा बी च्यार-पाच पालं हुती. अजून गोजरा बाळात हुयाला दोन म्हयनं येळ हुती. म्हनून गडी बिनघोर सड्यानं मागाया गेलं आणि कमी जास्त झालं तर येसाई म्हागं हुतीच की! गडी जावून आट दीस झालं नव्हतं. आमी रोजच्यावाणी हासत थट्टामस्करी करून जिवून झोपलो. गोजरा, रक्माआक्काच्या आन् येसाईच्या मधी झुपली. तिला एकटीला पालात भ्या वाटत व्हुतं म्हनून ह्या दुगी जवळ घिऊन झोपत हुत्या.

"पयला डोळा लागला आसंल नसंल तवरच गोजराचं पॉट दुखाया लागलं. गोजरा समद्या पालात गडाऽऽगडाऽऽ लोळाया लागली. आमास्नी वाटलं जड उचलल्यानं चमक भरली अशील. म्हणून आमी चूल पेटवून प्वॉट, कंबर शिकू

लागलू... पर गोजराच्या पोटात दुखाचं काय थांबंना. आक्रीतच घडलं. येसाईच्या अंगात दिवी आली, आनं दिवीनं सांगितलं, हिला भूतानं झपाटलंय; तवा लिंबू, कोंबडं उतरून टाका. आमच्या पालात येक बी कोंबडं नव्हतं; समदीच पंचिती झाल्याली. सेवटी खडतीतल्या डब्यातला वाळला लिंबू काडून उतरून टाकला. (खडतीचा डबा म्हणजे एक पत्र्याचा चपटा डबा असतो. त्यात लिंबू, हळदीकुंकू, एखादा-दुसरा देवाचा टाक असतो. गोंधळी लोकं अंबाबाईचा पुजारी म्हणून भीक मागताना देवीचा ताईत वगैरे करून देतात, तेव्हा या डब्याचा उपयोग करतात.) लिंबानं भूताचं समादान झालं नाय, आनं गोजराचं पोटच पडलं. इचित्रच पोरगं जलमलं. समदं आर्द-आर्दच...बगूनच भ्या वाटलं. आमी समद्या बायका लय घाबरलू. येसाईनं वळकलं. आमी भिवूनच मरीन म्हनून येसाईनं जरा सुदीक येळ न घालवता पोराचं नरडं दाबलं, पालाच्या म्हागंच खुरप्यानं खड्डा उकरून पुरून टाकलं आन् रातीच पालं काडली. आदी पानी तापवून गोजराला आंगुळ घातली. तिच्या डोस्क्याला फडकं बांधलं. दोन वाकळा अंगावर घातल्या. तवा पांडुरंगाकडं घोडं हुतं... त्या घोड्यावर गोजराला बसवलं. पोरासाठी रडाया वखुत सुदीक नव्हता. गोजराचं पाल घोड्यावर लादलं आन् आमी आमची वझी घिऊन निघालू. मनात भ्या हुतं. काळीज धडधडत हुतं.... अंगावर काटा येत हुता. थंडी मुलकाची पडली हुती. आमाला लयच भ्या वाटा लागलं. येसाई समद्या सडकंनं गोट सांगत हुती. हातातल्या कंदीलानं सडक बगत हुती, रातच्याला किड्याचं-पाकरांचं आवाज आयकाला याचं. भिवून आमच्या काळजाचं पानी पानी झालं हुतं. आमी त्या गावापास्नं लांब यिवून वझी टाकली. आमच्याकडं बगून कुतरी भुकाची. कुतऱ्याच्या भुंकन्यानं गावातली लोकं जागी झाली. दारं उगडून आमच्याकडं बगून, शिव्या दिवू लागली. ही माणसं हायीती का भूत? रातचंच उटून जात्याती आन् रातचंच येत्याती. हेनास्नी येळकाळ काय न्हायच. आमी बनाटीला ऱ्हालू.'' यल्लव्वाआत्यानं पूर्ण कथाच सांगून टाकली.

तेवढ्यात गोजराकाकी जोरात ओरडली, ''आवं, बगा... बगा... माजं लिकरू कसं करतंया!

बायका-माणसं पळतच काकीच्या पालात शिरली. बाबांनी मुलाचा हात उचलून बघितला आणि म्हणाले,

''बरं झालं.... मेलं पोरगं...!''

आमच्या सगळ्या लोकांचा जीव भांड्यात पडला. पोरगं मेलं म्हणून सगळ्यांना आनंद झाला.

गोजराकाकी बिचारी एकटीच रडत होती.

गोजराकाकीची दोन्ही मुलं व्यंग घेऊन जन्मली असावीत. परंतु आमच्या

लोकांनी अशा मुलांना कधी बघितलंच नव्हतं. त्यांना व्यंग म्हणजे नेमकं काय हे कसं कळणार? ते त्यांना भूतच म्हणत होते. सकाळी उजाडल्यावर एका चादरेच्या तुकड्यात त्या मुलाला गुंडाळलं आणि ओढ्यात पुरायला घेऊन गेले.

बायकांनी चुली पेटविल्या. दोन-तीन पातेली कडक पाणी तापविलं. फुलाकाकीनं गोजराकाकीला हाताला धरून बाहेर आणलं आणि आंघोळीच्या दगडावर बसवून कडक पाण्यानं आंघोळ घातली. आंघोळ घालताना बायका सूचना देत होत्या,

''गोजरा हुबी ऱ्हा... कंबरंवर पानी घालू दी.''

बायकांनी कडक तापविलेलं पाणी काकीच्या कमरेवर ओतलं. गोजराकाकी ठो... ठो... बोंबलली. बायका गोजराकाकीला तसंच धरून पाणी ओतत होत्या आणि म्हणत होत्या,

''बया ओरडाय काय झालं? शेक बसाया नगू...? उद्या कंबर धरून बसचील की ! चांगलं शेकल्यावर काय हुयाचं न्हाय... गप्प हुबी ऱ्हा.''

गोजराकाकी चरफडत होती. पण बायका काकीला सोडत नव्हत्या. गोजराकाकीची आंघोळ झाली. काकीनं ओलं पातळ तिथंच दगडावर टाकलं आणि दुसरं पातळ अंगावर गुंडाळून पालात गेली. आईनं ते पातळ पिळून वाळायला टाकलं. यल्लव्वाआत्यानं एका तव्यात इस्तू भरला आणि काकीच्या पालात दिला. पालाचं लावणं खाली टाकत यल्लव्वाआत्या म्हणाली,

''गोजरा, निट इस्तू खाली ठिवून शेक घी. शेगडीबिगार दुखाचं थांबत न्हाय. चांगला घाम फुटस्तोर शेक. गडी यायच्या आदी शेकून घी.''

आईनं चुलीवरचं पाण्याचं पातेलं उतरवलं आणि मला म्हणाली, ''इमे... गडी यायच्या आगुदर आंगुळ करून घी...''

मला खरोखरच उघड्यावर बसून आंघोळ करायची लाज वाटायची. पण इलाज नव्हता. सगळ्या बायका रोजच उघड्यावर बसून आंघोळ करत होत्या. मी पटकन पातेलं उचलून दगडाजवळ ठेवलं आणि भराभरा दोन-चार तांबे पाणी अंगावर ओतून घेतलं.

ओढ्यातच आंघोळ्या करून माणसं पालांवर परत आली. आईनं सगळ्यांना काळाकुळकुळीत चहा दिला. माणसं चहा पिऊन उठली. पुरुष माणसं अंगावर पुजाऱ्याचं आभरान चढवून भीक मागायला गेली. इथं कोणालाच सुतक पाळायला सवड नव्हती. ज्याला त्याला पोटाचा प्रश्न पडला होता. माणसं गेल्यावर बायकांनी मुलींना 'पाणी आण', 'भाकरी कर', 'आंगुळ करून घी' अशा सूचना दिल्या नि त्या गोजराकाकीच्या पालाकडं गेल्या. विठाआक्का तिच्या पालात आडवी झाली होती. आई विठाआक्काला म्हणाली, ''इठे, त्वा चुलीला जाळ घालत बस... इमी भाकऱ्या करील... म्या जरा गोजरीकडं जाती...''

आई पान खायाची पिशवी घेऊन गोजराकाकीकडं गेली.

मी भाकरी करत होते. विठाआक्का चुलीला जाळ घालत होती. मी त्या मुलाचाच विचार करत होते. विठाआक्का मला म्हणाली,

"इमल कितव्या बुकाला हायीस?"

"पयलीची परीकशा दिल्याय... आता दुसरीला जायीन..."

"आनीक किती बुकं शिकणार?"

मला कुठं माहीत होतं, मी कितवीपर्यंत शिकणार ते. परंतु कायतरी बोलायचं म्हणून मी म्हणाले,

"मला काय म्हायीत? दादाच्या मनावर हाय."

"तुला येक सांगू का?" तिनं हळूच विचारलं.

"सांग की."

"थोरली आय म्हणत हुती म्होरच्या वरसाला तुजं लगीन कराचं हाय... त्यो तुज्या थोरल्या वयनीचा भाव हाय बग... काय त्याचं नावऽऽऽऽ? आठीवलं... बाळू ...त्येला द्याचं हाय म्हनं तुला."

मी रागारागानंच म्हणाले, "आयला येक काम न्हाय..."

विठाआक्का हसत हसत म्हणाली, "सांगू का थोरल्या आयला, तू काय म्हनालीस ती?"

मी एकदम घाबरले. कारण आईचा स्वभाव तापट. आईनं मला मारलंच असतं. म्हणून मी म्हणाले, "नगू.... सांगू."

विठाआक्का हसत म्हणाली, "आता कशी घाबरली भीतरी भागूबाय."

तेवढ्यात आई म्हणाली, "इठाबाय... गरम भाकऱ्या घिवून यी हिकडं..." विठाआक्का पदरात दोन भाकरी गुंडाळून घेऊन गेली.

माझ्या भाकरी झाल्या होत्या. त्याच गरम तव्यात मसुरीची डाळ शिजायला टाकली. तव्यावर ताट पालथं घातलं आणि तिथून उठले. पिठाची पिशवी हाडपतच ठेवली. फणी घेतली नि पालाबाहेर आले. पालाचं लावण खाली टाकून मी गोजराकाकीकडं आले. गोजराकाकीजवळ आई, यल्लव्वाआत्या, विठाआक्का, फुलाकाकी, सुंदरामावशी बसल्या होत्या. मी पण त्यांच्याजवळ येऊन बसले. बायका देवाधर्मावर चर्चा करत होत्या. मी केसांची रेबीन सोडत होते.

यल्लव्वाआत्या म्हणत होती, "रक्मावयनी, मला तर देवाचंच वाटतंया. त्या बिगार अशी पोरं जलमायची न्हायिती... आटवून तर बगा..कोन्च्या देवाचं कराचं इसरलंय का?" आई, काकी कोणत्या देवाचं काय करायचं विसरलंय का ते आठवत होत्या.

तेवढ्यात मी आईला म्हटलं, "आये, माजी येणी घाल."

आईनं माझ्या हातातली फणी घेतली आणि केस विंचरू लागली. केसात घातलेली फणी तशीच ठेवून आई आत्याला म्हणाली,

"व्हंजी.., समदीच जावळं काडाला लागत्यात व्हय?"

यल्लव्वाआत्या म्हणाली, "व्हय... पोरांची, पुरींची समदीच जावळं काढाया लागत्यात. जर काडायचीच नसली समदीच जावळं, तर पाच सोन्याची जावळं करून माणकीसुराच्या सटवाईला घालाला लागत्याती."

आई म्हणाली, "ती येक बरं झालं. न्हाय तर पुरीची समदीच केसं काढल्यावर वंगाळ दिसतंया."

यल्लव्वाआत्याला आई काय बोलते ते समजत नव्हतं. यल्लव्वाआत्या म्हणाली, "वयनी... तुमी काय म्हंताय ती कळंना !"

आई खुलासा करत म्हणाली, "अवं व्हंजी, पयसं नसल्यामुळं एका बी पोराची जावळं माणकीसुराला जावून काडली न्हायीती. पर ह्या पुरीची जावळं काडायची हायती म्हणून म्या इचारलं हुतं"

यल्लव्वाआत्या माझ्याकडं बघत म्हणाली, "इमलची जावळं काडली नाहीस व्हय?"

वाकळ पांघरून पडलेली गोजराकाकी म्हणाली, "कोनच्याच पोरांची जावळं काडली न्हायीती. माज्या पोराचं राहू द्या... पर आशाची, कमळाची सुदीक जावळं काढली न्हायीती दिवीला जावून.."

आता यल्लव्वाआत्याच्या डोक्यात एकदम प्रकाश पडला!

"हं... म्हनूनच गोजराची पोरं जगत न्हायीती... तुमी इतकी वरसं झाली, सटवाईला गेला न्हाय."

आई म्हणाली, "पैसाच गोळा होत न्हाय, ती काय जवळ हाय व्हय? गाडी भाड्यालाच दोन हजार लागत्याली..."

"बया पैसा घिवून काय चाटत बसायचा हाय व्हय? पोरं मरा लागल्याती, घरादाराचं वाटूळ व्हायाचं... त्या परीस कुणाकडनं तर पैसं काडून दिवीला जावून नवस फिडून या."

"व्हय.. दिवीला जायाला पायजे. म्या रातीच इमीच्या बाला सांगती. बगू काय म्हंत्याती."

"खरंच बया, किती पोरं मिली. आश्याची पयली पोरगी मिली... गोजराची दोन लेकरं पाटोपाट डबऱ्यात घातली.. आनं यसवदेच्या दोनी हत्तीवाणी पुरी मेल्या."

आई झटकन म्हणाली, "यसोदाच्या पोरी मेल्या न्हायत्या, तिनं मस्तीनं मारल्या..."

विठाआक्का म्हणाली, "थोरली आय, आय कशाला मारील पुरी...?"

आई म्हणाली, "तुजी आय साताजनमाची अवदसा हाय. पोरी तापानं फणफणल्या तरी त्यांच्याकडं बगीतलं न्हाय. रोज भाकऱ्याचं तुकडं मागाला दारोदार फिरत हुती. तिच्या पोटात आगीचा डोंब उसळला हुता. ही भाकर तुकडा मागून खात फिराची... आनं हिकडं पोरी उपाशी-तापाशी मराच्या. येका दिशी तुज्या आयनं पोरीच्या पोटाला खायाला घालाया आन न्हाय म्हनून आप्पूच्या गोळ्या खायाला घातल्या. दोन-च्यार दिसातच पयली पुरगी मिली...तानी व्हुतं तिचं नाव. समद्या लोकास्नी ती पुरगी लय आवडाची... गुरीपान, जाडजूड पुरगी हुती. कुनी सुदीक बगितल्यावर नजर लागली असती. पुढं दुसरी पुरगीच झाली. तिचं नाव सुदीक तानीच ठिवलं. ती सात वरसाची हून मिली. तुज्या आयनं दोन-तीन पुरी आशाच मारल्या. मला वाटतं तुज्या आयला पुरी नगूच व्हुत्या... पर देव कुटं जाव दितू. पाटूपाट च्यार पुरीच झाल्या. तू, आंबू, लिली, सुनी आनं दोनच गंडगी पोरं... सुक्या आनं सिद्या.."

विठाआक्काच्या डोळ्याच्या कडा ओल्या झाल्या होत्या. ती आईकडं बघत म्हणाली,

"थोरल्या आय... माजा का बरं तिनं गळा दाबला न्हाय, ह्या कचाट्यातनं तर सुटली असती."

आई विठाआक्काला जवळ घेऊन थोपटत म्हणाली,

"या जातीत जनावरालाबी किंमत हाय... पर बायला न्हाय."

यल्लव्वाआत्या म्हणाली, "इठा... ह्याच्या नाकावर ठिच्चून संसार करून दाकीव. आय-बाचं नाव कमीव. दुसऱ्यानं म्हनावं काय पुरगी हुती. देवानं दिलंय, त्यातच समादान मानून घ्यावं."

विठाआक्का नशिबाला दोष देत होती.

पाचसहा दिवसातच आम्ही अथणीहून उगारला राहण्यासाठी आलो. उगारच्या बस स्टँडवर आमच्या सात-आठ कुटुंबातली चिल्लीपिल्ली मिळून, तीस-पस्तीस लोकांची गर्दी त्या स्टँडवर सर्व लोकांचं लक्ष वेधून घेत होती. बसमध्येही आमची लोकं मोठमोठ्यानं बोलत होती. मुलांचा आरडाओरडा, रडारड सुरूच होती. बसमधले इतर प्रवासी आम्ही उतरेपर्यंत वैतागून गेले होते. आमच्याकडं तिरस्कारानं बघत कन्नडमध्ये आपापसांत काहीतरी कुजबुजत होते. आमच्या लोकांना त्याचं काहीच वाटत नव्हतं. स्वत:च्या मालकीचीच एसटी असल्यासारखं आम्ही एसटीत धिंगाणा घालत होतो. आमच्यातल्या बायका, पुरुष एसटीत ओरडूनच एकमेकांकडून पान, सुपारी, तंबाखू मागून खात होते. बसल्या जागीच थुंकत होते. कंडक्टर

आम्हाला कन्नडमध्ये शिव्या देत होता. आमच्या लोकांवर मात्र कसलाच परिणाम होत नव्हता.

आम्ही उगारला एस्टीमधून आमची गाठोडी, पालांच्या काठ्या, चुंगडी घेऊन उतरलो. एस्टीतल्या इतर प्रवाशांनी सुटकेचा नि:श्वास सोडला होता.

स्टँडवर आमच्या लोकांची धावपळ, आरडाओरडा सुरू झाला. प्रत्येक कुटुंबात चार-पाच तरी लहान मुलं होती. बायका आपापल्या मुलांना ओरडून बोलवायच्या. कोणी सुरुवातीला शिवी देऊनच पुढं बोलायच्या. स्टँडमधली सगळी माणसं विचित्र नजरेनं आमच्याकडं बघत होती. आमच्या लोकांनी आपापला संसार डोक्यावर घेतला. कोणी फाटक्या लुगड्याच्या फडक्यानं बांधलेली गाठोडी घेतली होती, कोणी पालांच्या काठ्यांची मोळी बांधून डोक्यावर घेतली होती, कोणी पोत्यांची चुंगडी घेतली होती. असा चित्रविचित्र जथा स्टँडमधून बाहेर पडला. आईनं डोक्यावर भलं मोठं गाठोडं घेतलं होतं. काखेत मंगलला घेतलं होतं. बाबांनी भांडी आणि इतर साहित्य घातलेलं मोठं चुंगडं घेतलं होतं. मऱ्याप्पानं पालांच्या काठ्या घेतल्या होत्या. मधूनं घागर आणि पिशवी घेतली होती. प्रत्येकाच्या जवळ काही ना काहीतरी होतंच.

आम्ही स्टँडवरून निघालो. आई माझ्यावर खेकसली,

“इमेऽऽ मोटारगाड्या येत्यात्या, वायसं कडंनं चल... दिसत न्हाय का..? डोळं फुटलं व्हय...?”

खरं तर मी एकदम कडेनं चालले होते. परंतु तिला वाटत होतं, रस्ता सोडून एखादं वाहन आमच्यावरच येईल. तशा सगळ्याच बायका आणि पुरुष मोठमोठ्यानं ओरडत, आपापल्या मुलांना सांगत होते.

आमचा तो चित्रविचित्र जथा बडबडत, ओरडत स्टँडपासून मैलभर अंतरावर असलेल्या एका उपनगरातल्या मोकळ्या पटांगणावर आला. ओझी वाहून प्रत्येकाचा माथा दुखत होता. आमच्या लोकांनी भराभर ओझी खाली टाकली. तोपर्यंत जवळच असलेल्या प्राथमिक शाळेतला एक शिपाई गडबडीनं तिथं आला आणि कन्नडमध्ये बोलू लागला. मला काहीच समजत नव्हतं. परंतु पांडूकाका त्याला गयावया करीत काहीतरी सांगत होता. आईपण हात जोडत काहीतरी बोलत होती. परंतु तो शिपाई तावातावानं बोलत होता.

बाबा म्हणाले, “पांडुरंग, उगंच खंवडा करवाडू नटी... पाकत्याली... दुसरीकडं खुकानू...” (पांडुरंग उगीच भांडण करू नकोस... लोकं मारतील... दुसरीकडं जाऊ...)

दोन दिवसानंतर शाळा सुरू होणार असल्यानं तो शिपाई आम्हाला त्या शाळेजवळ राहू देत नव्हता. आमच्या माणसांनी गयावया करूनही काही उपयोग

झाला नाही. आमच्या बायकांनी असतील नसतील तेवढ्या देवांची नावं घेऊन त्या शिपायाचं वाटूळं व्हावं म्हणून शिव्या घातल्या. त्या शिपायाच्या नावानं बोटं मोडतच बायकांनी आपापल्या संसाराची गाठोडी उचलून डोक्यावर घेतली आणि आमची नमुनेदार दिंडी पुन्हा जागा शोधायला फिरू लागली.

बरंच फिरावं लागलं. मोकळी जागाच सापडत नव्हती. बरं, आमची संख्याही काही कमी नव्हती. त्यामुळं जागाही भरपूर लागणार होती. आमची माणसं जसजसं फिरावं लागत होतं, तसतसं त्या शिपायाच्या नावानं अधिक खडे फोडत होती. माझे पाय दुखत होते. शिवाय डोक्यावर गाठोडं होतं. मधु तर रडायलाच लागला होता. प्रत्येक कुटुंबातली लहान मुलं रडतच होती. आम्हाला भूक लागली होती. सकाळी लवकरच निघालो होतो. दिवस मावळायला चालला तरी राहण्यासाठी जागा मिळत नव्हती. शेवटी गावापासून बऱ्याच लांब अंतरावर आम्हाला जागा मिळाली.

आम्ही धडाधड डोक्यावरची ओझी खाली टाकली. पुरुषमाणसं पालं मारू लागली. अंधार होईल म्हणून बायका गडबडीनं जळणं गोळा करू लागल्या. कोणी कुठं पाणी मिळतं का बघू लागल्या. पुरुषमाणसं पालं मारून थोडा वेळ शांत बसली. परंतु बिचाऱ्या बायकांना कुठली विश्रांती? बायकांनी चुली पेटवायला सुरुवात केली. थकलेल्या बायका आदळत, आपटत भूक लागली म्हणून रडणाऱ्या पोरांना एखादा रपाटा मारत स्वयंपाक करू लागल्या. आपला राग व्यक्त करण्याचं त्यांच्याकडं तेवढंच साधन होतं. रात्री कसं तरी अर्धंकच्चं शिजलेलं अन्न खाऊन आम्ही झोपलो.

तीन चार दिवस आमची माणसं मागायला जात होती आणि दुपारीच हाडपा आपटत परत येत होती. कोणालाच काही मिळत नव्हतं. मुलांनी मागून आणलेल्या भाकरीच्या शिळ्या तुकड्यावरच प्रत्येक कुटुंबाला आलेला दिवस ढकलावा लागत होता. प्रत्येकाची उपासमार होत होती.

प्रत्येक तळावर असंच होत होतं. त्यामुळं दुसऱ्या गावाला जाण्यासाठी लागणारा गाडी खर्चही मिळत नव्हता. माणसं पार वैतागली होती.

खंडू धुमाळ बाबांना म्हणाले, "नामदेवमामा... आज सांच्याला समद्या गड्यांस्नी जमवू आनिक काय ती इच्यार करू. आसं किती दीस काडाचं...?"

बाबा म्हणाले, "व्हय व्हय. त्ये बी खरंच हाय... आता भीक मागून जगायचं दिस ऱ्हालं न्हायती... सांच्याला काय तर इच्यार कराला पायजी. समद्यांच्या मतानी ठरवू काय ती..."

दुपारपर्यंतच सर्व माणसं मागून आली होती. "काय मिळलं न्हाय" असं म्हणून प्रत्येकजण तक्रार करीत होता.

रात्री जेवणं झाल्यानंतर त्या सात-आठ कुटुंबातले पुरुष एकत्र जमले. ते काय ठरवतात म्हणून बायका आपापल्या पालांत फाटक्या, तुटक्या वाकळांवर पडून कान देऊन त्यांचं बोलणं ऐकत होत्या.

सिद्राम भोसले म्हणाले, "आता... दिवीचा फुटू गळ्यात आडकावून आनिक पुज्यारी हाय म्हनून भंडारा लावून काय मिळत न्हाय..."

पांडूकाका म्हणाले, "सिदराम... आता पयल्यावाणी माणसं भुळी ऱ्हाली न्हायती... आता माणसं द्येव बिव काय मानत न्हायती. तवा पुज्यारी म्हन, न्हायतर गुरव म्हन.. कोन भाकरीचा तुकडा देत न्हाय."

वामन दोरकर म्हणाले, "ही समदं खरं हाय गा.. परं वाडवडलापास्नं येवडाच धंदा आपल्या जातीत हाय... तवा जगाचं आशील.. तर उपाशी तापाशी ऱ्हावून का हुईना ह्यो धंदा टिकवाला पायजी की..."

बाबा म्हणाले, "आरंऽऽ वाडवडील काय उपाशी मरा म्हणत्याती काय? आन मिळीना... लेकरंबाळं येका येळंला उपाशीच ऱ्हात्याती... आनिक वाडवडलाचा धंदा जगवाला निगालाय..."

वामन दोरकरनी विचारलं, "मग नामदेवमामा, कंचा धंदा कराचा? आपणास्नी धंद्यातलं काय येतंया?"

"आपणास्नी धंद्यातलं काय येत न्हाय ही खरं हाय... पर आपल्याच जातीची इचलकरंजीला, कोलापूरला ऱ्हाल्याली मानसं इस्टीलची भांडी इकत्याती आनिक त्येच्यावर जगत्याती. च्यार पयसं बी सुटत्याती त्येनास्नी. भांडी येका बुट्टीत भरत्याती आनि खेड्यावर, वस्त्यांवर जावून इकत्याती. मानानं जगत्याती... न्हायतर आपुन दिसबर वनावना करत फिरतुयाच की लोकांच्या शिव्या खात..." बाबा म्हणाले.

"नामदेवचं बराबर हाय... लोकांस्नी भंडारा लावून भीक मागन्यापरास भांडी इकल्याली काय वायीट न्हाय. पयलं थोडं दीस शिकतपातूर वायशी आडचण यील, पर येकदा का कळलं का मग... झालं..?" सटवाप्पा शिंदे उत्साहानं म्हणाले.

"पन भांडी घ्याला पयसं लागत्याती... फुकट भांडी कोन दील..?" वामन दोरकरनी विचारलं.

खंडू धुमाळ म्हणाले, "पयसं कुटनंतर घ्याला येत्याली म्हनं! पयली थोडी भांडी घ्याची... ती इकाची... बगाचं तेच्यात काय मिळतंय का? मिळत नशील आनिक इकाचं जमत नशील तर द्याचं सुडून ! त्यात काय येवडं...? पुन्हा फिराचं भंडारा लावत..."

पांडूकाका म्हणाले, "इचलकरंजीतली आपल्या जातीतली लोकं झोपडपट्टीत

ऱ्हात्याती. झोपड्या बी घातल्यात्या. आसं कुतऱ्यावाणी हाल करत फिरत ऱ्हायती... लेकरंबाळं वडत. फकस्त बायका आनि मानसं भांड्याच्या बुट्ट्या घिवून इस्टीनं गावागावाला जात्याती आनि रातच्याला घरला येत्याती... त्येंचं मस्त चाललंया...''

बाबा म्हणाले, ''बायांस्नी बी उगंच घरात बसून ऱ्हावावं लागतंय. तेवडंच भांड्याची बुट्टी दिली तर त्येंनास्नी बी काम हुईल... येका येका घरात दोन-दोन बुट्ट्या हुत्याला...''

सर्वांनाच भांडी विकण्याचा व्यवसाय करण्याची कल्पना पटली होती. त्याशिवाय दुसरा उपायच नव्हता! कोणालाच भिक्षा मिळत नव्हती. जगण्यासाठी काहीतरी करावंच लागणार होतं. भांडी विकायचा व्यवसाय करण्याचा निर्णय घेऊन माणसं उठली. रात्र बरीच झाली होती. प्रत्येकजण आपापल्या पालात झोपण्यासाठी गेले.

दुसऱ्या दिवशी आई बाबांना म्हणाली, ''आवं... पोरांची शाळा सुरू झाली आशील. दोन म्हयनं हून गेलं... म्या पोरास्नी घिवून जाती कोलापूरला... तुमी गोजराकडं जेवा...''

बाबा नाराजीच्या सुरातच म्हणाले, ''जा म्हनं... आनिक थोड्या दिसानं. लगीच काय साळा पळून जात न्हाय...''

आई आमच्याकडं बघून म्हणाली, ''आश्या माजा जीव खायील. तुमाला काय... शिकुदी की शिकील ततपातूर..''

मधु म्हणाला, ''मी पण जानार शाळेला... तुम्ही कोन सोडायला नाय आलं तर मी येकटाच जाईन... इकडं भीक मागत फिरण्यापेक्षा शाळा बरी...''

बाबांचाही नाईलाज झाला. ते म्हणाले, ''बरं हाय. उद्या जा म्हनं... कुनाकडनं तर गाडी खरचापुरतं पैसं उसणं घितू...''

मला मात्र शाळेला जायचं म्हणजे जीवावर आल्यासारखंच होत होतं. पण जयश्री, वंदना, वहिनी यांची आठवण झाली; मग मात्र कोल्हापूरला जाऊ वाटलं. आईनं साठवासाठव केली. आमचे फाटके तुटके कपडे पिशव्यांत भरले आणि दुसऱ्या दिवशी सकाळीच मी, मऱ्याप्पा, मधु, मंगल नि आई कोल्हापूरला निघालो.

शाळा सुरू होऊन आठ दिवस झाले होते. मऱ्याप्पा, मधु पाचवीत गेले होते. मी दुसरीत गेले होते. कोल्हापुरात गेल्या गेल्या दादा आणि वहिनी आमच्यावर आणि आईवरही खवळले होते. '...तुम्हाला शाळेची काळजी नाही. आईबापांना तर त्याचं काय सोयरसुतक नाही..' असं बरंच काही बोलले.

आम्ही गेलेल्या रात्रीच दादा आईला म्हणाला, ''आई... लिंग्यासाठी मी एक मुलगी बघितल्येय. पाहुणे पण चांगले आहेत. इचलकरंजीत ते भांडी विकतात.

मुलगी पण चांगली आहे. मीच तुम्हाला बोलवण्यासाठी पालं शोधत येणार होतो, पण रजा मिळाली नाही...''

आई म्हणाली, ''पुरगी तुज्या मनाला आली आशील तर... तुज्या बाला आनि पांडूला बुलवून घिवू आनि साखरपुडा करू...''

दादा म्हणाला, ''मी सकाळीच इथं त्या मुलीचा मामा राहतोय, त्याला भेटून मुलीला आणायला सांगतो. मऱ्याप्पाला पाठवून देऊन बाबांना आणि काकांना बोलवून आणू. त्या मुलीचा मामा माझ्याबरोबरच जेल पोलीस म्हणून काम करतो. रावसाहेब गायकवाड त्याचं नाव.

आई म्हणाली, ''बरंऽऽ कर बाबा तुला बरं दिशील तसं...''

लिंगाप्पादादा तिथंच खाली मान घालून बसला होता. आई आणि अशोकदादा त्याला काहीच विचारत नव्हते.

सकाळीच मऱ्याप्पाला परत उगारला पाठवलं; बाबांना आणि काकांना घेऊन येण्यासाठी. दादा गायकवाडमामांच्या घरी गेला. मी आणि मधु शाळेला गेलो. शाळेत गेल्या गेल्या मी वंदनाला, जयश्रीला भेटले. दिवसभर शाळेत आम्ही तिघीजणी गप्पाच मारत होतो. शिकवत असलेल्या धड्याकडं आमचं लक्षच नव्हतं. फार वर्षांनी भेटल्यासारखं आम्हाला झालं होतं. दुपारच्या सुट्टीत आम्ही घरी न येता शाळेतच खेळत बसलो. संध्याकाळी मऱ्याप्पा बाबांना नि काकांना घेऊन आला. रात्री घरातले सर्वजण लिंगाप्पादादाला मुलगी बघण्याच्या विषयावरच चर्चा करीत होते. दुसऱ्या दिवशी मुलीचे वडील मुलीला घेऊन गायकवाडमामांच्या घरी येणार होते. पाहुणे कसे आहेत, काय काय देतील यासंबंधीच चर्चा सुरू होती.

सकाळी मुलगी बघायला बाबा, पांडूकाका, आई, अशोकदादा, वहिनी नि लिंगाप्पादादा निघाले. मी पण येते म्हणून रडू लागले. पण वहिनीनं मला येऊ दिलं नाही. अगोदरच शाळा चुकली आहे, आणि चुकवलीस तर बाईंना सांगून मारायला लावेन अशी धमकी वहिनीनं मला दिली. मी रडत रडत शाळेला गेले.

शाळा सुटल्यानंतर मी घरी आले तेव्हा सर्वजण मुलगी पाहून घरी आले होते. लिंगाप्पादादासकट सर्वांनीच मुलगी पसंत केली होती. साखरपुडाही तिथंच उरकून टाकला होता.

वहिनी म्हणाली, ''इमे, भाऊजींची होणारी बायको खूप छान आहे...''

मी पाय आपटत म्हणाले, ''मला कुटं बगाला यीव दिलंस...?''

आई म्हणाली, ''आता मस्त जलमबर बगाला मिळील. येकदा लगीन करून आनलं म्हंजी हितंच ऱ्हायाची हाय की !''

मला मात्र लिंगाप्पादादाची बायको कशी असेल याची फार उत्सुकता होती. तिचं नाव शोभा असल्याचं आणि तिचे वडील विठ्ठल सागरे भांडी विकायचा

व्यवसाय करीत असल्याचं घरातल्या लोकांच्या बोलण्यातून मला समजलं. ती रात्र घरात आनंदात गेली. वैशाख महिन्यात लग्न करायचं ठरलं होतं. देण्या-घेण्याबाबतही बोलणी झाली होती म्हणे. पण मला कोण सांगणार? आणि त्याच्याशी मला काही देणं-घेणं नव्हतंच म्हणा. मला फक्त नवीन वहिनीला बघायचं होतं. लिंगाप्पादादा तर भलताच खुशीत होता. वहिनी सारखी त्याला चिडवायची. बाबा किंवा पांडूकाका घरात आले की मात्र खाली मान घालून गप्प बसायची. बाबांना, काकांना वहिनी फार घाबरायची.

सकाळी आई, बाबा, काका, मंगल परत पालावर गेले.

मी रोज शाळेला जाऊ लागले. वंदना, जयश्री यांच्याबरोबर म्हैशी राखायलाही सकाळी जात होते. मला खेळायला मिळायचं म्हणून मी त्यांच्याबरोबर जाई, पण घरी आल्यानंतर वहिनीची बोलणी खावी लागायची. वहिनीला पुन्हा दिवस गेले होते. ती आता दोन महिन्याची गरोदर होती. मधु, मऱ्याप्पा नियमितपणे शाळेला जात होते. अभ्यास मात्र फक्त एकटा मधूच करायचा. मला वहिनी रागं भरून, तर कधी मारून अभ्यासाला बसवायची. मधु, मऱ्याप्पा आता पूर्वीसारखे माझ्याशी भांडत नव्हते. माझ्याशी फारसे खेळायचेही नाहीत. त्यातल्या त्यात मधु खोडी काढायचाच. लिंगाप्पादादाचा पगार थोडाफार घरात येत होता. त्यामुळं घरात आता पूर्वीसारखी उपासमार सहन करावी लागत नव्हती. परंतु लिंगाप्पादादाचं लग्न ठरलं असल्यामुळं पैसे जमा करण्यासाठी काटकसर सुरूच होती.

मी, जयश्री, वंदना खेळायला जात होतो. म्हैशी घेऊन गेलो की शेण्या लावत होतो. शेणात नाचून, खेळून सगळं अंग घाणेरडं व्हायचं. घरी आले की वहिनी मारायची. घरात जळणासाठी फोडीव लाकडं घेणं परवडत नव्हतं. म्हणून शाळा सुटल्यानंतर मी आणि वहिनी शेण गोळा करायचो नि त्याच्या शेणी लावून वाळवायचो. त्याच शेणी आम्ही जळणासाठी वापरत होतो. कधी कधी टिंबर मार्केटमध्ये जाऊन भुसा घेऊन यावा लागत होता. फार लांबपर्यंत चालत जायला लागायचं.

आता आमच्या घरात जरा बऱ्यापैकी दिवस आले होते. निदान मला तरी उपाशी राहावं लागत नव्हतं. कधी कधी अशोकदादाला लहर आली की तो कामावरून आल्या आल्या मला, मऱ्याप्पाला, मधूला बोलावून घेत असे. दप्तर काढायला सांगत असे आणि आमचा अभ्यास घेत असे. कोणाला पाढे, गणित, तर कोणाला वाचायला येत नव्हतं. मग दादाचा मार मिळायचा. त्याचा हातपण फार लागायचा. कैद्यांना मारून त्याच्या हाताला सवय झाली होती. मग वहिनी आमच्यासाठी दादाशी भांडायची.

एके दिवशी मला खूप सणकून ताप आला. अंगावर बारीक बारीक पुरळ

उठलं. वहिनी माझ्या अंगावरचं पुरळ बघून फारच घाबरली. तिनं सगळ्या शेजारच्या बायकांना माझ्या अंगावरचं पुरळ दाखवलं.

बायका म्हणाल्या, ''सुमनवहिनी... येवढं घाबरण्यासारखं काय नाय. गोवर आला आसंल. सात दीस चांगलं जपा. आपोआप निघून जाईल.''

परंतु सात दिवसांत ते पुरळ मोठं झालं आणि त्यामध्ये पिवळाधमक 'पू' झाला. मला पाय जवळ करूनसुद्धा बसता येत नव्हतं. सगळं अंग ठसठसत होतं. वेदना असह्य होत होत्या. फार दुखायचं. डोक्यातही फोड उठले होते. पिकलेले फोड झोपल्यावर फुटायचे. त्याची लस सर्वत्र पसरली. अंगावर मोठी-मोठी खांडकं उठली. घरातले सर्वजण घाबरले. लिंगाप्पादादानं आईला बोलावून आणण्यासाठी मऱ्याप्पाला पाठवून दिलं. अशोकदादा मुंबईला जेलच्या कामासाठी सहा-सात दिवस गेला होता. माझं डोकं मांडीवर घेऊन वहिनी दिवसभर रडत बसायची. वहिनीला आई आल्यावर फार बोलेल म्हणून भीती वाटत होती. मला काहीही खाता-पिता येत नव्हते. वहिनी मोसंबीचा रस काढून थेंब...थेंब माझ्या तोंडात घालायची.

भर दुपारीच आई, बाबा, मऱ्याप्पा, मंगल आली. मऱ्याप्पानं आईला खोटंच सांगितलं होतं, ''इचलकरंजीच्या पाहुण्यांनी निरोप पाठवला आहे आणि तुम्हाला दादानं बोलावलं आहे.'' मला त्या दिवशी सकाळपासून जास्तच झालं होतं. सर्वजण मी मरणार असं गृहीत धरून बसले होते. आईनं माझ्याकडं बघितलं. माझ्या चारी बाजूनं धोतराच्या कापडाची कमान होती. एका पांढऱ्या शुभ्र कापडावर कापूस पसरून मला झोपवलं होतं. अंगावर फक्त एक पातळ कापड टाकलं होतं. आईनं मला बघून हंबरडाच फोडला. बाबांच्या डोळ्यातही पाणी आलं. माझी अवस्थाच केविलवाणी झाली होती. आईला बघून तर मला जास्त रडायला येत होतं.

थोड्या वेळानं आई म्हणाली, ''कशानं झालं असं..? का अगुदर काय झालं हुतं?''

वहिनीनं सर्व वृत्तांत सांगितला. आईनं सर्व ऐकून त्यावर तोडगा काढला.

आई म्हणाली, ''शिवता-शिवत झालीया म्हणून गवर जास्त फुलला.''

लिंगाप्पादादा म्हणत होता, ''आई, इमीला दवाखान्यात नेऊ या.'' परंतु आई दवाखान्यात नेऊ देत नव्हती. 'देव बरं करील' म्हणायची. तेवढ्यात वंदनाची आई घाडगेमावशी आली. वंदना पण मला बघायला आली होती.

घाडगेमावशी म्हणाल्या, ''इमीची आई, रागावू नका. मी तुम्हाला सांगते हे कशानं झालं आहे.''

आई गडबडीनं म्हणाली, ''सांग बाय.. कशानं झालं? आन काय करू

म्हंजी बरं हुईल...? म्या माज्या लेकीसाठी जीव घाण ठिवीन.''

घाडगे मावशी म्हणाल्या, ''आहो..... एक महिना झाला या गोष्टीला. मी तुमच्या नळावर देव घासायला घिऊन आली होती. देव घासताना माझा हात राखीनं भरला, म्हनून मी हिला म्हनलं... माझ्याकडं बोट दाखवत घाडगीन मावशी म्हणाल्या, 'देव धुवायला थोडं पानी टाक...' ही पानी पीत हुबी हुती. हिनं नळाचं ताजं पानी टाकायचं सोडून उष्टं पानी देवावर ओतलं. मी लई चिडली होती हिच्यावर. तेव्हा बोलले सुद्धा, देव आता या पोरीला काय तरी करील आनि थोड्याच दिवसात असं झालं.''

आईनं दोन्ही गालावर मारून घेतलं. 'तोबा-तोबा' म्हणून पुटपुटली आणि म्हणाली, ''दिवी... माज्या लेकराकडनं चुकलं आसलं... मापी कर. म्या उद्याच तुजा उपास धराया लावीन तिला. पाच मंगळवार आनं पाच शुकुरवार कराला लावते; आनं यल्लम्मा, तुज्या नावानं तीन वर्सं लिंब नेसवते पुरीला...''

आधीच अशक्तपणा आला होता. त्यामध्ये ह्या उपवासांची आणखीन भर पडली. उपवासही कडक करावे लागत होते. आजारात काहीही फरक होत नव्हता. आई ओल्या फडक्यानं अंग पुसायची. कधी-कधी लिंबाचा पाला वाटून माझ्या अंगाला लावायची.

अशोकदादाचा एक परब नावाचा मित्र होता. तोपण सतत दारू पिऊन तर्र असायचा. तो एकदा आमच्या घरी आला. त्यानं माझ्याकडं बघून, मला काय झालंय विचारलं. लिंगाप्पादादानं सगळं सांगून टाकलं.

तो पटकन म्हणाला, ''भोसले...आदीच सांगायचं न्हाय का? माझ्याजवळ गावटी औषध आहे. मला भूतसुद्धा काढता येतं.''

आईबाबांचा त्यांच्या बोलण्यावर पटकन विश्वास बसला. त्यानं बऱ्याच झाडांच्या मुळ्या आणून दिल्या आणि माझ्या गळ्यात हाडकापासून तयार केलेली माळ घातली. त्यानं सांगितलं, रोज सकाळी उठल्यावर घरात सगळीकडं गोमूत्र शिंपडायचं. ह्या माळेची उदकाडीनं पूजा करायची. शिवाय एक मंत्र सांगितला; तो मंत्र बरोबर शंभर वेळा सकाळी आणि शंभर वेळा संध्याकाळी म्हणायचा. दिलेला अंगारा उजवीकडं तोंड करून फुंकायचा नि रोज सकाळी लिंबाचा दोन चमचे रस प्यायचा.

आजारापेक्षा सगळे उपचारच अघोरे वाटू लागले. मनात सारखं यायचं, पटकन मरून जावं. रोज रोजचा हा त्रास तर मिटेल. परंतु मरण सुद्धा येत नव्हतं. दिवसेंदिवस त्रास वाढतच होता. आता तर सगळ्यांनी माझी आशाच सोडली होती. आई तर दवाखान्यात घेऊन जायला तयार नव्हती. आईचा देवावर फार विश्वास. आई म्हणाली, ''माजा देव समदं चांगलं करील. तुमी उगंच

दवाखान्यात न्हिवून जास्त करून ठिवाल...''

अशोकदादा सकाळीच मुंबईहून परत आला होता. मला तडफडत्यालं बघून तो सगळ्यांवरच खवळला. लिंगाप्पादादाला तर तो फार बोलला.

अशोकदादा आईला म्हणाला, ''आई, तुझं तू ओरडत बस! देव... देव करत पोरीला मारून ठेवशील. असं तडफडून कधीतरी मरणारच, त्यापेक्षा दवाखान्यात नेतो. औषधपाण्यानं जगली तर जगेल नाहीतर मरेल!''

अशोकदादा वहिनीला म्हणाला, ''सुमे... पोरीला पांढऱ्या कापडात गुंडाळ...''

वहिनीनं माझ्या अंगाभोवती कपडा लपेटला. अशोकदादानं मला हातावर उचलून घेतलं.

''आश्या, कुटल्या डागदराकडं जातूस?'' बाबांनी विचारलं.

दादा चालता चालताच म्हणाला, ''कळंबा जेलमध्ये डॉक्टर आहे. त्यांच्याकडं दाखवितो. नाहीतर गावात ॲडमिट करतो.''

अशोकदादाच्या पाठोपाठ आई, बाबा, लिंगाप्पादादाही आले. डॉक्टर दादाच्या ओळखीचे होते. इथे सर्व मोफत मिळत होतं. कारण पोलीस लोकांच्या कुटुंबासाठी हे डॉक्टर होते. मी कधी-कधी तापाच्या गोळ्या किंवा वहिनीला इंजेक्शन द्यायला घेऊन येत होते. दवाखान्याच्या बाहेरच्या बाकड्यावर बरीच रांग होती. परंतु माझी अवस्था बघून बाहेर बसलेले पेशंट अशोकदादाला म्हणाले, ''तुम्ही आधी जावा.''

दादानं मला एका लाकडी टेबलवर झोपवलं आणि तो बाहेर गेला.

डॉक्टरनं मला तपासलं आणि दादाला आत बोलावून घेतलं.

अशोकदादा आत येताच डॉक्टरांच्या तोंडाचा पट्टा सुरू झाला. डॉक्टर माझ्या जखमा पुसत दादाला म्हणत होते, ''तुम्हाला जरा तरी अक्कल आहे का? एवढ्या जखमा होईपर्यंत झोपला होता का? अजून दोन दिवसांनी आणायचं होतं, म्हणजे प्रेत तरी हातात दिलं असतं.''

दादाला थोबाडीत मारल्यासारखं झालं. अशोकदादा डॉक्टरांचं बोलणं मुकाट्यानं ऐकून घेत होता. जखमा पुसताना मी जोरजोरात किंचाळत होते. सगळ्या अंगाची आग-आग होत होती. डॉक्टरनं पुसलेल्या जखमेवर कसली तरी पांढरी पावडर टाकली. एक पातळ औषधाची बाटली आणि पुडीत गोळ्या बांधून दिल्या. ''रोज जेवायला दूधभात द्या'' म्हणून सांगितले. सर्व औषधं घेऊन आम्ही घरी आलो.

रोज सकाळी दवाखान्यात जावं लागायचं. डॉक्टर जखमा पुसून पावडर टाकायचे. शाळा तर दोन महिने चुकली होती. परीक्षा जवळ आली होती. डोक्यात जास्त जखमा झाल्यामुळं केस कापले होते. शाळेत जायलासुद्धा लाज वाटत होती.

जखमा बऱ्या झाल्या. परंतु त्यांचे व्रण मात्र माझ्या अंगावर कायम राहिले. पाच पैशाच्या आकाराएवढे चट्टे सगळ्या अंगावर पसरले. मी पूर्ण बरी झाले. परंतु आईला आता काळजी वाटत होती. कारण अंगावर चट्टे पडलेल्या मुलीशी उद्या कोण लग्न करणार?

मी डोक्याला रुमाल बांधून शाळेला जात होते. माझ्या वर्गातल्या मुली माझे केस कापलेले बघून हसायच्या. मला फार राग येत होता. शाळेला जाऊच नये असं वाटायचं. पण आजारपणामुळं शाळा अगोदरच चुकली होती आणि आता घरात राहून शाळा चुकवली असती तर दादानं मला फार मारलं असतं.

बाबा म्हणत होते, "पुरीची साळा आता ऱ्हावू दी... आपल्यासंगं लिकरू ऱ्हायील. उगंच जीवाला घोर नगू..."

परंतु दादा त्यांचं ऐकूनच घ्यायचा नाही. आईला मी शिकावं असं वाटत होतं. पण मला अंगभर फोड उठून, त्याच्या जखमा झाल्यानंतर मात्र आईनं 'देवी कोपल्यानं' असं झालं असा सूर लावला होता.

रात्री सर्वजण घरी होते. बाबा अशोकदादाला म्हणाले, "म्या आनिक तुजी आय... उद्या पालांवर जातू. हिकडं यीवून बी बरंच दीस झालं. समद्यांनी हितं बसून खाल्ल्यावर कसं व्हुयाचं..."

आई एकदम म्हणाली, "तुमी जावा पालांकडं... म्या न्हाय येत. त्या गोजराच्या पोटाला दोन येळा भूतं जलमाला आली. यशोदाच्या दोन पुरी मेल्या. आता माज्या पुरीला धरलंय."

स्वत:शीच विचार करून आई ठाम आवाजात म्हणाली, "त्ये काय न्हाय... आपुन माणकीसुराच्या सटवाईला जावून यीवू. कुटल्याच पोराची जावळं त्या दिवीच्या दारात आजून काडली न्हायती. त्या बिगार आमच्या घराम्हागं लागल्याला फेरा चुकाचा न्हाय..."

अशोकदादा आणि लिंगाप्पादादा यांना आईचं म्हणणं पटत नव्हतं.

अशोकदादा म्हणाला, "आई, आजारी पडण्याचा नि देवीचा काय संबंध?"

आई एकदम खवळली. "आश्याऽऽ, लय श्येना व्हू नगूस. समद्या घराबाराला मातीत घाटल्यावर तुजं समादान व्हुईल. माजी सोन्यासारकी पुरगी मरील..."

आई बाबांकडं वळून म्हणाली, "म्या काय सांगत्ये... उद्या जावा पालांवर आनिक पांडूला, त्येच्या लेकराबाळाला आनिक गोजराला घिवून या. कुणाकडनं तर याजानं पैसं काडा... आश्या आनिक लिंग्यानं दिलं तर दीव दी, न्हायतर आमची लेकरं आमाला जड झाली न्हायती..."

लिंगाप्पादादानं काही तरी बोलायसाठी तोंड उघडलं होतं. परंतु आईचा अवतार बघून तो गप्प बसला. आईला काहीही सांगितलं असतं तर तिनं त्याचा

नेमका उलटा अर्थ काढला असता.

देवीचं नाव घेतल्यानं बाबाही आईकडूनच बोलू लागले. दादानं, वहिनीनं समजावून सांगण्याचा बराच प्रयत्न केला. परंतु काही उपयोग झाला नाही.

बाबा पालांवर गेले.

आई माणकेश्वराला जायची तयारी करू लागली. मऱ्याप्पाला पुण्याला पाठवून कमलआक्काला बोलावून आणलं. बाबा पांडूकाकांच्या कुटुंबाला घेऊन आले. दामूकाका कुठं होते ते समजलं नाही म्हणून त्यांना आणायचं राहिलं. घरात सर्व माणसं जमली. अशोकदादानं दुसऱ्याकडून काही पैसे कर्जाऊ घेतले. बाबांनी आणि काकांनीही लोकांकडून व्याजानं पैसे आणले होते. माणकेश्वरच्या सटवाईला जाण्यासाठी तशा गरिबीतही दोन-अडीच हजार रुपये कर्ज काढलं होतं. खरं तर घरातल्या सर्वांनाच देवीची भीती वाटत होती.

माणकेश्वर फार लांब होतं. जाण्या-येण्यात चारपाच दिवस तरी जातील असं आईबाबा म्हणत होते. आम्ही चारपाच दिवसांसाठी लागणाऱ्या साहित्याची साठवा-साठव केली.

आम्ही माणकेश्वरला जायला निघालो. पांडूकाका, गोजराकाकी, त्यांची मुलं, आमचं संपूर्ण कुटुंब आणि कमलआक्का. कमलआक्काचे यजमान अमसिद्ध भिसे सैन्यात नोकरीला होते. त्यामुळं आक्का बऱ्याच वर्षांपासून पुण्याला राहात होती. आम्ही पंढरपूरच्या एसूटीत बसलो. गोजराकाकीच्या मांडीवर अलका होती. घरातून येताना निम्मा-अर्धा संसारच बरोबर आणला होता. घागर, पातेलं, तांब्या, चटणी-मिठाची गाठोडी, दोन-चार वाकळा, वीस किलो ज्वारीचं पीठ बरोबर घेतलं होतं. वाटेत भाकरी करून खाव्या लागणार होत्या. आमचे सगळ्यांचे कपडे, तवा, परात, पळी, सगळं सामान एका पोत्यात भरलं होतं. घागर आणि तांब्या तेवढा वरती ठेवला होता. एसूटी थांबल्यावर घागर घेऊन काका पटकन खाली उतरायचे आणि पाणी घेऊन यायचे. आम्ही गाडीतच पाणी प्यायचो. लहान मुलांची रडारड सुरू व्हायची. एसूटीत आमच्या बोलण्याचा आवाज फार मोठा होता. 'एवढे पैसे पुरतील का?' 'अजून पाच-पाच सोन्याची जावळं घ्यायची का?' 'किती ठिकाणी मुक्काम करावा?' चर्चा सुरूच होती. आईनं पोत्यातून भाकरीचं गाठोडं काढलं. सकाळी येताना घरातूनच भाकरी करून घेतल्या होत्या. आईनं प्रत्येकाच्या हातावर एक भाकरी आणि थोडी डाळ घालून दिली. आम्ही सर्वजण हातावर भाकरी घेऊन एसूटीतच खाऊ लागलो.

आई मध्येच म्हणायची, "कमळाऽऽ भाकर घी, आश्याऽऽ डाळ घी... पोरां-कडं बगा." भूक फार लागली होती. घरातून आणलेल्या सगळ्या भाकरीचा

फडशा पडला होता. एसटीतले प्रवासी आमच्याकडं विचित्र नजरेनं बघत होते. आम्ही घरात बसून जेवल्यासारखं जेवत होतो. जेवल्यानंतर मला केव्हा झोप लागली ते कळलंच नाही.

आक्का मला हलवून उठवत म्हणाली, "इमे.. उट, पंढरपूर आलंय" मी खडबडून जागी झाले. सगळेजण खाली उतरले होते. मऱ्याप्पानं पाण्याची घागर भरून आणली. सगळ्यांचीच खरकटी तोंडं होती. भाकरी खाऊन कितीतरी उशीर झाला होता. सर्वजण पाणी प्याले.

आम्ही पंढरपूरच्या बसस्टँडजवळच मोकळ्या जागेवर आमचं साहित्य आणून टाकलं. रात्र झाली होती. मी, गोजराकाकी, वहिनी रात्रीच उसाच्या चुयट्या, नारळाची टपरं, काटक्या गोळा करू लागलो. त्या घाणेरड्या जागेवरच स्वयंपाक केला आणि जेऊन झोपलो. रात्रभर डासांनी त्रास दिला होता. झोपच येत नव्हती. दुसऱ्या दिवशी सकाळी भराभर साठवलं आणि स्टँडवर आलो.

साधारण दीड तासानंतर बार्शीला जाणारी एक एसटी लागली. आमचा दंगा, आरडाओरडा त्या स्टँडवर सुरूच होता. पुन्हा एसटीत बसण्यासाठी गोंधळ, मोठमोठ्यानं सूचना सुरू झाल्या. वहिनी एका पायानं पांगळी असल्यानं तिला एसटीत चढताना फार त्रास होत होता. गर्दीत तिचे फार हाल व्हायचे. मला तिची कीव यायची. कमलआक्का मात्र व्यवस्थितपणे एकटीच जाऊन बसायची. ती मला फार सुधारलेली वाटायची. भारी किंमतीची साडी, मॅचिंग ब्लाऊज, जाड सैलसर वेणी घातलेली. आक्का काळीसावळीच पण नीटनेटकी दिसायची.

आम्ही तिथून बार्शीला आलो.

बार्शीच्या स्टँडवर पुन्हा आमची सर्कस सुरू झाली. लहान मुलं, बायका धरून आम्ही बाराजण होतो. तिथून आम्ही संध्याकाळी माणकेश्वरला पोचलो. रात्री तिथं स्टँडजवळच आमचा मुक्काम पडला. परत जळण गोळा करणं, स्वयंपाक करणं सुरू झालं.

सकाळी बाबा आणि काकांनी त्या गावात जाऊन एक बोकड विकत आणलं. तिथून आम्ही सटवाईच्या देवळाकडं चालत निघालो. प्रत्येकाकडं काही ना काही होतंच. काका बोकड धरून चालत होते. बाबा बोकडाला पाठीमागून ढकलत होते. चिंचोळी पायवाट होती. बाबांनी अगोदरच सांगितलं होतं, त्या देवीला चप्पल घालून जायचं नाही, अनवाणी पायानंच देवीचं दर्शन घ्यायचं. ज्यांच्या पायात चप्पल होतं त्यांनी ते काढून हातात घेतलं होतं. झाडा-झुडुपांतून काट्या-कुट्यांतून चालणं त्रासाचं वाटत होतं. वाटेत छोटंसं पाण्याचं डबकं दिसल्यावर आम्ही पाणी प्यायलो. बोकडाचं मटण घरी नेता येत नव्हतं. जाताना वाटेतच ते खाऊन संपवायचं असतं. रात्री देवीच्या आवारात राहायचं नाही. दुसरीकडं मुक्काम करायचा. बाबांना या सर्व

सूचना पालांवरच कोणी तरी दिल्या होत्या.

आम्ही देवळाजवळ पोचलो. काकांनी कुठल्या तरी विहिरीतून पाणी आणलं. नंतर आम्ही चिल्ल्यापिल्ल्यांसकट सर्वांनी आंघोळी केल्या. देवीला नैवेद दाखवायचा होता. देवळाभोवती पाच फेऱ्या मारून काकांनी आणि बाबांनी बोकड कापलं. काकींनी चूल केली. पालापाचोळा, काटक्या-कुटक्या गोळा करून भात शिजवला. आईनं एका ताटात भात, त्यावर गुळाचा खडा ठेवला. हातात तांब्याभर पाणी घेऊन देवीला नैवेद दाखविला. इतर स्त्रीदेवतांप्रमाणे या देवीची मूर्ती होती. बोकडाचं कातडं सोलून झाल्यावर काकांनी परातीत मटण काढून आईकडं शिजवायला दिलं. इतर लोकही देवदर्शनासाठी आले होते. बाबांनी न्हाव्याला बोलावलं. मोठा मुलगा म्हणून अशोकदादाचे प्रथम केस कापले. अशोकदादाच्या डोक्याचा चमनगोटा केला. त्यानंतर आक्काचे केस कापायचे होते. आक्कानं वेणी सोडली आणि न्हाव्यापुढे केस धरले. न्हाव्यानं पहिल्या पाच केसाच्या पाच बटा कापल्या. मग त्यानं आक्काचे मानेपासून केस कापून टाकले. आक्काचे लांबसडक केस क्षणात खाली पडले. मी आक्काच्या कापून टाकलेल्या मऊसूत केसांकडं बघत होते. आक्कानंतर सर्व मुलांचे केस कापले. काका, बाबांनीही, देवीपर्यंत आलोच आहोत तर आपले पण केस कापून घ्यावे म्हणून केस कापून घेतले. लिंगाप्पादादा, मऱ्याप्पा, मधूनं पाच-पाच केस कापून घेतले. माझ्या डोक्यावर तरी अद्याप फारसे केसच आले नव्हते. फोड उठल्यावर माझे केस कापले होते. जेवढे आले होते तेवढे केस कापून माझा पण चमनगोटा केला. पुन्हा एकदा देवीच्या पाया पडून सामानाजवळ आलो. मटण शिजलं होतं. आईनं एका दोरीत बोकडाचं काळीज, बरगडीची पाच हाडं, दिलं ओवून हळद, मीठ लावून उकडलं होतं. त्याचाच नैवेद देवीला दाखवला. त्यानंतर आमचं जेवण झालं.

सगळ्यांनी पुन्हा एकवेळ देवीला हात जोडले.

आम्ही सामान उचलून वाटेला लागलो. गेलेल्या रस्त्यानं आम्ही परत येत होतो.

काका सगळ्यांना उद्देशून म्हणाले, "म्हागारी फिरून बगू नका. पुडं बगूनच चला."

मऱ्याप्पानं विचारलं, "मागं फिरून बगितल्यावर काय हुतं?"

आई गडबडीनं म्हणाली, "मऱ्या, तोबा-तोबा म्हण... तोंडात मारून घी... त्या दिवीचं म्हात्म्य लय भारी हाय."

काकी म्हणाली, "आक्का, काय हाय?"

आईनं आजीकडून ऐकलेली देवीची दंतकथाच सांगायला सुरुवात केली.

"लय वर्साची गोस्ट हाय. एका बाईला दहा वर्सं मूल नव्हतं. घरातली समदीजण तिचा जाच करायचीत. बिचारी रोज रडत बसायची. त्या बाईनं लय उपास-तापास केलं. देवधर्मबी केला. पर तिच्या घरात काय केल्यानं पाळणा हालीना. तिची सासू लय वंगाळ हुती. रोज घाण्याला जुपल्याल्या बैलावाणी तिला कामाला जुपायची. एक दिस ती जळाण हुडकाया जंगलात गिली." आई खोकला लागल्यामुळं मध्येच बोलायची थांबली.

काकीनं विचारलं, "मग पुडं काय झालं?"

"जळाण गोळा करत करत ती ह्या सटवाईच्या देवळाजवळ आली. तिला समद्यांनी सांगिटलं हुतं ह्या दिवीचं म्हात्म्य लय हाय. त्वा दिवीला कायबी माग, दिवी तुला परसन हुईल. तिनं दिवीला हात जोडलं, आनं भरल्या गळ्यानं म्हनाली, 'आये... सटवाई... मला येक लिकरू हुदी... आनं माज्या घुडीला शिंगरू हुदी. म्या तुला माजं पयलं लिकरू आनं शिंगरू तुज्या पायाशी आनून सोडती.'

"ती पाया पडून जळाण घिऊन घरला आली.

"पुढं दीस सरासरा उलटत गेलं. ती गरवार झाली. दिसामासानं तिचं प्वॉट वाडू लागलं. आनं एकदिशी पाटंचच तिला पोरगं झालं.... पोरगं रंगारूपाला सोन्यापरास बी उजवं हुतं. आनं तिच्या घुडीला बी पांढरं शिपात शिंगरू झालं. शिंगराच्या मस्तकावर चांदाची कोर हुती. पोरगं, शिंगरू म्हयन्याभराचं झाल्यावं ती नवास फेडाया घिऊन आली. तिनं दिवीम्होरं एका दगडाला शिंगरू बांदलं, पोराला दिवीच्या पायावर ठिवलं, आनं ती दिवीच्या भवतीनं फेऱ्या मारू लागली. फेऱ्या मारताना तिच्या मनात काळं आलं. तिनं इच्यार केला, पोराला, शिंगराला हितं ठिवून गेल्यावं तेनांस्नी कोन संबाळील? येवड्या वर्सानं झाल्यालं पोरगं दिवीपशी ठिऊन गेल्यावं सासू घरात घ्याची न्हाय; आनं पोराला सुडून मलाबी करमायचं न्हाय. त्यापरीस दिवीच्या पाया पडून पोराला आनं शिंगराला घरला घिऊन जावावं. म्हनून ती गडबडीनं देवळाभवतीनं फेऱ्या मारा लागली. ती च्यार फेऱ्या मारून पाचव्या फेरीला दिवीजवळ पाया पडाया आली. तर पोरगं बी गायब आनं दाव्याचं शिंगरू बी दिसलं न्हाय. ती लय घाबरली. तिनं समदीकडं बगितलं.... पर पोरगं दिसलं न्हाय. तिची दिवीकडं नदर गिली. बगतीया तर दिवीच्या दोनी दाडंत पोराचं आनं शिंगराचं दगडाचं पाय झाल्यालं. दिवीनी त्येनांस्नी खाल्लं हुतं. म्हनून त्या दिवीचं म्हात्म्य लय मोटं हाय."

आई थोडा वेळ थांबून म्हणाली, "पर आता ती पाय दिसत न्हायती. माणसांनी छिन्नीनं तासून काढल्याती जनू !"

आईची गोष्ट ऐकून भीतीनं माझ्या अंगावर काटा उभा राह्यला. आपल्या

डोक्यावर ओझं आहे हेही सर्वजण विसरून गेले होते.

आम्ही परत माणकेश्वरला आलो. शाळेसमोर ओझं टाकलं. रात्री राहिलेलं सर्व मटण शिजवून खाल्लं. दुसऱ्या दिवशी तिथून निघालो. परत आमचा आगळा-वेगळा प्रवास सुरू झाला. कसंतरी सहाव्या दिवशी आम्ही कोल्हापूरला आलो.

घरात भलतीच गर्दी झाली होती. बसायला जागा पुरत नव्हती, तर झोपायला कशी पुरणार? आम्ही बरेचजण दारातच उघड्यावर झोपू लागलो. माझी, मऱ्याप्पाची आणि मधूची आणखी पाच-सहा दिवस शाळा चुकली होती. आम्हा तिघांनाही शाळा चुकवल्याबद्दल छड्या बसल्या होत्या. तीन-चार दिवसांवर वार्षिक परीक्षा आली होती. अभ्यास करायलाही घरात जमत नव्हतं. मी, जयश्री, वंदना यांच्या घरी जाऊन अभ्यास करत होते. मऱ्याप्पा मात्र फारसा अभ्यासच करत नव्हता. मधु आपल्या मित्रांच्या घरी जाऊन अभ्यास करीत होता.

रात्री घरातल्या सर्वांची जेवणं झाली. पांडूकाका म्हणाले,

"दादा, उद्याच्याला निगूया. लय दिस बुडगत झाली. पयलंच लय खरूच झालाय..."

आई खवळूनच म्हणाली, "पांडुरंग, देवादिकांच्या कारनाला आसं म्हणाय न्हाय. आय सटूबाय दील की मिळवून..."

बाबा म्हणाले, "उद्या सकाळा आपून जावू चिकुडीला. रकमी हितंच न्हायील. पोरांची अजून परीकशा व्हुयाची हाय. आनिक सुमीबी बाळातपनाला जायाची हाय. पोरांच्या पोटाला आनं घालाला न्हायला पायजी. चिकुडीत आपली लोकं भांडी इकत्याती. त्येंच्या वळकीवर आपुनबी भांडी घिवू आनि इकू. दामूची बायकूबी भांडी इका लागल्याया म्हणं ततं यिवून...."

आई म्हणाली, "मागून तर काय मिळत न्हाय... त्या परास भांडी इकल्यालीच बरी हायती."

भांडी विकायचं ठरवून बाबा आणि पांडूकाकांचं कुटुंब चिकोडीला गेलं.

आमची परीक्षा झाली. मऱ्याप्पा वहिनीला बाळंतपणासाठी माळीनगरला सोडून आला. वहिनीचं बाळंतपण कसं होईल, याची घरातल्या सर्वांनाच काळजी होती. वहिनीची पहिली मुलगी तसं होऊन मरण पावल्यानंतर तर घरातल्या लोकांची भीती वाढलेलीच होती. मी, मंगल, मधु, मऱ्याप्पा, आई, लिंगाप्पादादा, अशोकदादा घरात होतो. आई माझ्या लग्नासाठी आतापासूनच स्थळं बघून ठेवू लागली. एकवेळ साखरपुडा झाला का या काळजीतून आपली सुटका होईल, असं तिला वाटायचं. आईचा विचार बाबांना सोडून कोणालाच पटत नव्हता.

मंगल आता सहा वर्षांची झाली होती. तिला शाळेत घालण्यासाठी घरात ठेवायला दादा सांगत होता. मला आता मंगल असल्यामुळं खेळायची अडचण नव्हती. आम्ही दोघी चिंचोक्यानं, जिबलीनं खेळत होतो. खेळताना मी चिंचोके जिंकले की मंगल रडायची. आईला जाऊन सांगायची. मग आई मला शिव्या द्यायची,

"यीवडी घुडी झालीय... पर आक्कल काडीची येत न्हाय. ती बारकी बहीण हाय. संबाळून घेवावं.. उद्या लगीन केल्यावर आमचं नाक कापचील..."

खरं तर त्यावेळी माझं वय नऊ वर्षांचं होते. पण मी आईला फार मोठी झाल्यासारखं वाटत होतं. घरातले सर्वजण आता मंगलचाच जास्त लाड करत होते. अशोकदादा तर ड्यूटीवरून आल्या आल्या तिला पुढ्यात घेऊन बसायचा. खरं तर मंगल माझ्यापेक्षा काळी होती. घरातली माणसं तिचा लाड करताना मला मात्र तिचा फार राग येत होता. मला तिच्यामुळं बोलून घ्यावं लागायचं. शिवाय तिचाच लाड जास्त करायचे आणि मला मात्र घरातली कामं लावायचे. रडल्यामुळं आपल्याला खेळात जिंकता येतं हे कळल्यानं मंगल जरा काही झालं की रडायची.

एक दिवशी माळीनगरहून बाळूमामाचं पत्र आलं. वहिनी बाळंत झाली होती. वहिनीला मुलगा झाल्याचं पत्रातून समजलं. आम्हाला फार आनंद झाला. आई आणि अशोकदादा मात्र साशंक होते. मागला अनुभव गाठीला होता. पत्र वाचल्या वाचल्या आई मऱ्याप्पाला म्हणाली,

"मऱ्या, त्वा उद्याच्यालाच माळीनगरला जा आनिक सुमीला घिवून यी. ततं ठिवाला नगू..."

अशोकदादानं पैशाची व्यवस्था केली. यावेळी मात्र आईनं अंगडं, टोपडं घेतलं नाही, की काही खायचे जिन्नस केले नाहीत. मऱ्याप्पा यावेळेला जायला तयारच झाला नसता; परंतु मुलगा झाला होता म्हणून तो निघाला.

एरवी तो म्हणायचा, "प्रत्येक गावाला सारखं मीच पळतो आनि मधु कुठंच जात नाही." आता मात्र कसलाही वाद न घालता तो गेला.

तीन-चार दिवस आमचे आनंदात आणि तणावातच गेले.

आई म्हणायची, "पोरगं कसलं झालंय कुणाला ठावं...!"

अशोकदादा काही बोलून दाखवत नव्हता. परंतु एकटाच कसला तरी विचार करत बसायचा. मला आणि मंगलला मात्र फार आनंद झाला होता. घरात खेळायला बाळ येणार होतं. पाचव्या दिवशी मऱ्याप्पा बाळ हातात घेऊन आला. त्याच्या पाठोपाठ वहिनी. आमची बाळ बघायला धडपड सुरू झाली. आल्या आल्या आईनं बाळाला घेतलं आणि मांडीवर घेऊन बसली. बाळ गोरंपान,

गुटगुटीत होतं. मी आणि मंगल आईजवळ गेलो. बाळाचा हात धरून त्याला खेळवायला लागलो. तोच आई एकदम ओरडली, "आगं... कवळा हात हाय... लांबनं खेळवा..."

माझ्या आनंदावर पाणीच पडलं. मला आईचा राग आला. परंतु बाळाला सोडून जावंसं वाटेना. अशोकदादा फार आनंदी दिसत होता. मनावरचं आतापर्यंतचं दडपण नाहीसं झालं होतं. वहिनी फारच अशक्त झाली होती. शेजारच्या झोपड्यांतली बायका-मुलं आमच्या घरात जमली. बाळाला बघून त्याचं कौतुक करू लागली.

शेजारची सुशिलाबाई म्हणाली, "मावशी, बाळाचं बारसं घालून नाव ठेवा."

आई एकदम सुशिलाबाईवर खेकसली, "आगं बायऽऽऽ बारश्याचं नाव काडू नगूस... लय हाऊस मोज किली की लिकरू मरतंय...."

शेजारच्या बायका आईकडं अवाक होऊन बघत होत्या. वहिनीच्या चेहऱ्यावर मात्र नाराजी दिसत होती.

आई बाळाला खेळवत-खेळवत म्हणाली, "माजा जिन्नूच सुमीच्या पोटाला आलाय.. तवा त्येचंच नाव ह्येला ठिवाचं." असं म्हणून आई त्याला विजय म्हणायची. त्याचं नावच विजय पडलं. वहिनीनं मात्र त्याचं नाव अमोल ठेवलं. वहिनी एकटीच बाळाला अमोल म्हणायची. घरातले सर्वजण विजय म्हणायचे. लिंगाप्पादादा कामावरून आल्यानंतर बाळाला तास-तासभर खेळवत बसायचा. अशोकदादा काही त्याला फार वेळ घ्यायचा नाही.

वहिनीनं गप्पा मारता मारता मऱ्याप्पाचा माळीनगरमधला एक मजेशीर किस्सा सांगितला.

मऱ्याप्पा हातात पिशवी घेऊन वहिनीच्या घरी गेला. वहिनीच्या आईनं म्हणजे सीतामामीनं पाण्याचा तांब्या भरून आणला आणि तो मऱ्याप्पाला दिला. परंतु मऱ्याप्पानं चूळ न भरताच भरलेला तांब्या तसाच मामीकडं परत केला. सीतामामी मनातून घाबरली. पाहुणे खवळले की काय अशी भीती मामींना वाटू लागली. वहिनी पण मनातून घाबरलीच होती. अशोकदादा फारच रागीट स्वभावाचा होता. त्यामुळं सर्वांना त्याची भीती वाटायची.

मामी गडबडीनं म्हणाली, "का रं... मऱ्याप्पा, काय झालं? पाणी का घेत न्हायीस? काय चुकलं का आमचं?"

मऱ्याप्पा सीतामामीला म्हणाला, "पयलं तुमी मला बाळ दाखवा."

मामीनं मऱ्याप्पाला बाळाच्या पाळण्याजवळ नेलं. बाळ गाढ झोपलं होतं. मऱ्याप्पानं त्याला हलवून उठवलं. 'झोपलेल्या पोराला कशाला उठवितोस' म्हणून मामी ओरडत होती. मऱ्याप्पानं बाळाचे दोन्ही पाय हलवून बघितलं. हात

उचलून बघितलं. डोळे कसे आहेत ते बघितलं. पुन्हा दोन वेळा पाय लांब करून बघू लागला.

मामी चिडली. चिडक्या आवाजातच ती म्हणाली,

"मऱ्या, आसं काय करतुस..? पोराचा पाय मोडंल की !"

मऱ्याप्पा चटकन म्हणाला, "बरोबर... मामी मीपन तेच बगत होतो. मुलाचा पाय वहिनीसारका पांगळा हाय की काय म्हनून..!"

वहिनीच्या घरातल्यांची हसून पुरेवाट झाली.

मामी म्हणाली, "बराच म्हातारा झालाय की !"

मऱ्याप्पा म्हणाला, "वहिनीसारकंच पांगळं झालं तर काय करायचं?"

मऱ्याप्पाची समजूत अशी होती, की वहिनी पांगळी आहे म्हणून मुलगाही पांगळाच होईल. वहिनीनं जेव्हा सांगितलं तेव्हा घरातल्या सर्वांची हसून पुरेवाट झाली. अशोकदादा पुढे किती तरी दिवस तो किस्सा आठवून हसायचा.

अशोकदादा मऱ्याप्पाला म्हणायचा, "मऱ्याप्पा... याच्यापुढे कोणालाही मूल झालं की तुलाच पाह्यला पाठवीन.... तुला मुलांची पारख चांगली करता येते."

मग आम्ही खो-खो हसायचो.

लिंगाप्पादादाच्या लग्नाची तारीख जवळ आली होती. पैशाची जुळवाजुळव करायसाठी म्हणून आई चिकोडीला पालांवर गेली होती. भांडी विकायचा व्यवसाय आमच्या लोकांनी सुरू केल्यानं आता आमची पालं एका-एका गावाला बरेच दिवस राहात होती म्हणे. अशोकदादाही लिंगाप्पादादाच्या लग्नासाठी पैसे जमवण्याचा प्रयत्न करीत होता. लग्न फक्त पंधरा दिवसांवर आलं होतं. घरातल्या लोकांचे लग्नासाठी पैसे जमविण्यासाठी हाल सुरू होते. परंतु मी, मधु, मंगल, मऱ्याप्पा, आम्ही मात्र खुशीत होतो. लग्नासाठी आम्हाला नवीन कपडे घेणार होते. शिवाय नवीन वहिनी बघण्याची हौसही होतीच. चार-पाच दिवसांपूर्वीच लिंगाप्पादादाचे होणारे सासरे विठ्ठल सागरे येऊन लग्नाची तयारी करण्याबाबत सांगून गेले होते. त्यांची सर्व तयारी होत आली होती. आमच्या घरातली माणसं मात्र पैशाच्या काळजीत होती. नुकतेच माणकेश्वरच्या देवीसाठी अडीच-तीन हजार रुपये खर्च केले होते. ते पण कर्जाऊ घेऊन. आता आणि लग्नासाठी पैसे लागणार होते. घरात वहिनीची, अशोकदादाची नि लिंगाप्पादादाची पैशांबाबतच चर्चा चालायची. लग्न इचलकरंजीत मुलीकडंच होणार होतं.

चिकोडीतून आमची माणसं लग्नासाठी कोल्हापूरला आली. दामूकाकापण आपलं कुटुंब घेऊन निपाणीहून आले होते. तीन दिवसांनी लग्नाची तारीख होती. पाहुण्यांनी घर भरलं होतं. अशोकदादानं आणि लिंगाप्पादादानं फंडातून कर्ज

काढलं होतं. बाबा आणि काकांनीही काही पैसे कर्जाऊ आणले होते. हळूहळू नातेवाईक घरात जमू लागले. आमचं घर फारच अपुरं पडू लागलं. म्हणून शेजारच्या लताक्का आणि विजयक्का यांनी आपल्या घरातली काही जागा आमच्या माणसांना झोपण्यासाठी दिली होती. बरीच माणसं दारातच झोपायची. लग्नाची तयारी करण्यासाठी धावपळ झाली होती. सर्वच खरेदी करायची होती.

घराच्या दारात चार मेढी रोवून करंजाचा मंडप घातला. आम्हाला गोंधळ घालून देवकार्य केल्याशिवाय लग्नाला जाता येत नव्हतं. दामूकाकांचे मुलगे सिद्धूदादा नि सुखदेवदादा, मऱ्याप्पा, मधु यांची धावपळ खूप व्हायची. मोठी माणसं, बायका काहीबाही खरेदी करून आणत होते. बाबा आणि काका राजारामपुरीतल्या आमच्याच जातीमधल्या लोकांना गोंधळाची सुपारी देऊन आले होते. गोंधळी रात्री येणार होते.

दिवसभर आमची धावपळ सुरू होती. सर्वांना कपडे घेण्यात बरेच पैसे खर्च झाले होते. लग्नातच आमच्या तिन्ही कुटुंबातल्या लोकांना नवीन कपडे मिळणार! एरव्ही कोण घेतो कपडे? फाटके-तुटके मागून आणलेले कपडे घालावे लागायचे. त्यामुळं प्रत्येकजण 'मला कापडं घ्याला पायजी...' म्हणून हटून बसलेला. अशोकदादाची, बाबांची, आईची मात्र फारच कोंडी झालेली. कोणाला घ्यावं आणि कोणाला नाराज करावं? त्यामुळं त्यांनी चिल्ल्यापिल्ल्यांसकट सर्वांनाच कपडे घेतले होते. परिणामी पुढल्या कार्यक्रमाला पैसे कमी पडणार हे उघड होतं. कपडे घेतल्यामुळं बाकीची मंडळी आनंदात होती. दिवस मावळला आणि लगीनघाई म्हणजे काय ते मला दिसू लागलं. कोण कोणाला काय सांगतं आणि कोण काय करतं याचा काही थांगपत्ता लागत नव्हता. रात्री गोंधळ असल्यानं गोंधळाची तयारी करावी लागत होती, तर एवढ्या माणसांची जेवणाची व्यवस्थाही त्याच वेळी बघावी लागत होती.

कोणी म्हणायचं, "आरं...गोंदळाचं काय झालं...?" कोण म्हणायचं, "देव पुजलं का?" "दिवटी किली का?" "धाटं कुटं हायती...?" "निवद करा..." गोंधळ घरात गोंधळी येण्यापूर्वीच सुरू होता. नुसत्या सूचना सुरू होत्या. कामं मात्र फार थोडेजण करत होते.

एकदाचे गोंधळी आले. त्यांना गोजराकाकीनं चहा करून दिला. गोंधळी लगेच कामाला लागले.

त्यांनी जोंधळ्याची पाच धाटं एकत्र बांधून खोप तयार केली. त्याच्यावर पाच कडाकण्या बांधल्या. त्या धाटाच्या खोपीत एक पाट स्वच्छ धुवून, त्यावर नवं कापड घालून ठेवला. त्यावर पितळी तांब्या पाणी भरून ठेवला. त्या तांब्याच्या गळ्यात सोन्याची बोरमाळ घातली. मरगम्मादेवी, माणकेश्वरची सटवाई,

खंडोबा आणि वाडवडिलांच्या नावानं केलेले टाक एका ओळीनं ठेवले. त्या टाकांवर हळदीकुंकू टाकलं. प्रत्येक टाकासमोर पानसुपारी ठेवली. त्यावर थोडे थोडे तांदूळ ठेवले. एक नारळ तांब्यात उभा ठेवला. गव्हाच्या कणकीच्या केलेल्या पणत्या तेल घालून ठेवल्या. त्यात वाती घालून त्या पणत्या पेटवल्या. एका बाजूला लोखंडी सळईला चिंध्या गुंडाळून दिवटी केली. त्या दिवटीजवळ तेल घालण्यासाठी लिंगाप्पादादा बसला. रात्रभर त्याला तेल घालत बसावं लागणार होतं.

सर्व पूजा व्यवस्थित झाल्यानंतर गोंधळ्यांनी सर्वांना तिथं येऊन नमस्कार करायला सांगितलं. मग आमच्या घरातले सर्वजण पाया पडेपर्यंत गोंधळ्यांनी आपला साज चढविला. त्यातल्या प्रमुखांनी जरीचा फेटा, कोट, गळ्यात कवड्यांच्या माळा घातल्या होत्या. एकानं गळ्यात संबळ अडकवला होता. एकाच्या हातात तुणतुणं, तर दुसऱ्याच्या हातात झांज होते.

सर्व गोंधळ्यांनी गोंधळाला सुरुवात केली. प्रमुख एक ओळ म्हणायचा, त्याच्यानंतर इतर तिघेजण तीच ओळ म्हणायचे.

"जेजुरीच्या खंडेराया गोंधळाला यावं... तुळजापूरच्या आई आंबाबाई गोंधळाला यावं...."

सर्व देवादिकांना वंदन करून झाल्यानंतर वाडीतल्याप्रमाणेच कथेला सुरुवात झाली. आमच्या जवळपासची सर्व लोकं गोंधळ बघायला आली होती. रात्रभर गोंधळ सुरू होता. मला मात्र प्रथमच आपणही इतर लोकांसारखं मोठं असल्यासारखं वाटू लागलं. आमच्या घरासमोर माणसं येऊन बसली होती. नाही तर आमची लोकं दररोज लोकांच्या दारात लाचार होऊन जातात. लिंगाप्पादादाला रात्रभर त्या दिवटीला तेल घालत बसावं लागलं. मधूनच गोंधळी दिवट्याच्या नावानं टिंगल करायचे. जमलेली माणसं लिंगाप्पादादाकडं बघून पोट धरून हसायची. दिवस उगवेपर्यंत असंच सुरू होतं. काही लहान मुलं झोपली होती. मला फार झोप येत होती. पण घरातील माणसं सारखं काहीतरी काम सांगायची. त्यामुळं रात्र जागूनच काढावी लागली होती. मंगल मात्र आईच्या फुड्यातच झोपली होती. आजी सर्व घरातल्या माणसांना आणि बायकांना अधिकारवाणीनं काहीबाही सांगायची. ती अनुभवी म्हणून सगळेजण तिचं ऐकायचे.

दिवस उगवण्यापूर्वीच गोंधळ्यांनी गोंधळ संपवला. भराभर उत्तरपूजा केली. उत्तरपूजा म्हणजे रात्री जे जे त्या धाटाच्या खोपीत घातलं ते ते काढलं. बायकांनी रात्रीच सर्व साठवून ठेवलं होतं. अजून लिंब नेसायचा होता आणि त्यानंतर इचलकरंजीला जायचं होतं.

लिंब नेसण्यासाठी गडबड सुरू झाली. आजीला आणि काकांना दारातच

आंघोळ घातली. आजीच्या कमरेभोवती लिंबाचे डहाळे बांधलेली दोरी बांधली. गोंधळी संबळ वाजवीत होते. काकालाही तसाच लिंब नेसवला होता. आजीनं दातात लिंबाचा पाला धरला होता. हात जोडले होते. हातात हळदीनं पिवळं केलेलं कापड होतं. चार पोरांनी आजीच्या आणि काकाच्या डोक्यावर चादर धरली. आक्का आरतीचं ताट घेऊन पुढं चालत होती. आई तांब्यातला लिंबू आजीच्या आणि काकांच्या डोळ्यांना लावत होती. वहिनी पाठीमागून दहीभात टाकत होती. बाबा आणि दादा आहेराचे कपडे आणि पाण्याची घागर घेऊन चालत होते.

घरापासून थोड्या अंतरावर आंब्याचं झाड होतं. तेथे सर्वजण येऊन थांबले. बाबांनी पाच बारीक खडे आणले. ते खडे धुवून एका रांगेत मांडले. त्याच्यावर हळदीकुंकू टाकलं. दहीभाताचा नैवेद दाखविला. गोंधळी गाण्याच्या तालावर संबळ वाजवत होते. आजीनं, काकानं लिंब सोडला. नवीन कपडे घातले. सर्वजण "उदं...गंऽऽऽआई.... उदंऽऽऽ" म्हणाले आणि घरी आले. गोंधळ्यांनी पूजेजवळचं सगळं साहित्य घेतलं. आईनं एका सुपात गुळ, पीठ, हरभऱ्याची डाळ आणून दिली. त्याला 'शिधा' म्हणत होते. गोंधळी सर्व घेऊन निघून गेले.

आम्हाला इचलकरंजीला जायचं होतं. सकाळी अकरा वाजता अक्षदा होत्या. अशोकदादानं एक टेम्पो भाड्यानं सांगितला होता. तो सात वाजता येणार होता. तोपर्यंत आमचं सर्व आवरायला हवं होतं. दिवस उगवण्यापूर्वीच नळावर आमच्या लोकांच्या आंघोळीला सुरुवात झाली. आजी, बाबा, आई, काका यांची सारखी, "लवकर... आटपा..." म्हणून घाई सुरूच होती. आमची माणसं, बायका, मुलं त्या नळावर दोन-दोन तांबे पाणी अंगावर ओतून घेत होते. निम्म्यापेक्षा जास्त अंग कोरडंच असायचं. तसेच कपडे घालायचे. नवीन घेतलेले कपडे घालण्याची घाई सुरू होती.

टेम्पो आला. टेम्पोत सामान चढवण्याची गडबड सुरू झाली. मग कोणी ओरडायचं, "आगं, येऽऽ तुजी तुजी लेकरं बरूबर घिवून. टेंपूत बस...." तर कोणी म्हणायचं, "ती रूकवताचं समदं घेतलं का..." तर कोणी सूचना करायचे, "न्हवरीची कापडं... इसरत्याली.." सूचनांवर सूचना चालू होत्या. मेंढरं ट्रकात कोंबल्यासारखं एकदाचं सर्वांना त्या टेम्पोत बसवलं. आत बसायला जागा नव्हती. दाटीवाटीनं उभेच होतो. एकदाचं आमचं वऱ्हाड निघालं. सगळ्या वाटेनं टेम्पोत दंगा, गोंधळ सुरूच होता.

आम्ही इचलकरंजीला आलो. लग्न घरापासून बऱ्याच अंतरावर आमचा टेम्पो थांबवला. बाबा, पांडूकाका आणि अशोकदादा टेम्पोतून उतरले आणि लग्नघराकडं गेले. टेम्पोत बसलेली आमच्यातील माणसं म्हणत होती,

"कसलं पावणं हायती! वराड चांगलं तासबर थांबलंया.. पर अजून वाजंतऱ्यांचा पत्त्या न्हाय... ह्येनास्नी काय रितभात हाय का न्हाय?"

एकंदर, वाजंत्री आले नव्हते म्हणून आम्ही टेम्पोतून उतरून तिथंच थांबलो होतो. जणू काय बिगर वाजवता लग्नघराकडं जाणं म्हणजे आमच्या लोकांचा अपमानच झाला असता. थोड्या वेळातच बाबा आणि काका गडबडीनं आले. त्यांच्यापाठोपाठ वाजंत्री जवळजवळ पळतच येत होते. आम्हाला बघूनच वाजंत्र्यांनी वाजवायला सुरुवात केली. आमच्या लोकांना आपण वरपक्षाची मंडळी आहोत असे वाटून आपलाच वरचष्मा झाल्यासारखं वाटलं. परंतु त्यासाठी बराच वेळ घालवावा लागला होता. नऊ वाजले होते. अकरा वाजता तरी अक्षदा होत्या. वाजंत्री पुढं पळत होते, तर आमची माणसं त्यांच्यामागे. एकंदरीत बघण्यासारखाच तो देखावा होता. लग्नमंडपाजवळ आमचं वऱ्हाड आलं. मंडप कापडी आणि भव्य होता. आम्हाला जानवस घर दिलं होतं. तेही तीन खोल्यांचं मोठंच होतं. परंतु आमच्याकडच्या लोकांची संख्या जास्त. ते घरही अपुरं पडत होतं.

"आवरा-आवरा, लय येळ झाली", "हळदी लावाच्या हायत्या" असा आरडाओरडा सुरू झाला. तशातच स्पीकरमध्ये मोठमोठ्यानं गाणी सुरू होती. कोणाचं कोणाला समजत नव्हतं. लिंगाप्पादादा अंगावर उपरणं घेऊन गप्प बसला होता. मला तर तो धरून आणल्यासारखाच वाटायचा. दोघी-तिघी बायका आल्या. त्या तिकडच्या लग्नघरातल्या होत्या. त्यांनी दोन वाट्यात भिजवलेली हळद आणून दिली. लिंगाप्पादादाला हळद लावली. नवरीला मंडपात आणलं होतं. "आवरा.... लवकर..." "येळ झाली...." अशा सूचना सुरूच होत्या.

नवरीनं तोंडावर पदर ओढून घेतल्यानं तिचा चेहरा दिसत नव्हता. मंडपातच पाच तांबे मांडून कळस केला. त्याला दोऱ्यांच्या पाच फेऱ्या गुंडाळल्या. लिंगाप्पादादा पुढं आणि नवरी मागं असं फिरत होते. नवरी काय चेहऱ्यावरचा पदर मागं घेत नव्हती आणि आम्हाला तिचा चेहरा दिसत नव्हता. मला फार उत्सुकता होती ती कशी दिसते ते बघायची. मंगल पण माझ्याबरोबर वहिनीला बघण्यासाठी धडपडत होती आणि आम्ही नवरीच्या जवळ जाण्यासाठी धडपडत होतो. नवरा-नवरीला आंघोळ घालणाऱ्या बायका आमच्यावर खेकसत होत्या, "येऽऽ पुरींनू, म्हागं व्हा की... कळसाला धक्का लागील..." मग आम्ही निराशेनं मागं जात होतो.

नवरा-नवरीला आंघोळ्या घातल्या. नवीन कपडे घातले. बाशिंग बांधलं. अक्षदाची वेळ होत आली होती. भटजीनं एकदाचं "शुभ मंगलऽऽऽ साऽऽवऽधाऽऽनऽ" म्हटलं. लिंगाप्पादादाचं लग्न लागलं. जेवणाच्या पंगती पडल्या. नवरा-नवरी बोहल्यावर बसली. बायका, माणसं त्यांना येऊन भेटत होती, "नाव घ्या" म्हणून चिडवत होती.

लिंगाप्पादादा नाव घ्यायचा "चलती है बस उडती है धूल, शुभांगी के हात में गुलाब का फूल...." दादानं शोभा नावाचं शुभांगी केव्हा केलं ते समजलंच नाही. वहिनी नाव घ्यायची, "दारी व्हुती तुळस, त्याला घालती पळी पळी पानी, आधी होती आईबापाची तानी, आता झाले लिंगाप्पारावाची रानी.."

सगळ्या बायका खो खो हसायच्या. काहीजणी चिडवत म्हणाल्या,

"झालीस गऽऽ बाई रानी.."

इकडं नाव घेण्याची चढाओढ सुरू होती, तर मांडवात दुसऱ्या ठिकाणी रूकवत मांडला जात होता. एका चटईवर रूकवताची भांडी मांडली होती. फराळानं भरलेल्या दुरड्या ठेवल्या होत्या. चादर, गादी ठेवली होती.

आमच्या लोकांना या सर्व वस्तू बघून पाहुणा श्रीमंत असावा असं वाटत होतं. रूकवत मांडून झाला होता. वहिनीकडच्या बायका रूकवत उचला म्हणून सांगत होत्या. रूकवत काय फुकटात उचलावा लागत नव्हता. त्यासाठी संपूर्ण आहेर ठेवावा लागत होता. प्रत्येक वस्तू उचलताना उखाणा घ्यावा लागत होता.

आईनं आहेर आणून रूकवतावर टाकला आणि परात उचलत उखाणा घेतला, "आला आला रूकवत, त्यावर हुती परात, काडा नवरा-नवरीची वरात..."

यशोदाकाकीनं उखाणा घेतला, "आला आला रूकवत, त्यावर होता आकडा, ईनबाईचा दात वाकडा.."

आमच्याकडच्या बायकांची हसून पुरेवाट झाली. परंतु वहिनीकडच्या बायका चिडल्या. त्या पण उखाणा घेत म्हणाल्या,

"आला आला रूकवत, त्यावर होतं गाजार, आनि ईनबायला पोरं हजार तर नुसता भुतांचा बाजार.."

लगेच आई म्हणाली, "आला आला रूकवत, त्यावर होतं वांगं... ईनबायचं पोरगं पांगं"

वहिनीनं, यशोदाकाकीनं सर्व रूकवत उचलला.

तेवढ्यात शेवंतावहिनी आईला म्हणाली, "मामी...आता एक मोटं नाव घ्या."

आजीपण म्हणाली, "रक्मा, घी की नाव."

आई नाव घेऊ लागली,

"सारवून सुरवून केला पोळा
पंचमीनं उघडला डोळा
पंचमीची काढते चितरं
आली म्हाळाची पितरं
म्हाळाची निवडते डाळ

आली घटाची माळ
घटाचं घेते सोनं
पाडव्यानं केलं येणं
पाडवा घेतो झोंबी
शिमगा घेतो लोंबी
शिमग्याची करते खीर
शिंपण्याला नाही धीर
दिवाळीची घेते पणती
संक्रांत आली नेणती
संक्रांतीला पुजते करा
नामदेवरावाचं नाव घेते
बेंदरा पातूर दम धरा''

मी तर आईच्या तोंडाकडं बघतच राहिले. मला शाळेत आज शिकवलेलं उद्यापर्यंत लक्षात राहात नव्हतं; तर आईनं एवढं मोठं नाव कसं पाठ करून ठेवलं होतं? ते पण वर्षातली सर्व सणं एकत्र करून तयार केलेलं नाव. मला आईच्या स्मरणशक्तीचं कौतुक वाटलं.

आम्ही संध्याकाळी त्याच टेम्पोनं कोल्हापूरला परत आलो.

लिंगाप्पादादाचं लग्न करून आल्यानंतर तीन-चार दिवसांतच सर्व नातेवाईक निघून गेले होते. पांडूकाका, दामूकाका आपापली कुटुंबं घेऊन भांडी विकण्यासाठी गेले होते. आमची शाळा सुरू झाली होती. मी तिसरीत गेले होते. मऱ्याप्पा, मधु सहावीत गेले होते. आई आणि आजी अद्याप घरातच होत्या. आमची नवीन वहिनी दिसायला छान होती. पण ती फार स्वच्छ राहत होती. थोडीशी घाण दिसली की नाक मुरडायची. हिडीसफिडीस करायची.

बेंदराचा सण होता. आमच्या शाळेला सुट्टी होती. घरात पुरणपोळ्यांचा स्वयंपाक सुरू होता. लिंगाप्पादादा आणि वहिनी हिंदी सिनेमा बघायला गेले होते; म्हणून आई, आजी सकाळपासून त्यांच्या नावानं खडं फोडत होत्या. थोरल्या वहिनीचा मुलगा विजय चार महिन्यांचा झाला होता. त्याला कॉटवर टाकलं होतं. त्याच्या शेजारी बसूनच आजी आणि आई पान खात होत्या. वहिनी खलबत्त्यात मसाला वाटत होती. मी चुलीपुढं बसून जाळ घालत होते. चुलीवर गुळवणीचं पातेलं ठेवलं होतं. वहिनी मनातून चरफडतच मसाला वाटत होती. तिला कामाला लावून ते दोघं सिनेमा बघायला गेले होते. वहिनी चिडली होती. तेवढ्यात विजयनं मसाला असलेल्या खलबत्त्यातच लघवी केली. पूर्ण खलबत्ता

भरला.

वहिनी म्हणाली, "आत्त्या, आता आमटीला मसाला कोणता घालायचा... पोरानं तर त्यात लघवी केली..."

आजी म्हणाली, "सुमे... तेवढा मसाला टाकून दितीस व्हय?"

"मग काय मुलाच्या लघवीची आमटी करायची?"

"पोरानं लघवी केल्यालं टाकाची नसती... पालांवर बऱ्याच येळा झुळीतली पोरं ताटात, तांब्यात मुतत्याती; आमी टाकून देत न्हाय."

"मग काय करतात?" वहिनीनं गडबडीनं विचारलं.

"पित्याती... टाकाचं नसतं... न्हायतर पोरगं बुळगं हुतंया"

आजी 'लघवी पित्यात' म्हटल्यावरच मला मळमळायला लागलं. मी बाहेर जाऊन पचकन थुंकले. आई, वहिनी जोरात हसल्या.

आजी तर म्हणाली, "इमीलाच प्यायला दी !"

मी म्हटलं, "प्या नाहीतर बसा, मी आमटीच खाणार नाही."

आजी म्हणाली, "इमेऽऽ, हाकडं यी..."

मी आत गेले.

आजी म्हणाली, "ही आमटी आपुन त्या दोगास्नी खायाला घालू... त्वा सांगू नगू... सिनिमा बगत्याती का? यिऊ दी आता, मुताची आमटीच प्याला लावत्ये..." शोभावहिनीला प्रत्येक गोष्टीला "शी... घाण" म्हणायची सवय होती. त्यामुळंच आजीनं ठरवलं होतं.

वहिनीला मसाला टाकता येत नव्हता, नाही तर आईचं किंवा आजीचं वाटेल ते बोलून घ्यावं लागलं असतं. वहिनीनं तो लघवीचा मसाला घालून घट्ट आमटी केली. वहिनी आमटी करताना म्हणाली,

" मुलगा हिजडा होऊ दे, नाहीतर आणखी काय तरी होऊ दे... पण मी काय ती आमटी खाणार नाही."

सगळा स्वयंपाक झाला.

मधु, मऱ्याप्पा, अशोकदादा जेवायला बसले.

सगळेजण 'आमटी फारच छान झालीय' म्हणून पीत होते. त्यांना आमटी पिताना बघून मला हसू आवरत नव्हतं. आजी माझ्याकडं मोठे डोळे करून बघत म्हणाली,

"तुला जेवाचं आसंल तर जेव की... उगंच कशाला दात काडत हुबी हायीस? तुला जेवाचं नसंल तर पोरास्नी जिवू दी"

आई, आजी, मी नि वहिनी जेवून उठलो. परंतु मी आणि वहिनीनं आमटी खाल्ली नाही.

थोड्या वेळानं लिंगाप्पादादा आणि वहिनी सिनेमा बघून आले. मी वहिनीला विचारलं,

"धाकटी वहिनी, पिक्चर कसा होता?"

"चांगला होता."

लिंगाप्पादादा पोट बडवत म्हणाला, "आई, लवकर वाढ... लई भूक लागलीय..."

वहिनीनं विचारलं, "पोळी देऊ, का आमटी भात?"

दोघं एकदमच म्हणाले, "आधी आमटी भात वाढा."

दोघांनाही आमटी भात आवडत होता. वहिनीनं दोघांना ताटं वाढून दिली आणि तोंडाला पदर लावून गप्प बसली. त्या दोघांना फार भूक लागल्यामुळं ते भराभरा जेवत होते. दोघांचं पूर्ण जेवण होईपर्यंत आम्ही कसंतरी हसू आवरलं. जेवून उठल्यावर ते म्हणाले,

"आमटी फारच छान झालीय..."

इतका वेळ दाबून ठेवलेल्या हास्याचा स्फोट झाला. आम्ही सर्वजण खो...खो हसत होतो. हसताना आजीचं अंग गदागदा हालत होतं.

लिंगाप्पादादा चिडून म्हणाला, "काय झालं हसायला? आमटी चांगली म्हनू न्हाय का?"

आजीनं लिंगाप्पादादाला सगळं सांगितलं.

लिंगाप्पादादा वहिनीला म्हणाला, "वहिनी, तुमी तरी काय वेड्या हायेत काय, त्यांचं ऐकून लघवी आमटीत घालायला?"

वहिनी म्हणाली, "आजी ऐकायलाच तयार नव्हती."

धाकटी वहिनी तांब्याभर पाणी घेऊन बाहेर गेली. खाकरून खाकरून तोंड धूत होती. मध्येच तोंडात बोटं घालून उलटी करत होती.

आई म्हणाली, "शोभे... एकदा गिळलं म्हंजी झालं. किती उलट्या केल्यास तर काय थोडंच पडणार हाय?"

वहिनी खाकरून, दमून वैतागून घरात येऊन बसली. आम्हाला सगळ्यांना हसत असलेलं बघून तीही हसू लागली.

आई आणि आजी पालांवर गेल्या होत्या. लोकांचं बरंच कर्ज झाल्यानं आई म्हणाली होती, "म्या बी भांड्याची बुट्टी घिती. तेवडंच च्यार पयंसं मिळत्याली..."

बाबा तर अगोदरपासूनच भांडी विकत गावोगाव फिरत होते. घरात दोघी वहिन्या आणि शाळेसाठी राहिलेली आम्ही चार भावंडं होतो. मंगलला पण शाळेत घातलं होतं. ती पहिलीत होती. ती आईची आठवण काढून सारखी

रडायची, पण मी असल्यामुळं माझ्याबरोबर शाळेत यायची.

अशोकदादा आणि लिंगाप्पादादा यांच्यांपैकी एकजण तरी रात्रपाळीला असायचा. नव्याची नवलाई संपली होती. काम कोणी आणि किती करायचं यावरून दोघी वहिन्यांमध्ये कुरबूर सुरू झाली.

"मीच एकटीनं का भाकरी करायच्या?"

"मीच धुणं-भांडी का करायची?"

शोभावहिनी तर आमचं नाव न घेता म्हणायची, "च्यार-च्यार जणांना शाळा शिकवायची... त्यांच्या पोटापाण्याला घालायचं... काय आमच्या उपकाराला शिकत्याती?"

यावरून थोरली वहिनी आणि धाकटी वहिनी यांच्यात भांडणं जुंपायची. कधी-कधी त्या दोघीजणीपण आपापल्या नवऱ्यांना भांडणं झाल्याचं सांगायच्या. त्यावरून त्या दोघा भावांमध्ये भांडण व्हायचं. आम्हाला फार वाईट वाटायचं. मऱ्याप्पा आणि मधु मनाला लावून घ्यायचे. आपल्यावरून भांडणं होतात म्हणून दिवस-दिवसभर घरी यायचे नाहीत. आई-वडील पोटाच्या पाठीमागं दारोदार फिरत असलेले. भावांच्या आधारावर टाकून गेलेले. मला आणि मंगलला काही फारसं वाटत नव्हतं. परंतु मधु आणि मऱ्याप्पा निराश झालेले दिसायचे. घरात आल्यानंतर आमचं कोणाचंच अभ्यासाकडं लक्ष नसायचं. कशाच्या तरी निमित्तानं घरातलं वातावरण गरम होत असे.

मी सकाळी उठून शोभावहिनीबरोबर शेणी, जळण गोळा करायला जात होते. घरापासून फार लांबपर्यंत जळणाला जावं लागायचं. नऊ वाजेपर्यंत जळणाचा भारा घेऊन घरी येत असे. त्यानंतर घरातली कामं करीत असे. कधी झाडून काढणं, भांडी घासणं, धुणं धुणं, तर कधी स्वयंपाक करणं. घरातली कामं झाली की मग शाळेला जायचं. शाळेतून घरी आलं की पुन्हा कामाला जुंपलं जायचं. थोरल्या वहिनीला वाईट वाटायचं. पण मी बसून राहिले किंवा खेळायला गेले की, "कामं करत न्हाईत... खेळत बसायला पाहिजे... आमच्या मुळावरच ठेवल्याती.." असं धाकट्या वहिनीकडून बोलून घ्यावं लागत असे.

माझा खेळ तर जवळजवळ बंदच झाला होता.

कधी लिंगाप्पादादाला किंवा अशोकदादाला मऱ्याप्पा किंवा मधु माझ्याविषयी बोलायचे. मग दोघी वहिन्यांनापण बोलून घ्यावं लागायचं. परंतु दुसऱ्या दिवशी मलाच बोलणी घ्यावी लागायची; कारण मंगलला काही फारसं समजत नव्हतं. त्यामुळं तिला कोणी टोचून बोलायचं नाही. कधी कधी वाटायचं, आई असती तर बरं झालं असतं. तिच्याकडं हट्ट करता आला असता. पहिलं थोरल्या वहिनीकडं हट्ट करायची. ती पण माझा हट्ट पुरवायची. परंतु आता तीही

पहिल्यासारखं माझ्याशी वागत नव्हती. त्या दोघींची आमच्यावरून सारखी भांडणं व्हायची. मग थोरली वहिनी म्हणायची, "मी एवढं दिवस... एवढ्या लोकांचा खटारा ओढत आणला आणि ही चार महिन्यापूर्वी आली तर हिला सगळेजण जड झाले.... मीच काय सगळ्यांचा मक्ता घेतलाय...?"

भांडणं त्या दोघींची व्हायची आणि हाल मात्र आमचे होत होते.

आमची सहामाही परीक्षा होऊन पाच-सहा दिवस झाले होते. परंतु पालांवरून आम्हाला घेऊन जाण्यासाठी कोणीही येत नव्हतं. मी दररोज कोण येतंय का, म्हणून वाट बघत होते.

एके दिवशी सकाळीच सुखदेवदादा आला. अशोकदादा ड्यूटीवर निघाला होता. सुखदेवदादा म्हणाला,

"दादा, तुमाला सगळ्यांना थोरल्या बाबानं बोलवलंय. म्हातारीला जास्त झालंय..."

आम्हाला सगळ्यांना धक्काच बसला. इथून गेली तेव्हा तर आजी इतकी धडधाकट होती. मग अचानक काय झालं?

लिंगाप्पादादा रात्रपाळी संपवून आला. त्यानंतर आम्ही सर्वजण निपाणीला आलो. निपाणीच्या माळावर आमची आठ-दहा पालं होती. आजीला एक स्वतंत्र लहान पाल केलं होतं. आजीच्या पालापुढं सगळी माणसं बसली होती. आम्ही पण तिथंच बसलो.

अशोकदादानं आईला विचारलं, "आई, आजीला काय झालं?

आई म्हणाली, "दामूनं कुटल्या मड्यावरची च्यादर आनली आनिक म्हातारीला दिली. ती च्यादर मड्यावरची हाय आसं कळल्यापासून म्हातारी धरनीला पडली."

आजीला एका फाटक्या वाकळंवर झोपवलं होतं. अंगावर चिंध्या झालेलं लुगडं होतं. तोंडावर माश्या बसत होत्या. यशोदाकाकी हातानं माश्या हुसकत होती. आजीला बोलता येत नव्हतं. तोंड थोडंसं वाकडं झालं होतं. आजी बोलण्यासाठी खूप धडपड करत होती. परंतु तिला बोलताच येत नव्हतं. अशोकदादाचं डोळं पाण्यानं डबडबलं होतं. तो भरल्या गळ्यानी म्हणत होता,

"येसाई, मी आलोय. तुझा आशा... बघ माझ्याकडं... बोल माझ्याबरोबर..."

आजी निपचीत पडली होती.

बायका म्हणत होत्या, "म्हातारीनं कमळासाठी जीव धरलाय."

बायकांनी मला साडी नेसवली आणि आजीजवळ घेऊन गेल्या. सगळेजण खोटंच म्हणाले, "कमळा आली, कमळा...."

मी आजीजवळ जाऊन बसले. आजीला माणसं बरोबर ओळखता येत होती. आजीनं माझ्या अंगावरून हात फिरवला. केसावरून, हातावरून आजी हात

फिरवत होती. मध्येच आजी हात फिरवायची थांबली. सगळ्यांनी जोरात हंबरडा फोडला. लोकांची आरडाओरड, रडारड, गोंधळ ऐकून शेजारच्या घरातली माणसं लांब उभं राहूनच आमच्याकडं बघत होती. आमच्या बायका रडत रडत म्हणत होत्या, "माजी चिमणीऽऽ कुटं उडून गिलीऽऽ..."

माणसांनी आजीचं प्रेत पालाच्या मेढीला टेकवून बसवलं. डोळे उघडेच होते. ते डोळे बाबांनी हातानं बंद केले.

माणसं म्हणत होती, "लवकर मांडी घाला... न्हायतर पाय ताट हुत्याली..."

आजीच्या पायाची मांडी घातली. कोणीतरी अगरबत्ती आणली होती. अगरबत्त्या आजीच्या प्रेतासमोर लावल्या. बायका रडतच होत्या. मला मात्र रडायला येत नव्हतं. मी सगळे रडतात म्हणून रडायचा प्रयत्न करत होते. परंतु माझ्या डोळ्यात पाणीच येत नव्हतं. म्हणून मी हळूच तिथून उठले आणि पालात जाऊन डोळ्याला पाणी लावून पुन्हा येऊन बायकात बसले. एरव्ही कोणी थोडं बोललं तरी मला रडायला यायचं. विठाआक्का मात्र जोरजोरात "आजे गऽऽऽ तुला कुटं बगू ऽऽऽ ये आजे" असं म्हणत डोकं आपटून घेत होती. मी नुसतंच 'आजी....आजी' म्हणत होते.

आमच्या बायका पूर्वीचा सगळा इतिहास रडता रडता सांगत होत्या. प्रेत रात्रभर ठेवायचं ठरलं होतं, कारण कमलआक्का अजून आली नव्हती. शेवटी तोंड तरी बघायला मिळावं म्हणून रात्रभर जागरण करायचं होतं. एकाही पालात चूल पेटली नव्हती. माणसं प्रेतासमोर पत्ते खेळत होती. बायका आजीचं कौतुक करत होत्या. आई पण आजीचं गुणगान गात होती.

मला एक मात्र कळत नव्हतं, आजीनं आईचा एवढा छळ केला होता, तरीसुद्धा आई आजीचं कौतुकच सांगत होती. यशोदाकाकीनं आजी जिवंत असेपर्यंत कधी तांब्या भरून पाणीसुद्धा दिलं नव्हतं. एकदा तर काकी म्हणाली होती, "मुर्दाडे... त्वा मेली म्हंजी म्या पोळ्या करून खायीन. गावाला समद्या पेडं वाटीन." परंतु ती काकीसुद्धा आजीचं कौतुकच करत होती. कोणाजवळ तर जुना रेडिओ होता. रेडिओवर कोणतं तरी भजन लागलं होतं. लोक म्हणत होती, "म्हातारीचं नशीब लय चांगलं... मिली, तरीबी तिच्या मढ्याम्होरं भजन लागलंय!" रेडिओला काय माहीत होतं की आज आमची आजी मरणार आहे म्हणून? त्यांनी त्यांचा कार्यक्रम लावला होता. परंतु आमच्या लोकांना वाटत होतं की देवानंच आपलं म्हणणं ऐकलंय.

रात्र जागून काढली.

सकाळीसुद्धा आक्का आली नाही. मग लोकांनी प्रेत उचललं. गाडगंभर पाणी तापवलं. त्या पाण्यानं प्रेताला आंघोळ घातली. पांडूकाकानं आजीसाठी

नवीन पातळ आणलं होतं. तेच पातळ आजीला नेसवलं. जिवंत असेपर्यंत फाटक्या ठिगळ्याशिवाय तिला काय नेसायला मिळालं नव्हतं. आता मेल्यावर नवीन पातळ नेसवून तर काय उपयोग होता? आजीला थोडंच कळणार आहे? आजीचं प्रेत एका फाटक्या वाकळंत घातलं. बायका मोठमोठ्यानं रडू लागल्या. खंडूमामानं बायकांना बाजूला सारलं. चौघांनी त्या वाकळंच्या चारी बाजूला धरलं. बाबांनी शिकाळ धरलं होतं. प्रेत घातलेल्या वाकळंचा आकार पाळण्यासारखा झाला होता. बायका रडत आपटून घेत होत्या. फक्त पुरुषमाणसंच तेवढी प्रेत घेऊन गेली. मी पण माणसांच्या पाठीमागं निघाले, पण आईनं मला अडवलं.

आई म्हणाली, "इमे... तू जावं नगं... येकांदं भूत लागील."

आजीची प्रेतयात्रा ओढ्याच्या दिशेनं गेली.

गोजराकाकीनं आजीच्या पालातली थोडी जागा शेणानं सारवली. सारवलेल्या जागेवर थोडं पीठ पसरलं आणि त्यावर तेलाचा दिवा ठेवला. एक पातेलं त्यावर पालथं घातलं. थोड्या वेळानं प्रेत पुरून माणसं परत आली. त्यांनी ओढ्यातच आंघोळ्या केल्या होत्या. आम्हाला पण पालासमोरच आंघोळ करायला लावली. प्रत्येकानं चुली पेटवून चहा केला. आम्हाला चहाला बोलवू लागले. लोकांनी चहा देऊन आमचं तोंड गोड केलं. नंतर बाबांनी पालथं घातलेलं पातेलं काढलं. बायका एकमेकीला ढकलून बघत होत्या.

बाबा म्हणाले, "मोराचं पाय उठल्याती !"

सगळेजण म्हणत होते, "बरं झालं ! म्हातारी आनंदानं नाचत फिरील... चांगल्या जलमाला गिली."

आई म्हणाली, "जिन्नूच्या येळंला गायीचं खूर उटलं हुतं."

आमच्या जमातीच्या समजुतीनुसार आजी मोर होऊन आभाळात ढग जमू लागल्यावर थुई...थुई करून नाचणार होती, तर जिन्नूदादा तेहतीस कोटी देवांचा बोजा सांभाळत चारा शोधत फिरणार होता.

मी आईला विचारलं, "आई, ती वाकळ कुठाय?"

आई म्हणाली, "वाकळ म्हागारी आणाची नसतीया... न्हायतर भूत हून म्हातारी म्हागारी यितीया... म्हनूनच फाटक्या वाकळंत मढं घिवून जात्याती."

काय विचित्र पद्धत होती! रानावनात फिरून खाणाऱ्या लोकांना मेल्यावर जाळायसाठी लाकडं, शेणी घ्यायला पैसे नसतात, म्हणून खड्डा काढून पुरतात आणि वाकळ तिथंच टाकायची असते, म्हणून ती फाटकीच घेऊन जातात.

थोड्या वेळानं कमलआक्का, दाजी आणि सीतामामी आले. त्यांना सांगण्यासाठी सिद्धुदादा पुण्याला गेला होता. तो पण त्यांच्याबरोबरच आला. पुन्हा थोडा वेळ रडारड झाली. माझ्या दोन्ही काकांनी आणि बाबांनी डोक्याचे केस, दाढी-मिशा

काढून टाकल्या होत्या. आईवडील मरण पावल्यानंतर मुलांनी केस कापायचा रिवाज होता. मी सकाळपासून विचार करत होते, आजीच्या शेजारी रूईची फांदी का ठेवली नाही? जिन्नूदादाच्याच वेळेला का ठेवली होती?

आई डोकं धरून पालात बसली होती. मी आईजवळ गेले आणि आईला विचारलं, "आई, आजीच्या प्रेताजवळ का बरं रुईची फांदी ठेवली नाही?"

आई माझ्याकडं बघत म्हणाली, "अगं... आजीचं लगीन झालं हुतं म्हनून फांदी ठिवली नव्हती. जिन्नूचं लगीन व्हुयाचं हुतं. त्या अगुदरच त्यो मेला... त्येची लगनाची, संसाराची आशा उरली हुती... तवा मेल्यावरबी तेचा आत्मा घुटमळत ऱ्हायला असता, त्याचं भूत झालं असतं.. म्हनून त्याचं रुईच्या फांदीसंगं लगीन लावून तांदूळ टाकून जाळलं हुतं."

आई म्हणाली, "उठ बाहीर जा. सोबा हिरीत कापडं धुतीया. तूबी धू लाग जा."

मी तिथून उठले.

वहिनी विहिरीच्या आत एक पाय पाण्यात सोडून गाणं गुणगुणत कपडे धुवत होती. विहीर खूप खोल होती. पाणी आटलं होतं. त्यामुळं विहिरीत उतरूनच धुणं धुवावं लागायचं. पडीक विहीर होती, म्हणून त्या पाण्याचा धुण्याभांड्यालाच वापर करावा लागत होता. विहीर येण्याजाण्याच्या वाटेवरच होती. अंधारात एखादा चुकून त्या विहिरीतच पडणार. विहिरीजवळूनच पायवाट होती. विहिरीच्या जवळच आमची पालं होती. एखादं लहान मूल रांगत जाऊनसुद्धा विहिरीत पडलं असेल, असं मला वाटलं.

मी आणि वहिनीनं धुणं धुतलं. धुण्याचे पिळे घेऊन आम्ही वरती आलो. मला पाण्याची फार भीती वाटायची. मी भीतभीतच कपडे धुतले होते.

दुसऱ्या दिवशी त्या पालांमधला प्रत्येकजण आपापल्या पोटाच्या पाठीमागे धावू लागला. बायका आणि पुरुष भांड्याच्या बुट्ट्या डोक्यावर घेऊन आसपासच्या खेड्यांतून भांडी विकण्यासाठी गेले. लहान मुलं हातात परडी किंवा ताटल्या घेऊन त्यात अंबाबाईचा फोटो ठेवून भीक मागायला गेली. आमच्या तीन कुटुंबांना - म्हणजे आमचं कुटुंब, दामूकाकांचं कुटुंब आणि पांडूकाकांचं कुटुंब यांना - सुतक असल्यानं कोणीही भांडी विकायला गेले नाहीत. दामूकाकांची मोठी मुलगी आंबू, तिचंही पाल तिथंच होतं. तिला दोन मुलीच होत्या. आंबूआक्काचा नवरा तिला फार छळायचा. रोज दारू पिऊन तिला मारायचा. ती त्याला फार घाबरायची. तिला मात्र आजी मरण पावली तरी दुसऱ्या दिवशीच भांडी विकायला जावं लागलं. तिचा नवरा कल्लाप्पा भांडी विकून घरी येतानाच मिळालेल्या पैशातून

दारू प्यायचा. त्यामुळं आंबूआक्कालाच संसार चालवावा लागायचा.

आमच्या घरात त्या दिवशी स्वयंपाक केलेला नव्हता. भूक फार लागली होती. मंगल 'भाकर...दीऽऽ' म्हणून रडत होती. शालनआक्कानं आपल्या घरातून भाकरी आणून मंगलला दिली होती. संध्याकाळ झाली होती. भांडी विकण्यासाठी गेलेले पुरुष, बायका परत येत होत्या.

आंबूआक्का दिवस मावळला तरी भांडी विकून परत आली नाही. तिथल्या पालांतल्या सर्व बायका, माणसं भांडी विकून परत आली होती. बायका स्वयंपाकाला लागल्या होत्या. मुलांचा रडायचा, बोंबलायचा दंगा सुरू होता. कल्लाप्पा पालाच्या मेढीला टेकून बसला होता. तो भरपूर दारू पिऊन बरळत होता. आंबूआक्काची मुलगी सुरेखा भूक लागली म्हणून रडत होती. बापाला 'भाकर दी...' म्हणत होती. बाप दारूच्या नशेत होता. तो आंबूआक्काला अचकट-विचकट शिव्या देत होता. मुलगी जास्तच रडायला लागली, तसं तो तिला मारू लागला. आई चुलीपुढून उठली आणि त्या मुलीला घेऊन आमच्या पालाकडं आली. त्या मुलीच्या नाकातून शेंबूड गळत होता. दोन्ही हात शेंबडानं बरबटले होतं. अंगावरचा फ्रॉक तेलकट, मळकट झाला होता. ओठांची सालटं सोलून निघल्यामुळं ओठ लालचुटूक दिसत होते. आईनं एका फाटक्या फडक्यानं त्या मुलीचं तोंड पुसलं. तिला आमटीत भाकरी चुरून खायला दिली. सुरेखा भराभरा खात होती.

आमच्या सगळ्या लोकांना आंबूआक्काची काळजी वाटत होती. यशोदाकाकी आणि आई रडायच्या स्थितीत होत्या.

माणसं कुजबुजत होती, "तरणीताटी बाय हाय... कुनाची बी नजर लागासारखं रूप हाय... काय बरंवायीट तर झालं नशील!"

बायका देवीची विनवण्या करत होत्या. फुलाक्का म्हणत होती, "आय.. मऱ्याई, लेकराला तुजीच राखन हाय... तुज्या आशीरवादानं लिकरू लवकर म्हागारी यीवू दी..."

सुखदेवदादा स्टँडकडं आंबूआक्का आली का बघायला गेला होता.

कल्लप्पा म्हणत होता, "गिली आसंल कुनाचा तर हात धरून... न्हायतर बसली आसंल कुनाला तर धरून!"

माणसं त्याच्या बोलण्याकडं लक्ष देत नव्हती. कंदिलामुळं पालात थोडाफार उजेड दिसत होता. तेवढ्यात सुखदेवदादा आणि आंबूआक्का येताना दिसली. सुखदेवदादानं भांड्याची बुट्टी घेतली होती. आंबूआक्कानं हातात आडवं मूल आणि डोक्यावर एक गाठोडं घेतलं होतं. आमच्या जिवात जीव आला. सगळेजण आंबूआक्काला विचारू लागले,

"आंबू... काय झालं? येवडा उशीर का क्येला?"

आंबूआक्का पालापुढं बसत म्हणाली, "बायांनु... गाडी चुकली. लांबच्या गावाला गिली हुती... जवळच्या गावात कुनी भांडीबी घेत न्हाय.. थोडा धंदा हुईल म्हनून काडी वडाया त्या गावाला गिली, पर ततंबी धंदा झाला न्हाय... फिरून दमली आनि केंडावर आली तर इस्टी चुकली."

इतका वेळ शांत बसलेला कल्लाप्पा संतापला. तो तिथून उठला आणि आंबूआक्काच्या कमरेत लाथा घालत म्हणाला,

"त्वा अशीच सांगनार... बसली अशील कुनाला तर घिऊन, का कुनाला ठिऊन घितलीस? बोल.. त्यो कोन हाय?"

आक्का हातापाया पडत म्हणत होती, "मामा... खरंच माजी गाडी चुकली."

आक्काच्या मांडीवरची मुलगी जोरजोरात रडत होती. माणसं अडवत होती, पण कल्लाप्पा कोणाला आवरत नव्हता. तो तावातावानं आक्काच्या अंगावर धावून जात होता. त्यानं लाकडाच्या जळणातल्या भाऱ्यातली फोक काढून घेतली आणि त्या फोकेनं तो तिला मारू लागला. आंबूआक्का जमिनीवर गडागडा लोळत होती. कल्लाप्पा सिद्रामकाकांनाच शिव्या देऊ लागला, "तुमचा काय संमद न्हाय... तुमी तुमच्या पालात जावा... म्या आज हिचा मुडदा पाडणार हाय."

बायका चरफडत होत्या. मी माराच्या भीतीनं थरथर कापत होते. मला तिच्या नवऱ्याकडं बघायचीसुद्धा भीती वाटत होती. थोडा वेळ तो शांत बसला. सगळ्यांना वाटलं त्याचा राग गेला असेल. म्हणून सर्वजण आपापल्या पालाकडं परत गेले. आक्का एक हात डोक्याला लावून दुसरा हात जमिनीवर टेकवून बसली होती. तिच्या डोळ्यातून पाण्याच्या धारा लागल्या होत्या. आंबूआक्काला तिचा नवरा रोज मारायचा. आंबूआक्काला दोन्ही मुलीच झाल्या होत्या. तिला मुलगा नव्हता. त्यांच्या वंशाला दिवा नव्हता, म्हणून तिचा नवरा तिला सारखं बडवायचा. यशोदाकाकीनं आपल्या भावालाच मुलगी दिली होती. यशोदाकाकी मुलीला मारत्यालं बघून रडत बसायची. दुसरं काय करणार?

आंबूआक्काचा नवरा बसलेल्या जागेवरून उठला आणि चुलीपुढं गेला. चुलीजवळ एक भाकरी उलथायचं लोखंडी उलथनं पडलं होतं. ते त्यानं उचललं. आंबूआक्काचं लक्ष नव्हतं. त्यानं ते उलथनं चुलीत तापवलं. आक्कानं डाव्या हाताचा पंजा जमिनीवर ठेवला होता. त्या हातात त्यानं ते उलथनं जोरात खुपसलं. त्यानं ते एवढ्या ताकदीनं खुपसलं होतं की, उलथनं आरपार घुसलं होतं. आक्काच्या हातातून रक्ताच्या चिळकांड्या उडाल्या. आक्का ठोऽऽऽठोऽऽऽ बोंबलत गडागडा लोळू लागली. सगळी माणसं पळत आली. माझं काळीज चरकलं. डोळ्यातून आपोआप पाणी येऊ लागलं. आंबूआक्काच्या हातातून

माणसं उलथनं उपसण्याचा प्रयत्न करत होती. आक्का जनावरांसारखं किंचाळत होती. "आये मेले गऽऽऽ ये बाबाऽऽऽ" म्हणून ओरडत होती. आईचा आणि माझ्या दोन्ही काकींचा रडायचा गोंधळ सुरू होता. यशोदाकाकी जमिनीवर हात घासून शाप देत होती,

"माज्या लिकीचा गळा कापलाय... ह्या मुडद्याचा सत्यानाश हुदी... ह्याची ताटी लवकर जावं दी... भाऊ हाय का वैरी!"

पांडूकाकांनी आक्काच्या हातावर दोन्ही पाय ठेवले आणि पूर्ण ताकद लावून उलथनं उपसलं. आक्का माशासारखी तडफडत होती.

शालाक्का म्हणाली, "हातावर रॉकील वता, धनुरवात होत न्हाय..."

दामूकाकांनी आक्काच्या हातावर कंदिलातलं रॉकेल ओतलं.

पांडूकाका म्हणाले, "दादा... दगडीपाला कुटं मिळतोय का बग."

बाबांनी अंधारातच दगडीपाला शोधून आणला. तो पाला दोन्ही हातावर चोळून त्याचा रस काढला. तो रस जखमेवर पिळला. त्याचा चोथा त्या जखमेत भरला नि एका फडक्यानं हात बांधला. आंबूआक्काच्या हातातल्या कळा काय थांबत नव्हत्या.

सुखदेवदादा आंबूआक्काच्या नवऱ्याला मारण्यासाठी धावला. माणसं आक्काच्या नवऱ्याला शिव्या देत होती. तो गप्प खाली मान घालून बसला होता. सुखदेवदादा त्याच्या अंगावर धावताना आंबूआक्का मात्र ओरडली,

"सुक्याऽऽ माजा नवरा हाय... मारू दी न्हायतर तुडू दी... तुला काय कराचं हाय?"

सुखदेवदादा रागानं तिथून निघून गेला. आंबूआक्काच्या अंगावर मारल्याचे वळ उठले होते. डोक्यात मोठीच्या मोठी खोक पडली होती.

रात्री सर्वजण तळमळतच झोपले. कोणी भुकेनं तळमळत होता, तर कोणी आक्काला खूप मारलं म्हणून तळमळत होता.

सकाळी उठल्यावर आम्ही सर्वजण आजीची माती लोटून आलो. अशोकदादा, लिंगाप्पादादा आणि दोघी वहिन्या कोल्हापूरला, तर दाजी आणि आक्का पुण्याला निघून गेले. आई चुलीजवळ बसली होती. चुलीवर चहाचं आधण ठेवलं होतं. सगुणा मावशीची सोळा वर्षाची नंदा परकरवर बसून आंघोळ करत होती. तिची उघडी गोरीपान पाठ दिसत होती. ती तांब्या भरून अंगावर ओतून घेत होती. जवळच्या बंगल्यातले तरुण पालाभोवतीनं घिरट्या घालत होते. सगुणामावशी नंदाला शिव्या देत होती,

"भराभरा पाणी वतून घी की गं नंदे... का खेळत बसलीयास पाण्यात? का कुणाला दावतीस उघडं आंग?"

तरुण सुरात गाणं म्हणत होते - "पाडाला पिकलाय आंबा... ग बाई हिच्या पाडाला पिकलाय आंबा.."

सगुणामावशी चरफडत म्हणत होती, "ह्येंना काय आयाभईनी न्हायत्या का? दुसऱ्याची लेकरं वाटंवर पडल्याती व्हय...?

ते तरुण खदाखदा हसत, 'राम तेरी गंगा मैली' म्हणत होते. मी सगुणा मावशीच्या पालापुढून आंबूआक्काच्या पालाजवळ आले आणि थांबले. आंबूआक्काचा नवरा भांड्याची बुट्टी डोक्यावर घेऊन पालासमोर उभा होता.

"आंबेऽऽ खोळांबा करू नगं... भांडी इकाया जा.... न्हाय गिली तर पडूस्तंवर मारीन आल्यावर...." तो जाताजाता आक्काला म्हणाला नि तरातरा निघून गेला.

आंबूआक्का मुलीला पाजत होती. मला गप्प उभी राहिलेली बघून आंबूआक्का म्हणाली, "इमल, यी की हाकडं... तिकडंच का हुबी हायीस?"

मला तिच्या नवऱ्याची फार भीती वाटायची, म्हणून मी तिथंच उभी होते. मी तो दिसेनासा झाल्यावर आक्काजवळ गेले. आंबूआक्का आणि मी बोलत बसलो. तेवढ्यात आईचा आवाज आला -

"आंबू त्वा आनं इमी हाकडं या... च्या प्यायला"

आक्कानं मुलीला उचलून कडेवर घेतलं. आम्ही आमच्या पालाजवळ आलो. आई आणि गोजराकाकी चहा पीत होत्या. काट नसलेल्या जरमनच्या फुटक्या ताटलीत आईनं मला आणि आक्काला चहा दिला.

आंबूआक्का आईला सांगत होती, "थोरल्या आये.. हात दुखतुया आन् मामा सांगून गेलाया भांडी इकाया जा... म्या भांड्याची बुट्टी कशी धरनार? ... आन् पुरीला कशी घेनार? त्वाच सांग! न्हाय गेली तर मरूस्तोर मारील... वैताग आलाया या जगन्याचा... गुराढोरासारकं मार खाऊन जगन्यापरीस मेल्यालं बरं..." आंबूआक्काचे डोळे पाण्यानं डबडबले.

आई म्हणाली, "नगू जावूं तू आज भांडी इकाया... कल्ल्या आला म्हंजी म्या सांगती...पोरीचा हात दुखतुया म्हनून."

पदरानं डोळं कोरडं करून आंबूआक्का म्हणाली, "नगू आयेऽऽ त्वा काय बुलू नगंऽऽ.. मामा लय वंगाळ हाय. उगंच तुला उपराट बुलील. त्यापरीस म्या जाती भांडी इकाया." आंबूआक्का नवऱ्याला मामाच म्हणायची.

आई म्हणाली, "बगू आंबू... हाताला लय लागलंय का?"

आईनं आंबूआक्काच्या हाताची पट्टी सोडली. हात सुजला होता. बऱ्याच ठिकाणी रक्त गोठलं होतं. दगडीपाला सुकला होता. आईनं तो पाला बाजूला काढला; तसं आक्का "आयेऽऽ मेले गंऽऽ" म्हणून ओरडली.

आई चुलीपुढून उठली. थोडा दगडीपाला घेऊन आली. आक्काच्या हातावर पाला पिळून घातला आणि फडकं बांधलं.

एवढा वेळ शांत बसलेली गोजराकाकी म्हणाली, ''आंबू, म्या यीती कँडपातूर भांड्याची बुट्टी घिऊन. त्वा पुरीला घिऊन चल.''

मला वाटलं, आपणच आंबूआक्काबरोबर जावं. बिचारीच्या हाताला लागलंय. तशातच लहान मुलगी, बुट्टी घेऊन कशी जाईल!

मी आईला म्हणाले, ''आई... मी जाऊ का आक्काबरोबर भांडी विकायला?''

आई थोडा वेळ गप्प बसली.

आक्काच म्हणाली, ''थोरल्या आयेऽऽऽ म्या घिवून जाती इमलला. पुरीला तर घिल. म्या एका हातानं भांड्याची बुट्टी धरीन की.''

आईनं काय विचार केला कुणास ठाऊक! आई म्हणाली, ''बरं हुईल... घिवून जा इमीला. तुज्या बी हाताला लागलंय... आन न्हाय गीलीस तर त्यो काळ तुला आनिक मारील. इमीला जपून आन...''

गोजराकाकीनं भांड्याची बुट्टी घेतली. आक्कानं मुलीला घेतलं. आम्ही स्टँडकडं आलो. आम्हाला एस्टीत बसवून गोजराकाकी निघून गेली. बुट्टीत भांडी भरलेली होती. आक्कानं ती बुट्टी पाठीमागच्या बाकाखाली ढकलली. आक्का तिथंच खाली बसून मुलीला पाजू लागली. भांडी कशी विकतात ते बघायला मिळणार म्हणून मला आनंद झाला होता.

एस्टी एका खेडेगावात थांबली. आंबूआक्का गडबडीनं उठली. मांडीवरच्या मुलीला माझ्याकडं देत, 'इमल, उतर खाली... गाव आलं' असं म्हणत आक्कानं एका हातानं बुट्टी ओढली. मी मुलीला खाली आणून ठेवलं. मुलगी जोरजोरात रडत होती. मी ती बुट्टी कशीबशी एस्टीतून खाली उतरवली. आक्कानं मुलीला कडेवर घेतलं आणि मला म्हणाली,

''इमल... त्वा बुट्टीपाशी बस... म्या तुला पानी आनती.''

मी बुट्टीजवळ बसले. आक्कानं समोरच्या हॉटेलातून पाणी मागून घेतलं. चूळ भरली आणि मला पाणी घेऊन आली. मी ते पाणी घटाघटा पिऊन टाकलं. सकाळी दातसुद्धा घासलं नव्हतं.

आक्का बुट्टीत भांडी व्यवस्थित ठेवू लागली. मोठी ताटं आणि पराती चारी बाजूला लावून तिनं बारीकसारीक भांडी बुट्टीच्या मध्ये घातली.

आक्कानं तिथल्या एका माणसाच्या मदतीनं भांड्यांची बुट्टी डोक्यावर उचलून घेतली.

भांडी भरून झाल्यावर आक्का बुट्टीच्या पाया पडली होती. मी आक्काला

विचारलं, "आक्का, भांडी भरल्यावर बुट्टीच्या पाया का पडलीस?"

आक्का चालता चालताच म्हणाली, "आगं... पाया पडलं म्हंजी बक्कळ धंदा हुतूया."

आक्का गल्लीबोळातून ओरडत फिरत होती,

"स्टील.... इस्टील... भांडी ऽऽऽय... घेता का भांडी ऽऽऽय..."

मी मुलीला कडेवर घेऊन आक्काच्या पाठोपाठ जवळजवळ पळतच होते. आक्का भराभरा चालत होती. फिरून फिरून दुपार झाली. परंतु एकही भांडं विकलं नव्हतं. दोन-चार ठिकाणी बायकांनी भांडी बघितली. परंतु फारच कमी किंमतीत मागतात म्हणून आक्कानं दिली नव्हती. आक्का बडबडत होती,

"आज धंदा हुतुया का न्हाय! सकाळपारी कुनाचं त्वांड नदरं पडलं कुनाला ठावूक...!"

उन्हामुळं माझे पाय भाजत होते. अंगातून घामाच्या धारा लागल्या होत्या. मुलगी झोपल्यामुळं तिला घेऊन सरळ चालतासुद्धा येत नव्हतं. तहानेनं जीव व्याकुळ झाला होता. भूक फार लागली होती. झोपलेल्या मुलीची मान खांद्यावरून घसरत होती. मला दम लागला होता. आक्का माझ्यापासून खूप पुढं गेली होती. मी आक्काला हाक मारली, "आक्का, थांब ग."

आक्कानं पाठीमागं वळून बघितलं. मी फुफाट्यातून चालत होते. अनवाणी पायाला चटके बसत होते. मुलगी खांद्यावर झोपलेली. आक्का डोक्यावर ओझं घेऊन तशीच उभी होती. उन्हामुळं आक्काचा चेहरा लालबुंद झाला होता. मी आक्काजवळ गेले.

आक्का मला म्हणाली, "इमल... गाजरावानी लालभडक झालीस की. तुला काय ठावं न्हाय उन्हातान्हात फिरायचं, माझ्या धरमामुळं तुलाबी वनवास. तुला सावलीत बसून खायाची सवय हाय. पर पालांवर कुटलं आलंय सुक! तू कोल्हापुरातच ऱ्हात जा. पालांवर यिऊ नगं. उगंच जिवाचं हाल हुतंया.. चल आपुन त्या दुकानाजवळ बसू."

मी नि आक्का एका बंद दुकानाच्या पायरीवर बसलो. आक्कानं पदरानं माझं तोंड पुसलं. आक्काच्या अंगातून घाम निथळत होता. आक्कानं त्याच पदरानं आपला घामही पुसला. आक्का म्हणाली,

"इमल, आपल्या वयन्यांचं बरं आशील बग. त्येंचं बी नशीब किती चांगलं हाय. दोगं दादाबी नुकरी करत्याती आन् वयन्या बसून खात्यात्या. खरं, आमच्या नशिबात कुटलं आलंय सुक! कळत नव्हतं तवाच आयनं मामाच्या पदरात बांदलं... त्यात ह्या दोन पुरी. आनं वरनं न्हवऱ्याचा मार. दिसबर उन्हातान्हात भांडी घिवून फिराचं... तुजं तर आसं हू दिवू नगं... तू लय साळा शिक, म्हंजी

आमच्यासारकं कुतऱ्यावाणी हाल व्हुयाचं न्हायती... नुकरीचा नवरा मिळाला म्हंजी न्हवऱ्याच्या जीवावर च्यार घास सुकानं बसून खाचील... आपल्या वयन्या बसून खात्यात्या तसं... खरंच त्या कशा सावलीत ऱ्हात्यात्या... आंगबर कापडं-चोपडं. कशा वाणी-बामणाच्या बायावाणी दिसत्यात्या. नाकावर माशीसुदीक बसू देत न्हायत्या. आन् आमचं दादाबी लय चांगलं हायती.'' बोलता बोलता आंबूआक्काचा गळा भरून आला.

आक्कानं एका कापडात मुलीला घालून पाठीवर बांधलं. बुट्टी डोक्यावर घेतली आणि आम्ही ओरडत फिरू लागलो. आक्काचा रोज ओरडून-ओरडून घसा बसला होता. आवाजसुद्धा भरडा झाला होता. आम्ही दोन गल्ल्या ओलांडून तिसऱ्या गल्लीत आलो. एका घरात बायका शेवाया करत होत्या. अंगणात कॉटवर शेवायाची ताटं उन्हात वाळायला ठेवली होती. आक्का त्या घरापुढं उभं राहून म्हणाली,

''मावशी... घेता का भांडी?''

त्यातली एक बाई म्हणाली, ''नको, काल परवाच घेतल्याती भांडी''

तेवढ्यात दुसरी एक बाई केसाचा शेपटा कुरवाळत म्हणाली, ''तुम्ही काय जमवून देत नाही.''

आक्का म्हणाली, ''आसं काय करताय मावशी ! बगातर भांडी. म्या जमवून दिती... इकाया आलुया तर जमवून द्याला लागतंया.''

''बगू तर जमवून दिती का. उतर बगू तुजी बुट्टी...'' गुडघ्यावर हात टेकवून उठत म्हातारी म्हणाली.

आक्का म्हणाली, ''मावशी... जरा बुट्टी उतरू लागा की.''

वेणीला झटका देत त्या बाईनं बुट्टी उतरवली. आक्कानं त्या बाईकडं पाणी मागितलं. त्या बाईनं वरूनच पाणी ओतलं. मी हाताची ओंजळ केली होती. निम्मंअर्ध पाणी ओंजळीतून खाली सांडत होतं. मी कसंतरी घटाघटा पाणी प्याले. आक्काही पाणी प्याली.

त्या बायकांनी भांड्याच्या बुट्टीला गराडा घातला. कोण 'ह्या भांड्याचं वजन करा बघू' म्हणायची, तर कोण 'या भांड्याचे पैसे किती?' म्हणून आक्काच्या हातात भांडं द्यायची. आक्कानं वजनतागडी काढली आणि त्या बायकांना भांडी वजन करून दाखवू लागली.

एका बाईनं परात उचलली आणि आक्काला म्हणाली, ''ये.. भांडीवाली, ही परात वजन कर बगू...''

आक्का म्हणाली, ''मावशी... परात वजनावर इकत न्हायीती... ती नगावर इकतुया आमी.''

"बरं... बरं, नगावर किती पैसे पडत्याली?"

"मोड असली तर मुडीचं वजन करून सांगती."

"मोड न्हाय, पैसं किती पडत्याल ती सांग."

आक्कानं हाताची बोटं दोन-चार वेळा मोजली आणि म्हणाली,

"मावशी चाळीस रुपय पडत्याली."

त्या बाईनं झटकन परात खाली ठेवली.

"मावशी रागावू नगा... तुमी बोला काय देता. म्या सांगीटलं आन् तुमी दिलं का? तुमी कितीला मागता बोला..." म्हणत आक्कानं परात त्या बाईच्या पुढं केली.

ती म्हातारी चटकन म्हणाली, "काय सोन्याचा भाव इच्चारलाय व्हय तुला? परातीला काय येवडं पैसं बसत्यात व्हय? म्या परवाच माज्या भाचीच्या लगनात परात दिली की... इस रुपयाला मोठीच्या मोठी परात घितली... तुमी भांडीवाली बराबर दरानं भांडी देत न्हाय. भांडी दुकानातच घेतलेली बरी."

आक्का म्हणत होती, "मावशी, तुमीच सांगा केवड्याला दिवू?"

ती बाई म्हणाली, "आता म्हणाल्या न्हाय का आत्या, इस रुपयाला दे."

आक्का म्हणाली, "इस रुपयाला आमाला मिळत न्हाय... म्या आधीच कमी किंमत सांगीतली हुती. म्या काय दुसऱ्या बायावानी लय पैसं काडत न्हाय."

तेवढ्यात समोरच्या घरातून एका मुलीनं हाक मारली,"अनितावहिनी, आईनं परात बघायला मागितलीया."

ती बाई परात एका हातात धरून, दुसऱ्या हातानं पातळाच्या निऱ्या उचलून धरत पायाच्या पैंजणांचा छुम छुम आवाज करत निघून गेली. मी त्या बाईच्या गोऱ्यापान पायातले पैंजण बघत होते.

आक्का वजन करत मला म्हणाली, "इमल.... त्या कणशीनीकडं चिडकं... बासन नेव्हाडलीय." (त्या बाईकडं बघ... परात घेऊन गेलीय.)

त्या बाईच्या हातातली परात बघायला अजून दोघी-तिघी बायका जमल्या होत्या. त्या बायकापण परात घेऊन भांडी बघायला आल्या. बायका नुसतीच भांडी उचलून बघायच्या. वजन करायला लावायच्या. परंतु घ्यायचं काय लक्षण दिसत नव्हतं. आक्का आपलं गोड-गोड बोलून भांडी खपवायचा प्रयत्न करत होती.

"मावशी, पिव्वर इस्टील हाय. बगा... ही चुंबकबी चिकटत न्हाय." असं म्हणून आक्का भांड्याला लोहचुंबक लावून दाखवत होती.

एका बाईनं एक मोठा डबा उचलला आणि म्हणाली, "भांडीवाली, ह्याचं वजन करून सांग."

आक्कानं त्या डब्याचं वजन केलं आणि त्याची किंमत सांगितली. त्या बाईनं घरात जाऊन चार मोडकी, तोडकी भांडी, दोन-चार जुने कपडे आणि एक स्टोव्हचं बरनल आणलं. आक्कानं हातातलं लोहचुंबक खाली ठेवलं होतं. कुणाचं लक्ष नाही असं बघून तिनं ते लोहचुंबक त्या वजनाच्या तागडीला खाली चिटकवलं आणि त्या मोडीचं वजन केलं.

"मोड कमी हाय." आक्का म्हणाली.

त्या बाईनं काळ्या बुडाचं एक पितळेचं पातेलं वजनात आणून घातलं.

आक्का मोडीचं वजन झाल्यावर म्हणाली, "मावशी, मोड आठ रुपयाचीच झाली. डबा इस रुपायाचा हाय. वरती बारा रुपयं पडत्याली."

ती बाई म्हणाली, "च्यार रुपयं दिती... द्याचं असंल तर दी, न्हायतर तुजा डबा तुज्याजवळ ठिव." असं म्हणून त्या बाईनं हातातला डबा बुट्टीत ठेवला.

आक्का म्हणाली, "मावशी आसं करू नगा, तुमाला बारा रुपयात कुटंतर डबा मिळील का?"

ती बाई धुमसतच म्हणाली, "बारा रुपयात किती डबं तुला आणून दाखवू सांग... मला काय भांड्यातलं कळत नाही होय... उगीच एवढा संसार केला काय?"

आक्काला तिच्या संसाराशी काय घेणं ना देणं!

आक्का म्हणाली, "मावशी तुमचं खरं हाय... पर आमाला बी प्वॉट हाय नव्हं का? तुमी दहा रुपयं तर वरती द्या."

त्या बाईला वाटलं असेल आम्हालाच गरज आहे. आपण पहिल्यांदाच कमी पैशाला मागायला पाहिजे होतं. उगीच चार रुपये देते म्हणाले. ती बाई म्हणाली,

"च्यार रुपयं तसं जास्तच झालं. मी तीन रुपयंच म्हणाला पाहिजे होतं. पण चार रुपयं एकदम तोंडातून गेलंय. म्हणून चार रुपयं देते. दे डबा."

मला त्या बाईचा फार राग आला होता. वाटत होतं, त्या बाईला म्हणावं, "चार रुपये तर कशाला देतेस? सगळी बुट्टीच फुकट घे."

जशी काय आम्हाला ती भांडी वाटेवर पडलेली सापडली होती. आमच्या भांड्याला काय किंमतच नव्हती. किंमत होती ती फक्त त्यांच्या पैशालाच. मी काय बोलले असते तर आक्कानं मलाच शिव्या दिल्या असत्या, म्हणून मी गप्पच उभी होते. पाय पोळत होते. आम्ही उन्हातच उभे होतो. त्या बायका मात्र उंबऱ्याच्या आत होत्या. परात घेणारी वीस रुपयांचाच ठेका धरून बसली होती. आक्का त्या परात घेणाऱ्या बाईला म्हणाली,

"मावशी, पंचीस रुपयं तर द्या परातीचं. आनं एकांदं लुगडं न्हायतर या पुरीला कापडं द्या. तुमच्या नावानं घालील. तेवडाच गरीबाच्या आत्म्याचा आशीरवाद

मिळील.''

ती बाई म्हणाली, ''कापडं काय फुकट येत्याती व्हय? त्याला बी मस्त पैसं पडत्याती शिवून घ्याला.''

आक्का म्हणाली, ''मावशी जुनी फाटलेली, तुमच्या पोरासोरांनी घालून टाकलेली द्या.''

''हां, फाटक्या कापडाच्या मस्त वाकळा शिवता येत्यात्या.. ती काय जात न्हायती.''

ती बाई जास्तच कंजूष वाटत होती.

आक्का मला म्हणाली ''इमल... कणशीन बिरकी हाय... घाड्यातला खापा बी खुचलंल...'' (बाई खट्याळ आहे. घाणीतला पैसासुद्धा घेईल.)

मी नुसतीच हसले.

ती बाई घरात उठून गेली आणि तिनं दोन-चार कपडे आणून आक्काच्या पुढ्यात टाकले. मी ते कपडे पटकन उचलून बघितले. मला कपड्यांचं अप्रूप वाटायचं. कधी कपडे मिळायचेच नाहीत. मी कपडे उघडून बघितले आणि माझी निराशा झाली. सगळे कपडे फाटकेच होते. कुणी चिंध्या म्हणूनसुद्धा घेतले नसते. मी कपडे हातातून खाली टाकले. आक्कानं ते कपडे बारकाईनं बघितले. आक्काच्या चेहऱ्यावर नाराजी दिसत होती. तिनं दोन-चार वेळा ती कपडे उलटे-सुलटे करून बघितले. आक्का ते कपडे बाजूला ठेवत म्हणाली,

''मावशी... समदी कापडं फाटकीच हायती.''

''मग काय नवीन घिऊन दिवू?''

आक्का शांतपणे म्हणाली, ''मावशी कापडं लय फाटल्याती... घालाला तर याला पायजी की. जरा दुसरी बगून द्या.''

''म्या काय कापडाचं दुकान काडल्या व्हय, तवा तुला चांगली कापडं दिवू? जीवडी हुती तिवडी दिली.''

आक्का काकुळतीला येऊन म्हणाली, ''मावशी, कापडं नसतील तर पोटाला आन तर घाला... शिळपाकं उरलं असंल तर वाडा... सकाळधरनं उपाशी फिरतुया...''

''माज्याकडं शिळपाकं काय न्हाय, असतं म्हंजी दिलं असतं.''

आक्का त्या डबा घेणाऱ्या बाईकडं बघत म्हणाली, ''मावशी, तुमच्याकडं असलं तर वाडा.''

त्या बाईनं ताटातून शिळ्या भाकरीचे तुकडे आणि एका वाटीत आमटी आणून दिली. आक्कानं ते भाकरीचे तुकडे ओट्यात घेतले, आमटी बुट्टीतल्या एका भांड्यात घेतली आणि फाटकी कापडं गुंडाळून भांड्याच्या बुट्टीवर ठेवली.

ते तान्हं मूल रडत होतं. आक्का मुलीला पाजू लागली. मुलीचं डोकं घामानं चिंब झालं होतं. माझ्या पोटात कावळे ओरडत होते. वाटत होतं, आक्काच्या ओट्यातले भाकरीचे तुकडे बकाबका खाऊन टाकावे. पण एवढ्या बायकांसमोर घेणार कसं? मी बारीक तोंड करून तिथंच बसले. बायकांची घासाघासी सुरूच होती. त्या म्हातारीनं परात घेतली आणि आक्काच्या हातात वीस रुपयेच ठेवले.

आक्का म्हणाली, "मावशी, ... म्या पंचीस रुपयं म्हनाले व्हुते."

"कापडं दिली की... त्याचं पैसं नगू धराया?" ती म्हातारी म्हणाली.

आक्का गप्पच बसली. परात तोट्यात गेली असावी; कारण आक्काचा चेहरा काळाठिक्कर पडला होता.

आक्का डबा घेणाऱ्या बाईला म्हणाली, "मावशी डबा घेता नव्हं?"

ती बाई म्हणाली, "मी सांगितलं की चार रुपये देते...."

आक्का म्हणाली, "मावशी... माजं बी ऱ्हावूदी आनं तुमचं बी... आठ रुपयं द्या... म्हंजी झालं"

ती बाई म्हणाली, "मी एकच सांगत्ये... पाच रुपयाला द्यायचं असेल तर दे नाहीतर राहू दे..."

आक्का उठली. चुंबळ डोक्यावर ठेवली आणि बुट्टी घेऊन चालू लागली.

त्या बाईची मोड तिथंच पडली होती.

आम्ही थोडंसं चालून पुढं आलो. तेवढ्यात त्या म्हातारीचा आवाज आला, "येऽऽ.. भांडीवाली, हाकडं यी."

आक्का म्हणाली, "इमल त्वा पुरीला धर.. म्या तागडीचं चुंबक काडती."

मी मुलीला घेतलं. आक्कानं तागडीला लावलेलं लोहचुंबक काढून घेतलं. माझ्या मनात बराच वेळ प्रश्न घोळत होता. ... आक्कानं लोहचुंबक तागडीला का चिटकवलं होतं? ते पण सगळ्यांच्या नजरा चुकवून!

मी आक्काला विचारलं, "आक्का, वजनतागडीला चुंबक का लावलं होतं?"

आक्का म्हणाली, "आगंऽऽ, मोड घेताना ते चुंबक वजन ठेवलेल्या तागडीखाली ठिवलं म्हंजी वजनाची तागडी खाली जाती. आनं मग मोड जास्त यीती. आनं आपलं भांडं मोजाच्या येळंला, भांड्याच्या बाजूखाली तागडीला चुंबक लावायचं, म्हंजी भांड्याचं वजन लय भरतं. मग पैसं वजनायेवडं सांगता येत्याती... इमल, मानसं आमास्नी कमी पैशात भांडी घिऊन टोप्या घालत्यात... मग आमी आसं करतु !"

मी घाबरून म्हटलं, "आक्का.... कुणी बघितलं म्हंजे?"

आक्का म्हणाली, "मरूस्तोर मारत्याली की... हाडाचा भुगा करत्याली !"

"मग कशाला लावतेस?"

"आमाला मार खायाची हौस आल्याया व्हय? पोटासाठी समदं करावंलागतं. त्या मुर्दाडीच्या अंगात काय आलं बगू चल. का परात म्हागारी करती कुनाला ठावं!"

आम्ही त्या म्हातारीजवळ आलो. म्हातारी म्हणाली, "परात येवड्या कमी किंमतीला दिलीस.. तवा काय लोकांड मिसळल्यालं हाय का...?"

आक्काला त्या बाईचा राग आला. आक्कानं त्या म्हातारीच्या हातातली परात हिसकावून घेतली आणि हातातलं चुंबक लावून दाखवत म्हणाली,

"बगा बरं मावशी... पिव्वर इस्टील हाय का न्हाय..."

त्या म्हातारीनं चटकन परात काढून घेतली आणि ओशाळल्यासारखं तोंड करत म्हणाली, "तसं नव्हं बगीतल्यालं बरं... न्हायतर सुना बोंबलायच्या माज्या नावानं लोकांडं घितलं म्हणून...!"

आक्का त्या मोडवाल्या बाईला म्हणाली,

"मावशी... दितीस का आट रुपयं?"

"पाच रुपये आणि एक साडी देते."

"बगू कसली साडी हाय?"

त्या बाईनं सहावारी नायलॉनची साडी लांबूनच आक्काकडं फेकली. ते पातळ बऱ्याच ठिकाणी गोळा झालं होतं. आमच्या हाताला हात लागला असता तर शिवता-शिवत झाली असती. आम्ही शिवल्याली भांडी त्यांना चालत होती. पण आमचा स्पर्श त्यांना चालत नव्हता. जरा जवळ गेलं तर "लांब हो... लांब हो" म्हणून ओरडायच्या.

मला आठवत होतं, शाळेतल्या मुलीसुद्धा मला शिवत नव्हत्या. माझ्याबरोबर डबा खात नव्हत्या. पहिल्या बाकावर बसणाऱ्या हुशार मुली 'भिकारीन' म्हणून चिडवायच्या. माझ्या पेटीकोटची बटनं तुटल्याली असायची. तेव्हा त्या कागदाचे बोळे करून पेटीकोटमध्ये टाकायच्या आणि "टपाल-टपाल पेटी" म्हणून जोरजोरात टाळ्या वाजवून हसायच्या. मुलंसुद्धा त्यांच्या हसण्यामध्ये सामील असायची. मला खिजल्यासारखं वाटायचं.

"मावशी... सहा रुपयं द्या. पातळ एकच दिलंया आनं ती बी च्यार ठिकाणी जळल्यालं हाय."

त्या बाईनं 'नाही' 'होय' करत सहा रुपये दिले. मी नि आक्का उठून तिथून निघालो.

आम्ही "भांडी घ्याऽऽऽ भांडीऽऽऽ" म्हणून ओरडत फिरत होतो. जोरानं ओरडायला लागायचं. आक्का म्हणायची, "बायका झोपल्याल्या असत्यात्या; तवा मोट्यानं वरडलं म्हंजी आवाज ऐकून भांडी घेत्याली."

एकसारखं सुरात ओरडून माझा घसा दुखत होता.

आम्ही एका हॉटेलपुढं बसलो. आक्कानं हॉटेलमध्ये जाऊन मिसळपाव आणला. मी आक्का मिळून ते भाकरीचे तुकडे आणि मिसळपाव खाल्ला. पाणी प्यालो. आक्कानं ती भांडी धुतली आणि पुसून पुन्हा विकायला ठेवली. आम्ही कोणी काय दिलं म्हणजे त्या स्टीलच्या भांड्यातच घेत होतो.

मी आक्काला म्हणाले, ''आक्का... माझ्या डोक्यावर भांड्याची बुट्टी दे.''

आक्का म्हणाली, ''नगू बाय.. म्हणालीस तेवडं फुरं झालं. बुट्टी लय जड हाय. तू खालीच बसचील. तू फकस्त पुरीला सांबाळ.''

गावातून फिरताना छोटीमोठी दुकानं लागायची. आम्ही एका दुकानाच्या समोरून चाललो होतो. तेवढ्यात एकदम आक्का ओरडायची बंद झाली आणि मला म्हणाली,

''इमल, ती भांड्याचं दुकान वलांडून जातस्तोर तू 'भांडी घ्या भांडी' म्हनून वरडू नगं.''

मी आक्काला म्हणाले, ''का ओरडायचं नाही?''

आक्का म्हणाली, ''ती भांड्याचं दुकान हाय... ततं वरडलं म्हंजी धरून मारत्याली. आपल्याला भांडी इकायची बंद करत्याली. त्यांची भांडी खपायची न्हायीती म्हनून.''

आम्ही भांडी विकली तर त्या माणसांची भांडी कोण घेणार नाही, त्यांच्याकडं गिऱ्हाईक जाणार नाही, म्हणून ती माणसं आम्हाला मारणार. मी भिऊन गप्पच झाले. पुन्हा दुकान ओलांडून गेल्यावरसुद्धा मी ओरडले नाही. आम्ही गावातून बाहेर आलो. लांब माळावर चार-पाच वस्त्या दिसत होत्या. आक्का म्हणाली,

''इमल... त्या वस्त्यांकडं जावं चल. ततं येकांदं भांडं गेलं म्हंजी बरं हुईल... न्हाय तर पालावर म्हागारी जाव.''

आम्ही त्या वस्त्या जवळ केल्या. आक्का वस्त्यांवरल्या बायकांना विचारत होती, ''मावशी... भांडी घेता?''

एका बाईनं पातेलं घेतलं. आक्कानं त्या बाईकडं भाकरी मागितली. त्या बाईनं लोटकं भरून ताक, आंब्याचं लोणचं आणि एक पांढरी शुभ्र ज्वारीची भाकरी आणून दिली. मी नि आक्कानं तिथंच बसून ती भाकरी खाल्ली. ताक पिऊन टाकलं. थोडा वेळ फिरून भांडी विकली. आक्काचा हात फारच दुखत होता. म्हणून आम्ही लवकरच पालावर आलो.

पालांवर आमच्या माणसांची गडबड सुरू होती. आजीचा तिसरा दिवस असल्यानं गोड घालायचं होतं. संध्याकाळ झाली होती. भांडी विकण्यासाठी गेलेल्या बायका, पुरुष परतत होते. बाबांनी आणि दामूकाकांनी गहू विकत

आणून ते भरडून घेतले होते. पांडूकाका आणि मऱ्याप्पा एका मोठ्या जरमनच्या पातेल्यात त्या भरडून आणलेल्या गव्हाच्या कण्या शिजवत होते.

दिवस मावळला. भांड्यांच्या बुट्ट्या घेऊन गेलेली आमची सर्व माणसं आली होती. आजीच्या नावानं गोड जेवण म्हणून त्या पालातल्या सर्वांना गव्हाच्या कण्या वाढल्या. आमच्या पालासमोर त्या दहा पालांतल्या माणसांची पंगत बसली. प्रत्येकाच्या वाट्याला थोड्या-थोड्या कण्या आल्या होत्या. त्यालाच 'खीर' म्हणून आमची माणसं खात होती. त्या रात्री कोणीच चूल पेटवली नाही.

दुसऱ्या दिवसापासून बाबा, दोन्ही काका, सुखदेवदादा, सिद्धुदादा, यशोदाकाकी भांडी विकण्यासाठी जायला लागले. मऱ्याप्पा भीक मागायला न जाता, बाबांबरोबर भांडी विकायलाच गेला. बाबांनी भांड्यांची बुट्टी नेली होती. स्टीलच्या भांड्यांवर मिळालेली जरमनच्या, पितळेच्या, फुटक्या भांड्यांची मोड घेण्यासाठी मऱ्याप्पा गेला होता. मधु सटवाई घेऊन मागायला गेला होता. मी इतर मुलींबरोबर खेळत न बसता आंबूआक्काबरोबर तिची मुलगी घेण्यासाठी गेले. मला तिची फार दया येत होती. दिवसभर भांडी विकण्यासाठी ती फिरायची आणि घरात आल्यानंतर तिचा नवरा तिला दारू ढोसून मारायचा. ती बिचारी ते सर्व सहन करायची. आई पण भांडी विकायलाच  जात होती.

चार-पाच दिवस असेच गेले. तो सोमवार होता. आम्ही भांडी विकून आलो होतो. आमच्या पालातल्या गोपाळ शिंदेनं भांड्यांवर निळ्या रंगाचा, मोराची डिझाईन असलेला शालू आणला होता. त्या शालूचे जर चांदीचे होते.  दामूकाकांनी शालूच्या पदराचे जर घासून बघितले होते. आमच्यातली सर्व माणसं गोपाळ शिंदेचं कौतुक करीत होती. कोणी म्हणत होता, "बरं झालं... गोपाळला लाटरी लागली." कोणी म्हणत होता, "वायसं झाकून ठिवा, कुणी बगीतलं म्हंजी न्हाय ती ब्याद याची." आमच्या लोकांचं असं बोलणं सुरू असतानाच दोन पोलीस, चार-पाच माणसं आणि एक बाई आमच्याच पालांकडं आली.

त्या बाईनं गोपाळमामाकडं बोट दाखवलं आणि म्हणाली, "ह्योच आल्ता माज्या घरला... ह्यानंच माजा शालू आणलाय." असं म्हणत तिनं पालातून नजर फिरवली. तिला तो शालू दिसला. तिनं गडबडीनं शालू उचलला. त्या पोलिसांनी काही न विचारता गोपाळमामाला मारायला सुरुवात केली.

गोपाळमामा कळवळून म्हणत होता, "म्या काय बी किलू न्हाय... माज्याकडनं लय भांडी घिवून या मावशीनं ह्यो शालू दिलाया... म्या काय चुरी किली न्हाय..."

तो पोलीस त्याचं काही ऐकून न घेता हातातल्या दांडक्यानं फटाफट मारत

होता. सोडवायला जाणाऱ्यालाही मार बसत होता. गोपाळमामाची बायको, मुलं, ठोऽऽठोऽऽ बोंबलत होती. त्याची बायको पदर पसरून म्हणत होती, ''माय बाप... दया करा गरीबावर.... आमी भांडी इकून खातुया.''

आमची मात्र भीतीनं गाळण उडाली होती. माझे वडील थरथर कापत होते. आमच्या जमातीला पोलिसांची फार भीती वाटायची. पोलीस म्हटलं, की त्यांची पाचावर धारण बसायची. आमच्या घरात दोन पोलीस असूनसुद्धा बाबा पोलिसांना फार घाबरायचे.

दामूकाकानं जरा धाडस केलं. म्हणाले, ''काय चूक किली ती तर सांगा... उगंच का गरीबास्नी मारताय?''

ती बाई म्हणाली, ''ह्यानं भांड्यांची भूल पाडून माज्याकडनं शालू आणलाया.''

त्या बाईच्या शेजारी उभा राहिलेला माणूस म्हणाला, ''माज्या बायकुला भांडी दिऊन फसवलं.''

इतका वेळ माराच्या भीतीनं पालात दडून बसलेली माणसं हळूहळू पालाच्या बाहेर आली.

त्या माणसानं सर्व हकीगत सांगितली ती थोडक्यात अशी :

त्याची बायको घरात एकटीच होती. तो शेतात गेला होता. तेव्हा हा माणूस 'भांडी घ्या भांडी' म्हणत फिरत आला. त्याच्या बायकोला चकचकीत भांडी बघून हाव सुटली. परंतु घरात पाच पैसेसुद्धा नव्हते. तेव्हा ती म्हणाली, ''मोड घेता का?'' हा माणूस म्हणाला, ''आम्ही कायपण घितु. मोड, जुनीपानी कापडं, पयसं, कायपण घितु.'' तेव्हा त्याच्या बायकोनं थोडीफार मोड काढून दाखवली. तर हा एवढ्या मोडीवर भांडी येत नाहीत म्हणाला आणि गोड बोलून भांड्यांचं आमिष दाखवून त्यानं हा शालू घेतला. त्याच्या बायकोला माहीत नव्हतं, की त्या शालूत चांदी आहे म्हणून. तो शेतातून दुपारी जेवायला आला, तेव्हा बायकोनं त्याला भांडी दाखवली. त्याला शंका आली. घरात पैसे नव्हते, मग एवढी भांडी कशी घेतली? म्हणून त्यानं विचारलं तेव्हा ती म्हणाली, ''लाकडी पेटीतला माझ्या आईच्या लग्नातला शालू भांडीवाल्याला दिला.''

त्यानंतर पोलीस घेऊन तो आला होता.

पोलिसांना चेव चढला आणि त्यांनी पुन्हा मारायला सुरुवात केली. गोपाळ मामाबरोबर ते दुसऱ्या माणसांनाही मारू लागले. पोलीस धमकी देऊ लागले. म्हणाले,

''चला तुम्हाला जेलमध्ये बंद करतो. तुमची चामडीच सोलून काढतो, त्याशिवाय तुम्ही वठणीवर येणार नाही.''

खंडूमामानं विचार केला, पकडून नेलं तर जामीन द्यावा लागेल. पोलीसचौकीला

फेऱ्या माराव्या लागतील. सुटून येईपर्यंत धंदा बंद राहील. त्या पालातल्या सर्वांनी काही पैसे पोलिसांना दिले आणि "आमाला तुरुंगात न्हिव नगा..." म्हणून विनवण्या करू लागली. शालू घेऊन आणि वरती 'इथे राहायचं नाही' अशी धमकी देऊन पोलीस निघून गेले.

आमच्या लोकांचा तोटाच झाला होता. पदरची भांडी गेली, पैसा गेला आणि शालूसुद्धा गेला. वरून भरपूर मार मिळाला होता!

रात्री आमची सर्व माणसं एकत्र बसली. गोपाळमामा विव्हळत होते. आमच्यातल्या बायका त्या माणसाला आणि पोलिसांना शिव्याशाप देत होत्या.

"गड्यानूं... आता हितं ऱ्हायाचं मुसकील झालंया. येकदा ह्या पुलीसास्नी आनिक मानसास्नी बी, ही भिकारी दाब दिल्यावर पयसं देत्याती आसं कळलंय... तवा रोज येक बिलामत आणत्याली." नागू दोरकर म्हणाले.

'बराबर हाय नागूचं. हितनं दुसऱ्या गावाला गेलं पायजी... न्हायतर पोटाला आन मिळाचं न्हाय. भांडी इकाला जायाचं बी अवगड हाय..." पांडूकाका म्हणाले.

दामूकाका म्हणाले, "भीक मागून काय मिळीना म्हणून ह्यो धंदा सुरू केला तर त्ये बी करू देत न्हायती...! भिकाऱ्यानं जगाचं कसं...?'

गोपाळमामा कण्हत कण्हत म्हणाले, "हितं ऱ्हायला नगू... दुसऱ्या कंच्यातर गावाला चला..."

बाबा म्हणाले, "मग आसं करूया... आपुण दोन-तीन दिसानं संकीसुराला जावू. ततं आपल्या लोकांच्या वळकीचं भांड्याचं दुकान बी हाय. उदारी-पादारीवर भांडी तर मिळत्याली !"

खंडू धुमाळ म्हणाले, "व्हय... व्हय... संकीसुरलाच जावू. ऱ्हायाला जागा बी हाय. आपली ततं काय पालं बी हायती..."

सर्वांनी संकेश्वरला जाण्याचा निर्णय घेतला आणि उठले.

रात्र बरीच झाली होती. पोलिसांच्या मारामुळं सर्वजणच घाबरले होते. लहान मुलं रडत-रडत कधीच झोपली होती. पाच-सहाजणांना मार बसला होता. सर्वात जास्त गोपाळमामांना मारलं होतं. ते अद्याप विव्हळत होते. कोणालाच चूल पेटवता आली नव्हती. सर्वजण घाबरून उपाशीच झोपले.

सकाळी सकाळी त्या पालातल्या बायका आणि पुरुष भांडी विकण्यासाठी न जाता स्टीलच्या भांड्यांवर घेतलेली जरमन, पितळेची फुटकी भांडी दगडानं चेपू लागले. मी आईला विचारलं,

"आई.... या मोडीत चांगली भांडी आहेत... ती पण का चेपायची?"

आई म्हणाली, "आगं.. राती बगितलं न्हायीस व्हय? कसं फुकान सुका

बिलामत आली ती... ही भांडी तशीच ठिवली तर मोड घेणारा दुकानदार म्हंतू, कुटनं चुरी करून आणलाय? चांगली भांडी तुमाला कोन देतंय? त्येला संवशय आला, म्हंजी निम्या दरानं त्यो मोड मागतुया... त्या परास चेपाटली म्हंजी गप घितुया...''

मला ती गंमतच वाटली. चांगली वापरण्यासारखी पितळेची, काशाची भांडी मुद्दाम चेपायची आणि फुटक्या गळक्या जरमनच्या ताटांतून जेवायचं. आमच्या लोकांची ही तऱ्हाच वेगळी वाटत होती. आमच्या लोकांकडं चांगली वस्तू दिसली, की बाकीची लोकं संशयानं बघत असल्यानं त्यांना अशी सवयच लागली होती. त्या आठ-दहा पालांत भांडी चेपत असलेला खण्.... खण्... आवाज येत होता. तासाभरानं आमची माणसं ती चेपलेल्या भांड्याची मोड पोत्यात घालून दुकानात घालण्यासाठी गेली.

दुसऱ्या दिवशी सकाळी सकाळी पालं काढली. ओझी साठविली. संसार गाठोड्यात बांधला आणि आम्ही संकेश्वरला निघालो. निपाणीहून संकेश्वरला आलो. गावाच्या पूर्वेला एक फर्लांग अंतरावर आमची पाच-सहा पालं होती. तिथंच आम्हीपण पालं मारली. गाठोड्यातला संसार पालात व्यवस्थित लावला. आईनं तीन दगड शोधून आणले. मी जळण, शेणी, गोळा करून आणल्या. तीन दगडांची चूल पेटवली. मऱ्याप्पा पाणी घेऊन आला.

आमचं दैनंदिन जीवन सुरू झालं.

आमची सुट्टी संपून पाच-सहा दिवस झाले होते. शाळेला नेऊन सोडण्याबाबत मधु आईला बोलत होता. मला पण शाळेला जावं असं वाटू लागलं.

आई बाबांना म्हणाली, ''म्या पोरास्नी घिऊन जाती कोलापूरला. साळा सुरू झाल्याया...''

बाबा म्हणाले, ''रकमे, माजं काय हितं मन लागीना. म्या बी यीतु. आट पंदरा दीस ऱ्हाऊन यीन म्हनं... भांडी पांडूकडं ठिवू. पाल ऱ्हाव दी हितंच...''

खरं तर गोपाळमामांना पोलिसांनी मारल्यापासून बाबांच्या मनात भीती घर करूनच बसली होती. बाबा पोलिसांना फार घाबरत होते. त्यातच ती घटना घडली होती. त्यानंतर तीन-चार वेळाच बाबा भांडी विकण्यासाठी गेले असतील. काहीतरी निमित्त सांगून पालातच बसायचे. आईनं ते तसं का म्हणतात ते ओळखलं. आई म्हणाली, ''बरं, चला तुमी बी. हितं ऱ्हाऊनबी तुमी काय भांडी इकाला जानार न्हाय....''

आई, बाबा, मी, मंगल, मऱ्याप्पा, मधु कोल्हापूरला निघालो. एसटीत बसल्यानंतर बाबांनी मला जवळ बसवून घेतलं. माझ्या डोकीवरून हात फिरवत

म्हणाले,

"माज्या बायचं येवडं लगीन झालंऽऽ का मी सुटलू..."

आईला पण माझं लग्न व्हावं असं फार दिवसांपासून वाटत होतं. परंतु अशोकदादा, लिंगाप्पादादा चिडतात म्हणून त्याबाबत ती फारसं बोलत नव्हती.

आम्ही कोल्हापूरला आलो.

घरातलं वातावरण पूर्वीसारखं नव्हतं. आम्ही गेल्यानंतर दोन्ही वहिन्यांनी "कुठून आलात?" "इतर माणसं कशी आहेत?" वगैरे विचारपूस केली. पण त्यामध्ये जिव्हाळा नव्हता. औपचारिकपणाच जास्त दिसून येत होता. आई आणि बाबांच्याही लक्षात ते आलं होतं.

दुसऱ्या दिवसापासून आमचं शाळेला जाणं सुरू झालं. जयश्री, वंदना यांना पालांवरच्या गमतीजमती सांगत मी शाळेत बसत असे. मऱ्याप्पा आणि मधु तिथून जवळच असलेल्या 'शिवशक्ती विद्यालया'त शिकत होते. आम्ही शाळेला येतानाच आई-बाबा कोल्हापुरात जायचे. मला वाटायचं, पाच-सहा दिवस आई-बाबा रोज कुठं बरं जात असतील? परंतु एकदा शाळेत आले की मी तो विचार विसरूनच जात होते.

त्या दिवशी रविवार होता. आमच्या शाळेला सुट्टी होती. दुपारी जेवून आम्ही झोपलो होतो. मधु कॉटवर पुस्तक वाचत पडला होता. मऱ्याप्पा त्याच्या मित्राकडं गेला होता. मी, मंगल घरात वाकळंवर लोळत होतो. तेवढ्यात दाराची कडी वाजली. दोघी वहिन्या पटकन् उठून बसल्या. मला वाटलं आई-बाबा आले असतील. मी दार उघडलं. दारात दोन नऊवारी कासोट्याचं पातळ नेसलेल्या बायका उभ्या होत्या. त्यांच्या हातात बास्केट होतं. कपाळावर भलं मोठं कुंकू लावलेलं. मी कधी त्यांना बघितलेलं नव्हतं. मला वाटलं त्या कोणाचं तरी घर विचारत असतील. त्या बाईनं मला विचारलं,

"हितं आशोक भोसलेचं घर कुठाय?"

मी म्हणाले, "हेच की... या आत या."

त्या दोघी बायका घरात आल्या. मधु कॉटवरून उठला. त्या बायका कॉटवर बसल्या. थोडा वेळ शांततेत गेला. वहिनीनं पाणी आणून दिलं. आम्ही सगळी त्या बायकांच्या तोंडाकडंच बघत होतो.

ती बाईच म्हणाली, "अवो, तुमास्नी आमी येणार हाय ती ठावं नव्हतं?"

मधु म्हणाला, "नाही, आम्हाला कोणी सांगितलं नाही."

"तुमच्या आईनं सांगितलं न्हाय व्हय? तुमच्याकडं साळा शिकल्याली पोरगी हाय न्हवं? त्या पुरीला आमी बगाया आलोय... परवा तुमचं आई-बाबा

माज्या घरला आलं होतं. त्यांनीच आज पुरीला बगाया या म्हणून सांगितलं हुतं.''

आता आमच्या लक्षात आलं. मधुनं त्या बाईच्या हातातल्या बास्केटकडं बघितलं. त्या बास्केटमध्ये ब्लाऊजपीस, नारळ, केळी होती. मधुनं थोडा वेळ काय तरी विचार केला आणि म्हणाला, ''मुलगी ना? ही बघा'' असं म्हणून त्यानं माझ्याकडं बोट केलं.

त्या दोघी बायकांनी माझ्या पायाच्या नखापासून डोक्यापर्यंत नजर फिरवली. त्यावेळी माझा अवतार फारच विचित्र होता. परकरावर मधूचा शर्ट घातलेला, केस गळ्यात आलेले, हातात बांगड्या नाहीत; कपाळावर गंधाची टिकलीसुद्धा नव्हती.

ती बाई म्हणाली, ''पोरगी चांगली हाय.. रंगानं गोरी हाय. पर जरा... साडी नेसवून दाखवा बगू... म्हंजी साडी नेसल्यावर कशी दिसती ती बगू.''

थोरली वहिनी मला म्हणाली, ''इमे, इकडं ये...''

मी चुलीकडं गेले. घरात पडदा लावला होता. वहिनीनं मला साडी नेसवली. सगळे केस पाठीमागे घेऊन अंबाडा घातला. कपाळावर मोठं कुंकू लावलं. डोक्यावरून नाकापर्यंत पदर पुढे ओढला. शोभावहिनीनं पाट ठेवला. वहिनीनं माझ्या हाताला धरून नेलं आणि पाटावर बसवलं. हे असं का करतायत ते मला समजत नव्हतं. मी त्यांच्या चेहऱ्याकडंच बघत होते. त्या बाईनं माझा पदर मागं सारला.

मधु म्हणाला, ''मावशी... तुमी मुलगी बघितली. मग आता तुमच्या मुलाबद्दल माहिती सांगा.''

त्या बाईनं आपल्या खानदानाची माहिती सांगायला सुरुवात केली. ती म्हणाली,

''आमी जोश्याचं हाय... भांडी इकतुया. भांड्यावर आल्याली कापडं जुन्या बाजारात इकाया बसतू. कोल्हापुरात माजी चारी पोरं नुकरी करत्याती. तीन पोरांची लग्नं झाल्याती. शेवटच्याच पोराचं लगीन ऱ्हालंय... त्येला शिकल्याली बायकू पायजे म्हंतया. लय पोरी बगितल्या... पर त्याच्या मनालाच येत न्हाय. माज्या घरात नोकर-चाकर हायीती. घरामधी च्यार कुतरी आनि दोन शेळ्या हायित्या. गावाकडं घर आनि जमीन-जुमला हाय.'' वहिनीकडं बघत ती बाई म्हणाली, ''आता आमास्नी तुमचं काय बी नगू. फकस्त नारळ आनि मुलगी द्या.''

मधु मध्येच म्हणाला, ''मावशी सगळं खरंय... पन तुमचा मुलगा काय काम करतो?''

''माजं पोरगं लय मोट्या नुकरीवर हाय... वायरमन हाय. पनवेलला असतंया

नुकरीला.'' ती बाई म्हणाली.

शोभावहिनीनं चहा आणला. त्या बायका चहा पीतपीत माझ्याकडं बघत होत्या.

मी मनातल्या मनात विचार करत होते. मधु या बायकांबरोबर एवढा चांगला का बोलतो? इतर वेळेला आईबाबांनी माझ्या लग्नाचा विषय जरी घरात काढला तरी तो फडाफडा बोलायचा.

सगळ्यांचा चहा पिऊन झाला. त्या बाईनं वहिनीकडून एक ताट मागून घेतलं. त्या ताटात त्यांनी ब्लाऊज पीस, नारळ, तांदूळ, केळी काढून ठेवली. हळदीकुंकवाच्या पुड्या उघडून त्या बाईनं मला हळदकुंकू लावलं. माझ्या ओट्यात केळी, नारळ, ब्लाऊज पीस, तांदूळ घातलं आणि विचारलं,

"पोरी, तुजं नाव काय?''

मधु पटकन म्हणाला, "विमल नामदेव भोसले.''

पुन्हा त्या बाईनं दुसरा प्रश्न विचारला, "साळा किती शिकलीय?''

त्यानंच उत्तर दिलं, "गेल्या वर्षालाच शाळा सोडली.''

मला मनातून फार आनंद झाला. मधु माझ्याबद्दल खोटं सांगत होता.

"तुमच्या आईनं तर पोरगी शिकत्याया म्हनून सांगितलं हुतं.''

"माझे आईवडील कुठं शिकलेले हायेत? त्यांना काय कळत नाय.'

"आमी शिकल्याली पोरगी हाय म्हनून हुंडा मागीतला न्हाय.''

त्यांच्यातील एक बाई म्हणाली, "तुमचं आईबाबा कुठं हायती...? त्येनीच तर आमाला बुलविलं होतं पुरगी बगायला...''

मधु म्हणाला, "माझे आईवडील कालच गावाला गेले.''

त्या बाईला तो असं का बोलतो त्याचं कोडंच कळत नव्हतं. त्या पुन्हा म्हणाल्या,

"तुमास्नी पोरीचं लगीन करायचं हाय का घरात ठिवून बसायचं हाय?''

मधु कोणाला बोलूच देत नव्हता. तो म्हणाला, "मावशी,... मी तुमाला सांगायचं विसरलो; माझ्या बहिनीचं लग्न गेल्या वर्षीच माझ्या मामाच्या मुलाबरोबर ठरवलंय. पुढच्या महिन्यात हाये लग्न.''

त्या बायकांच्या अंगाचा तिळपापड झाला. त्या चटकन उठल्या आणि पायात चप्पल घालत म्हणाल्या, "तुजी आई भेटू दी... सांगत्ये तिला... पोराला असंच बोलाया शिकवलं हाय का?''

तेवढ्यात आई-बाबा आले.

मधुनं कपाळावर हातच मारून घेतला. त्यानं त्या बायकांना आतापर्यंत खोटंच सांगितलं होतं. थोरल्या वहिनीला त्यानं हळूच काहीतरी सांगितलं. वहिनी

गडबडीनं पाण्याचा तांब्या घेऊन बाहेर गेली आणि तो तांब्या बाबांच्या हातात देत म्हणाली, "मामा... एसटी चुकली होय? बरं झालं. उद्या जावा म्हणं"

आई-बाबा वहिनीच्या तोंडाकडंच बघू लागले.

आई त्या बायकांना म्हणाली, 'अवो... तुमी कवा आला? बरं जालं तुमी आजच आला..."

ती बाई चिडक्या आवाजात म्हणाली, "तुमी आमाला कशाला थट्टा कराला घरला बोलवलं व्हुतं?"

मधु रागानं म्हणाला, "आमी दुसऱ्याला खोटं बोलून फसवत नाय... तुमच्या घरात खायला अन्न नाय; आनि थापा किती मारता? तुमच्यासोबत आलेल्या मावशीचं ते घर हाये. त्यांचा मुलगा माझा मित्र हाये आणि तुमचा लग्नाचा मुलगा कुबडा हाये. मला तुमचा सगळा इतिहास माहीत हाये. परंतु माझे आईबाबा वेडे हायेत. त्यांना मुलीला खड्ड्यात ढकललं म्हणजे झालं."

त्या बायका आपलं बिंग बाहेर पडलं, म्हणून गडबडीनं चप्पल घालून तरातरा निघून गेल्या. मधुनं लगेच माझ्या ओट्यातली केळी खायला घेतली. मधुकडून आईबाबांना चांगलाच धडा मिळाला होता. मधु पुढे कितीतरी दिवस मला चिडवत होता,

"काय ताई, तुमच्या घरात चार चार कुत्री हायेत. तुझी राखण करायला आणि दोन शेळ्या माळावर राखत फिरायला!"

मधूच्या बोलण्यानं घरातले सर्वजण हसत होते.

'आषाढ' तीन-चार दिवसांवर आला होता. यावर्षीच्या 'आषाढा'साठी आई, बाबा, मऱ्याप्पा आणि मंगल हे चौघेजणं गोंधळेवाडीला गेले. मी, मधु शाळेसाठी थांबलो. अशोकदादा आणि लिंगाप्पादादा यांच्यातही आमच्यावरून कुरबूर सुरू होती. दोघी वहिन्याही आमच्याशी फटकूनच वागत होत्या.

तशातच सहाव्या-सातव्या दिवशीच आई नि मऱ्याप्पा बाबांना धरून घेऊन आले. बाबांना 'आषाढा'ला गेल्यानंतर गोंधळेवाडीतच लकवा मारला होता. आईनं रडत-रडतच सांगितलं होतं. बाबा लाकडं फोडत होते. लाकडं फोडताना लाकडाची ढलपी उडून बाबांच्या डोळ्यांच्या वरच्या बाजूला लागली आणि तोंड वाकडं झालं. बाबांना लकवा मारला म्हणून आम्ही सगळे घाबरलो होतो. बाबांना धड बोलता येत नव्हतं. पाय ओढत कसे तरी चालायचे. उजवा हातही लुळा पडला होता. एका बाजूचं पूर्ण अंगच लुळं पडलं होतं.

बाबांवर गावठी उपचार सुरू केले. तिथून जवळच एक गाव होतं. त्या गावात एक माणूस लकव्यावर औषध देतो, असं शेजारच्या लोकांनी सांगितलं

होतं. दादा नि आई बाबांना घेऊन त्या गावाला गेले. तिथलं औषध सुरू होतं. कोणीतरी पारवळाचं रक्त लावायला सांगितलं; म्हणून दादानं त्याच्या मित्राला पारवळाची शिकार करायला सांगितली. साळीमामा पोलीसच होते. परंतु त्यांना शिकारीचा फार छंद होता. ते रोज कशाची तरी शिकार करून आणायचे. आम्हाला पण त्या शिकारीतलं थोडं द्यायचे. कधी हरणाचं मांस, तर कधी भुरल्या, चितुर, पाणकोंबडीचं मटण द्यायचे.

साळीमामा पारवळ मारून घेऊन आले. आई आणि मी पटकन त्या पारवळाचं गरम-गरम रक्त बाबांच्या लुळ्या पडलेल्या अंगाला चोळू लागलो. पारवळाचं रक्त फारच गरम असतं. बाबांचं अंग रक्त लावल्यामुळं लालभडक दिसत होतं. वहिनीनं एका पातेल्यात पाणी गरम केलं. अशोकदादानं त्या पाण्यात ते पारवळ उचलून घातलं आणि कोंबडीचं पंख काढतात तसे त्याचे पंख उपसून काढले. त्याच्या पोटातली घाण काढून टाकली. मग वहिनीनं ते मटण शिजविलं आणि बाबांना खायला दिलं. साळीमामा एक-दोन दिवसांनी पारवळ आणून देऊ लागले.

बाबांच्या प्रकृतीमध्ये थोडीफार सुधारणा होत होती. बाबा आजारी पडल्यानंतर तर घरात आणखीन धुसफूस सुरू झाली.

अशोकदादा कामावरून घरी आला होता. आई म्हणाली, "यल्लमाला जायाला पायजी व्हुतं... इमीला दुकं उटल्यावर लिंब नेसाचं मागून घेतलं हुतं... तीच पिडा लागलीय... आनं तुज्या बाला बरं वाटावं म्हणून यल्लमाला चांदीचं डोळं घालती म्हनून मागून घेतलंय... तवा दिवीला जाऊन यीती."

आमच्या घरात खाण्यापेक्षा देवावरच जास्त पैसे खर्च व्हायचे. अशोकदादाचा पगार पुरत नव्हता. लिंगाप्पादादा थोडेच पैसे घरात देत होता. परंतु देवाला जायचं म्हटलं, की घरातलं कोणी उलट-सुलट बोलायचे नाहीत. अशोकदादा आणि लिंगाप्पादादाही देवाला फार घाबरायचे. मऱ्याप्पाही देवभोळा होता. मधु मात्र देवावर फारसा विश्वास ठेवायचा नाही. परंतु त्याचं याबाबतीत कोणी ऐकायचे नाहीत.

अशोकदादानं उसने पैसे काढून आणले. मी, आई सौंदत्तीला यल्लमादेवीला निघालो. घरातून निघताना आईनं एका पिशवीत एक लुगडं, झंपर, माझा झगा आणि एक पातेलं, तांब्या, थोडे तांदूळ, भाकरीचं गाठोडं घेतलं. अशोकदादा आम्हाला गाडीत बसवून परत कामावर गेला. बाबांची तब्येत अजून बरी नसल्यामुळं बाबा घरीच होते.

गाडी एका स्टँडवर थांबली. मी आणि आईनं घरातून आणलेल्या भाकरी

खाल्ल्या. पाणी प्यालो. आमचा प्रवास सुरू झाला. बेळगाव जिल्ह्यात असलेल्या सौंदत्तीला आम्ही येऊन पोचलो. गावापासून फर्लांग दीड फर्लांग अंतरावर यल्लमादेवीचं मंदिर होतं. आम्ही चालतच त्या मंदिरापर्यंत गेलो. बरेच भाविक मंदिराकडं जात होते. मंदिर प्रशस्त होतं. मंदिराच्या समोरच एक चौकोनी आकाराचा कुंड होता. त्या कुंडाच्या चारी बाजूनं पायऱ्या होत्या. त्या पायरीवर बसून आंघोळ करण्यासाठी लोकांची गर्दी झाली होती. आईनं मला त्याच कुंडात आंघोळ घातली. स्वत:पण चार तांब्याची आंघोळ केली. आम्ही आंघोळ करून कुंडाच्या बाहेर आलो.

जोगते विचारत होते, "लिंब नेसाचा हाय का?"

बऱ्याच बायका, मुली नंगा लिंब नेसून देवीकडं चालल्या होत्या. टाळ, चौंडकं वाजवत जोगती त्या लिंब नेसलेल्या बायकांबरोबर मंदिराकडं जात होते. काही बायका लोटांगण घालत मंदिराकडं जात होत्या. आईनं एका जोगत्याला बोलावलं आणि म्हणाली, "या पोरीचा लिंब हाय."

मग माझ्या कमरेभोवती लिंबाचे डहाळे बांधले. अंगावर एकही कपडा नव्हता. नंगा लिंब होता. मला फार लाजल्यासारखं वाटत होतं. उघड्या बायका, पुरुष बघून किळस वाटायची. तो जोगता आमच्याबरोबर टाळ, चौंडक्याच्या तालावर गाणं म्हणत होता. मधूनच "उदंऽऽऽ गं आईऽऽ उदंऽऽऽ" म्हणत होता. आम्ही पण "उदंऽऽऽ उदंऽऽऽ" म्हणत होतो. वाटेमध्ये बऱ्याच ठिकाणी जोगतीणी जग घेऊन बसल्या होत्या. आई त्या जगात पैसे टाकून पाया पडत होती. आम्ही वाजत-गाजत मंदिरापर्यंत आलो. मंदिराभोवती उघड्यानंच पाच फेऱ्या घातल्या आणि अंगावरचा लिंब उतरवला. जुनेच कपडे अंगावर घातले. देवीच्या पाया पडलो. आईनं चांदीचे डोळे पुजाऱ्याजवळ दिले. पूजा बांधली. जोगत्याला लिंब नेसवल्याचे पैसे दिले. पुजाऱ्यानं अर्धा नारळ आणि एक केळं त्याला हळदीकुंकू लावून परत केलं. आईनं तो प्रसाद पदराच्या ओटीत घेतला. सगळीकडं "उदंऽऽऽ गं आईऽऽ उदंऽऽऽ" चा आवाज दुमदुमत होता.

आम्ही देवळातून बाहेर आलो. आईनं आणलेल्या तांदळाचा भात तीन दगडाची चूल करून शिजवला. त्याचा देवीला नैवेद दाखविला. उरलेला भात आम्ही गुळाबरोबर खाल्ला. मंदिराच्या मागल्या बाजूला देवीला घातलेलं पाणी पडत होतं. ते पडणारं पाणी आईनं एका बाटलीत भरून घेतलं. तेच घाण पाणी तिनं थोडं आपल्या तोंडात टाकलं आणि मला थोडं दिलं. त्या पाण्यात हळदीकुंकू, उदबत्तीची राख, येणाऱ्या जाणाऱ्या भक्तांच्या पायाची धूळ मिसळलेली होती. तसलं पाणी घ्यायलासुद्धा लोकांची गर्दी झाली होती. लोकं म्हणत होती, "ते पानी पिल्यावर नायटा, खरूज उटत न्हाई."

आईनं नंतर परडी आणि देवीचा फोटो विकत घेतला. देवीचा प्रसाद म्हणून चिरमुरे, बत्ताशे घेतले. भंडारा घेतला. लिंब नेसल्यावर माझं कपाळभरून भंडारा लावला होता. जिकडं-तिकडं कपाळ भरून भंडारा लावलेली माणसं दिसत होती. आम्ही परत एकवेळ देवीच्या पाया पडून घरी निघालो. एस्टीत सुद्धा "उदं... गंऽऽऽ आई... उदं...." म्हणतच होते. मी पण आईबरोबर "उदं...उदं" म्हणत होते.

आम्ही कोल्हापूरला आलो. घरी आल्यानंतर आईनं पुरणपोळ्यांचा नैवेद केला. मांगणीला बोलावून पाच परड्या भरल्या. आईनं येताना आणलेली परडी हातात घेतली. मला पण बरोबर घेतलं आणि आमच्या घरापासून पाच घरं भिक्षा मागितली. भिक्षा म्हणून कोणी तांदूळ, कोणी भाकरीचा तुकडा घातला. आईनं, मी त्या भाकरीच्या तुकड्यांवरच उपवास सोडला. मांगणीला दक्षिणा म्हणून सव्वा रुपया आणि शिधा दिला. शेजारच्या बायका परडीच्या पाया पडायला आल्या. आईनं त्यांनाही भंडारा लावला. प्रसाद म्हणून चिरमुरे दिले. हा सर्व सोपस्कार झाल्यानंतर खऱ्या अर्थानं माझा लिंब झाला.

एके दिवशी संध्याकाळी बाबा कॉटवर पडूनच बडबडत होते. घरातलं वातावरण त्यांना आजारापेक्षाही जास्त अस्वस्थ करत होतं. घरात कोणीच कोणाशी व्यवस्थित बोलत नव्हतं. त्यामुळं त्यांना फार वैताग आला होता.

बाबा म्हणत होते, "माजी लेकरं...ह्येंना जडं झाल्याती.. लेकरांस्नी सारकं हिडीसफिडीस करत्याती... म्या असा हातरून धरून पडलुया..."

आई बाबांची समजूत काढत म्हणत होती, "ऱ्हावं द्या वं! तुमी कश्याला जीवाला लावून घेताया? ज्येच्या त्येच्या संवसाराची ज्येला त्येला काळजी हाय. आपली लेकरं काय आपल्यास्नी जड झाली न्हायती... तुमच्या जीवाला बरं वाटा लागलं म्हंजी आपलं आपुन लेकरं घिऊन मागून खात फिरू.... कशाला कुणाच्या जीवाला तरास...."

लिंगाप्पादादा कामावरून आला होता. अशोकदादा अद्याप कामावरून आला नव्हता. थोरल्या वहिनीला दुसरा मुलगा झाला होता. त्याचं नाव अमित ठेवलं होतं. वहिनी त्याला मांडीवर घेऊन बसली होती. धाकटी वहिनी चुलीपुढं बसून भाकरी करत होती. मधु एका कोपऱ्यात बसून अभ्यास करत होता. मी पण पुस्तक वाचत होते. मऱ्याप्पा बाबांच्या पायाला औषध लावत होता. मंगल बाहेर इतर मुलींबरोबर खेळत होती.

आईच्या बोलण्यानं लिंगाप्पादादाला राग आला. तो रागातच म्हणाला,

"आई, तू गप बस.... पयलंच घरातला खर्च भागवता भागवता पुरेवाट

झाल्याय...''

आई खवळूनच म्हणाली, ''कसला खरूच भागवतुयास रं....? त्या आश्यानं येवडं दीस समद्यांस्नी संबाळलं... यिवडी यिवडी लेकरं त्येनं संबाळली... तुमाला साळा शिकवली... आनिक तुजं लगीन हून दोन वरसं झाली न्हायती, तवर तुला आमचा खरूच वाटाला लागला व्हय....?''

बाबा म्हणाले, ''आगंऽऽ आसंच आसतंया. बायका आल्या म्हंजी आय-बापाला कोन इच्यारतंया...? बायका सांगील तसं आयकाचं... मग भनी-भावंडाला कोन जगवतंया?''

शोभावहिनी भाकरी करायचं सोडून उठली आणि म्हणाली,

''आमी न्हाय शिकवत. सात-आट माणसांच्या पोटाला कुटनं घालाचं?''

आई एकदम तडकली, ''तू कुटं जात्याया गं मिळवाला? माजं पोरगं नुकरी करतंया... त्येचं खातुया आमी. त्वा मिळवा लागलीच म्हंजी नाक उंच करून बोल म्हनं.... त्येला आजपातूर भीक मागून शिकवलं. आमचा काय हाक्क हाय का न्हाय त्येच्यावर...?''

शोभावहिनी मोठमोठ्यानं बोलू लागली, ''आमाला काय संसार हाय का न्हाय? का जलमबर सगळ्यास्नी संबाळाचा ठेका घेतलाया? मरूस्तवर काम कराला लागतंया.''

थोरली वहिनी म्हणाली, ''आम्ही सर्व माणसं सांभाळली आतापर्यंत, पण कधी आपल्या संसाराचा विचार केला नाही... तू काल येऊन शहाणपणा शिकवायला लागलीस होय?''

शोभावहिनी फणकाऱ्यानं म्हणाली, ''मग संबाळत बसा की..! आमाला कश्याला तरास देताया? आमचं आमी येगळं ऱ्हातो...''

शोभावहिनीनं 'वेगळं ऱ्हातो' म्हटल्याबरोबर बाबांचं डोकं तडकलं. बाबा कॉटवरून उठण्याचा प्रयत्न करीत म्हणाले, ''त्वाच घर फोडाचा घाट घातलीयाच.... मला तुजा कावा कळलाय. पर ध्येनात ठिव उपाशी तरपाडून मरा लागलू तर तुज्या दारात येनार न्हाय...!''

मऱ्याप्पा बाबांना सावरून धरत म्हणाला, ''बाबाऽऽ जाव दी.. 'ता' म्हणता ताक वळकायचं... त्यास्नी आपुन नकु झालुया. तुमी गप बसा.... पयलंच तुमच्या जीवाला बरं न्हाई!...''

आई पण मोठ्यानं बोलू लागली, ''म्हंजी... तुला येगळा संवसार कराचा हाय... मग तसं सांग की....! रोज कश्याला घालूनपाडून बुलतीयाच?''

लिंगाप्पादादा म्हणाला, ''तुमी घरातले सगळेजण एका बाजूला झालाय आन् तिला येकटीला बाजूला टाकलंय...''

बाबा म्हणाले, "आरं.... त्वा तिचीच कड घिऊन बोलनार! तुजी बायकू हाय ती... आय-बा दारूदारं फिरलं तर चालत्याली..."

मधुनं दप्तर गुंडाळून ठेवलं. तो वैतागला होता. बरेच दिवस हे असंच सुरू होतं. तो तिरमिरीतच म्हणाला,

"कोनाकोनाला वेगळं व्हायचं आसंल त्यांनी वेगळं व्हा. आमी जगू कसं तरी..."

प्रत्येकाचा आवाज चढला होता. मी घाबरून बसले होते. भांडण ऐकून मंगल आईला बिलगून बसली होती. अमित जोरजोरात रडत होता. शेजारची माणसं, पोरं आमच्या दारासमोर जमली होती.

तेवढ्यात अशोकदादा कामावरून आला. येतायेताच तो थोडी दारू पिऊन आला होता. दारात गर्दी जमलेली बघून तो दारातूनच म्हणाला,

"काय चाललंय?.. का तमाशा सुरू केलाय? तुम्ही पालात नाही. जरा व्यवस्थित वागायला शिका...."

आई म्हणाली, "आता तुमाला पकं फुटली रंऽऽ. आता आय-बा, भनी-भावांडं...ह्येनास्नी कोण इच्चारतुया....!"

अशोकदादा जास्तच चिडला. तो म्हणाला, "तुमच्या आयलाऽऽऽ काय झालं ते तर सांगा...."

थोरली वहिनी फारच घाबरली. आता घरात जोरात भांडण होणार असं वाटून ती म्हणाली, "तुम्ही कशाला चिडताय? खाली तर बसा... मी सांगत्ये..." वहिनी शक्य तेवढ्या समजुतीच्या सुरात म्हणाली, "भाऊजी आणि शोभा म्हणतायत का... घरात... घरात ओढाताण होतीय, तेव्हा...."

मध्येच अशोकदादा म्हणाला, "आपण वेगळं राहू, असंच ना...? मला बऱ्याच दिवसापासून त्यांचा रागरंग कळून चुकलाय...."

शोभावहिनीकडं वळून दादा म्हणाला, "काय शोभा... तुमचा काय विचार आहे? काय रे लिंग्या... काय म्हणतोस? खाली मान घालून गप्प का बसलास..? बोल की... का आता तुझी वाचा गेली...?"

लिंगाप्पादादा म्हणाला, "घरात रोज-रोज भांडणं होतायत्, त्यापेक्षा वेगवेगळं राह्यलं तर निदान एकमेकात वाईटपना तर येनार न्हाई."

अशोकदादा फार चिडला. उठून उभा राहत म्हणाला, "मी आजपर्यंत झीज सोसली. माझ्या बायकोचा, मुलांचा कधी विचार केला नाही... तुला लगेच वेगळं राहू वाटायला लागलं ! ठीक आहे... मी आजपर्यंत घरातल्या सर्वांना सांभाळलं... आता तू त्यांना सांभाळ आणि राहा वेगळं..."

लगेच शोभावहिनी म्हणाली, "येवड्या सगळ्यांस्नी आमी कुटलं घालावं?"

अशोकदादा एकदम खवळून म्हणाला, "शोभा... आशानंच घरं फुटतात.... तुम्हाला राजा-राणीसारखं राहायला पाहिजे तर..."

बाबा म्हणाले, "हे बग आश्या... आमच्यासाटी तुमी भांडू नगा.. मला आता कळून चुकलंय. तुमचं तुमी सुकानं ऱ्हावा.... मी पांगळा हून पडलूय म्हनून तुमच्या बायकांम्होरं नाक घासणार न्हाय... माजं आनि माज्या चार लेकरांचं जी काय हुयाचं आशील ती व्हू दी... तुमचं तुमी येगळं ऱ्हावा..."

अशोकदादा म्हणाला, "वेगळं राह्यचं असलं तरी निम्मी माणसं लिंग्यानं सांभाळली पाहिजेत. काय कोणावर उपकार करत नाही...!"

आई बडबडू लागली, "तळहाताच्या फोडासारकी संबाळली व्हुती... भीक मागून गास-मुटका घातला व्हुता... काय जान ठिवत्याली म्हनून... पर आसं उपकार फेडलं पोरांनी... आमच्या डोळ्याम्होरं आसं, तर आमच्या म्हागारी माज्या लेकरांचं कसं काय करचीला ती दिसा लागलंय..." असं म्हणतच आई रडू लागली.

मऱ्याप्पा म्हणाला, "आई... उद्याला मी एक खोली बगतो. मध्या, इमल, मंगल, तू आनि बाबा, आपुन ऱ्हाव बाजूला... उगंच फुकट तमाशा नकु..."

अशोकदादा म्हणाला, "ये...मऱ्या तू गप्प बस... का रं लिंग्या... काय म्हणतोस?"

लिंगाप्पादादा म्हणाला, "निम्मी माणसं माझ्याकडं राहू दे आनि निम्मी तुझ्याकडं घे..."

मग तशा तंग वातावरणातच आमची वाटणी सुरू झाली. आई, मी, मधु, लिंगाप्पादादाकडं राह्यचं ठरलं. ज्यांनी म्हातारपणापर्यंत एकत्र संसार केला, त्या आईबाबांना मुलांमुळं वेगवेगळं राहावं लागणार होतं.

आई रडत-रडत म्हणत होती, "येवड्यासाटीच तुमाला मोटं केलं... उद्या आय-बाची वाटनी करचाल म्हनून... चांगलं पांग फेडलाचा...!"

बाबा सुन्न मनानं कॉटवर पडून होते. एकटक घराच्या कौलांकडं बघत होते. पंख कापलेल्या पाखरासारखी त्यांची स्थिती झाली होती. त्यांच्या डोळ्यांतून घळा-घळा पाणी वाहत होतं. त्यांच्याकडं बघून आईचं अंत:करण तडफडत होतं. बाबांना आम्हाला घेऊन पालावरही जाता येत नव्हतं. बाबा स्वत:शीच बडबडत होते,

"कसलं दीस वाट्याला आलं... लोकांत त्वांड दावाची सुदीक परिस्थिती ऱ्हाली न्हाय." आईकडं बघत ते म्हणू लागले, "रकमे... माज्या लेकरांचं कसं हुईल... माज्या म्हागारी ही लेकरं कुणाच्या दारात जात्याली...?" बाबा हमसून हमसून रडू लागले. आईपण रडत रडतच म्हणत होती,

"तुमी उगंच मनाला लावून घीवं नगाऽऽ. आय मऱ्याआयला माज्या लेकरांची काळजी हाय... ती उगड्यावर पडू द्याची न्हाय..."

थोरल्या वहिनीला फार वाईट वाटत होतं. ती बाबांजवळ जात म्हणाली,

"मामा... असं का म्हणता...? आम्ही आहे की अजून जिवंत...."

थोरली वहिनी बाबांना फार मानायची. बाबा थोरल्या वहिनीचं कौतुक करायचे. परंतु आता घराचं चित्रच बदललं होतं. रात्री सर्वजण न जेवताच अंथरुणावर पडले.

माझ्यासमोर प्रश्न पडला. बाबांना अशा स्थितीत सोडून आपल्याला दुसऱ्या घरात राह्यला जावं लागेल. त्यांना रोज भेटायला येता येईल की नाही कुणास ठाऊक! आई रडतच पडली होती. मऱ्याप्पा विचार करीत पडला होता.

दुसऱ्या दिवशी अशोकदादानं तिथून जवळच असलेल्या कळंबा या खेडेगावात दोन खोल्या भाड्यानं घेतल्या. बाबा, मऱ्याप्पा आणि मंगल अशोकदादाकडं राहण्यासाठी गेले. मी, मधु, आई लिंगाप्पादादाकडं राहिलो. लिंगाप्पादादा त्या घरातच राहिला होता. आई एका कोपऱ्यात रडत बसली. शोभावहिनीमुळंच घर फुटलं, असं म्हणून ती शोभावहिनीशी बोलत नव्हती.

दुसऱ्या दिवशी मी शाळेला गेले. मी पाचवीत होते. त्यामुळं माझं नावही 'शिवशक्ती विद्यालया'तच घातलं होतं. मंगल प्राथमिक शाळेतच तिसरीत शिकत होती. मऱ्याप्पा आणि मधु नववीत होते. माझं दिवसभर शाळेत लक्ष नव्हतं. आपलं कसं होणार? बाबांना जास्त झालं तर ...? सारखे असेच विचार डोक्यात येत होते.

शाळा सुटली. मी आणि मधु लिंगाप्पादादाच्या घराकडं जाऊ लागलो. समोरून मंगल पळत पळत आली. मधूनं तिला लगेच उचलून घेतलं. मधु तिला कुरवाळू लागला. मी मंगलला म्हणाले,

"मंगे... बाबा कसे हायेत गं?"

ती बारीक चेहरा करीत म्हणाली, "ताये.. बाबा सारकं तुजी आठवण काढतोय. तुला बोलावलंय. तू ये.. मला करमत न्हाई... आईला बगू वाटतंय..."

मला एकदम भडभडून आलं. मी तिला कवटाळून रस्त्यातच रडू लागले. मधूच्याही डोळ्यात पाणी आलं, 'आईकडं येते...' म्हणून मंगल रडू लागली.

आम्ही तिला घेऊन आईकडं आलो. आईला बघताच मंगल आईच्या गळ्यात पडली. आई तिला कुरवाळू लागली. पटापटा मुके घेऊ लागली. आई म्हणाली,

"मंगे... बाबा काय म्हंतुया गं? आनि आश्या त्येनांस्नी काय बोलत न्हाय न्हवं?"

मंगल सांगू लागली, "बाबा गप बसतोय... कोनालाच बोलत न्हाई... दादा

पन कोनाला बोलत न्हाई.''

खरं तर वेगळं राहून दोनच दिवस झालं होतं. परंतु फार दिवस एकमेकांना न भेटल्यासारखं वाटत होतं. मंगल आलेली बघून शोभावहिनीच्या कपाळावर आठ्या पडल्या. ती बडबडू लागली,

''आसं... येक... येक करत संमदी हितंच यीवून ऱ्हावा. त्येनाला तेवडंच बरं व्हुईल... त्येंच्या घरातली माणसं तर कमी व्हुत्याली...''

आईला एकदम राग आला. ती म्हणाली, ''सोभे... तुज्या उरावर माजी लेकरं बसत न्हायती... कुटं फेडचाल गं ही पापं..''

आई मला म्हणाली, ''इमे... त्वा हिला घिऊन जा... आनि त्येंच्या घराच्या जवळ सुडून यी...''

मंगल 'नाही जाणार' म्हणून रडत असतानाच मी तिला ओढत नेलं. खरं तर मनातून फार वाईट वाटत होतं. पण नाईलाज होता. आई काळजावर दगड ठेवून गप्प बसली.

मंगलला घेऊन मी अशोकदादाच्या घराजवळ आले. तिला सोडून परस्पर जावं म्हणत होते, परंतु मंगल मला जाऊ देईना आणि बाबांनाही बघायची फार इच्छा झाली होती. विजयला, टिंकूला बघू वाटत होतं. मी त्यांच्या घरी गेले. बाबांनी मला जवळ घेतलं. पाठीवरून हात फिरवला आणि डोळ्यातून पाणी टाकू लागले. बाबांना माझी फार काळजी वाटत होती. मी उफाड्या अंगाची असल्यानं मोठी दिसायची. बाबा माझ्या लग्नाच्या काळजीनं अधिकच खंगत होते.

वहिनीनं विचारलं, ''इमे... काय बोलतीय का गं शोभा...?''

मी नकारार्थी मान हालवली. विजयला, टिंकूला घेऊन खेळवलं. थोड्या वेळानं मी तिथून इकडच्या घराकडं निघाले. मऱ्याप्पा घरात नव्हता. त्याची भेटच झाली नाही. घरात आल्यानंतर स्वयंपाक करावा लागला.

रोज सकाळी सकाळी मी आणि आई शेणी, लाकडं गोळा करायला जायचो. लाकडं घेऊन आल्यानंतर शाळेला जावं लागायचं. मी शाळेतून कधी कधी अशोकदादाच्या घरी जात असे. बाबा आता थोडे बरे झाले होते. लंगडत लंगडत चालत होते. थोरली वहिनी त्यांना चांगलं सांभाळत होती. आई मात्र खंगत चालली होती. आमच्याकडं बघितल्यानंतर थोरल्या वहिनीला अपराध्यासारखं वाटत होतं. मऱ्याप्पानं नववीतून शाळा सोडली आणि तो भांडी विकण्यासाठी संकेश्वरला गेला होता. मंगल आमच्याकडं येत होती. अधूनमधून आई अशोकदादाच्या घरी जात होती. बाबा मात्र आमच्याकडं येत नव्हते.

सहा-सात महिने असेच गेले. मला मात्र दोन्ही घराकडली कामं करावी लागत होती. वहिनी अपंग होती. तिला लांबून पाणी आणणं जमत नव्हतं. तिला

पाणी आणून द्यावं लागायचं. मला विजय, टिंकूची सवय झाल्यानं त्यांना सोडून राहू वाटायचं नाही. दुकानाला तर दहा-दहा मिनिटाला पळावं लागायचं.

अशोकदादाची बदली मुंबईला झाली. अशोकदादा लिंगाप्पादादाकडं आला आणि म्हणाला,

"लिंग्या, माझी मुंबईला बदली झालीय... मी सुमीला आणि मुलांना इथंच ठेवून जाणार आहे. घरात कोणी बघायला नाही. आपण एकत्र राहू. मी महिन्याला पगार पाठवत जाईन. तू घर चालव. त्या मऱ्यानं शाळा सोडली... आता भांडी विकत फिरतोय... उद्या मध्यालाही शाळा सोडावी लागेल. इमीलाही शाळा सोडावी लागेल... झालं गेलं विसरून जाऊ..." अशोकदादानं समजूत घातली.

आम्ही पुन्हा एकत्र राहू लागलो.

आमची वार्षिक परीक्षा संपली होती. सुट्टी लागली होती. बाबांची प्रकृती आता चांगली झाली होती. सुट्टीत आई, बाबा, मी आणि मंगल संकेश्वरला आलो. मधु कोल्हापुरातच राह्यला. मऱ्याप्पा तिथंच दामूकाका, पांडूकाका यांच्याबरोबर भांडी विकत होता. तो एकटाच आमच्या पालात राहात होता. त्यानं बरीच मोड जमा केली होती. आई, मऱ्याप्पा भांडी विकायला जाऊ लागले. मी बाबांच्याबरोबर पालात राहात असे. पंधरा-सोळा पालं तिथं होती. प्रत्येक पालातले पुरुष, बायका, तरुण मुलं भांडी विकण्याचाच व्यवसाय करीत होती. पालातली माणसं बाबांच्या प्रकृतीची चौकशी करीत. दोन मुलगे पोलीस असूनही आईबापाचा वनवास संपला नाही, असे आमची माणसं टोमणे मारीत.

बाबा म्हणायचे, "त्येंचा पगार त्येनास्नीच पुरत न्हाय... त्यात दोन-तीन लेकरं साळा शिकत्याती. त्येंनी तर काय करावं...? बरं, ततं बसून तर काय मन रमतंया व्हय? हितं आल्यावर आपल्या माणसात आल्यासारकं वाटतंया..."

बाबा लोकांना घरची खरी परिस्थिती कळू देत नव्हते. चार-पाच दिवसानंतर बाबाही भांड्याची बुट्टी घेऊन जाऊ लागले. त्यांना अद्याप सरळ चालता येत नव्हतं. परंतु मऱ्याप्पाचे हाल त्यांना बघवत नव्हते. आईनं आणि मऱ्याप्पानं त्यांना फार सांगून बघितलं. पण त्यांनी काही ऐकलं नाही. लंगडत लंगडतच ते भांडी विकण्यासाठी जाऊ लागले.

सुखदेवदादा तिथंच होता. त्याचं लग्न होऊन तीन-चार वर्षं झाली होती. त्याची बायको नांदायला तयार नव्हती. कसंतरी जुलमानंच लोकं तिला संसार करायला लावत होती. ती बऱ्याच वेळा पळून माहेरी जायची. मग काही माणसं समजूत घालून तिला परत आणायची. ती गोंधळेवाडीचीच होती. तिचं नाव रंजना होतं. परंतु सगळेजण तिला रंजीच म्हणायचे. तिचा भाऊ खंडू धुमाळ

तरुणपणीच मरण पावला होता. वडील ती लहान असतानाच गेले होते. त्या दोघी-तिघी बहिणी आणि आईच होती.

रंजनावहिनीला तंबाखू खायची सवय होती. ती सदान्कदा दाढेत तंबाखूची गोळी ठेवायची. माझ्यापेक्षा ती चार वर्षांनी मोठी असेल. तिच्या व्यसनाबद्दल सर्वजण तिला शिव्या द्यायचे. ती पानही खायची. तंबाखूचीच मिसरी घासायची. यशोदाकाकीची आणि तिची सारखी भांडणं व्हायची. आमची लोकं काकीलाच बोलायची; म्हणायची,

"हिला सुनेला नांदवून घेता आलं नाही."

रंजनावहिनीच्या अशा वागण्यानं सुखदेवदादा वैतागला होता. त्यानं तिच्या माहेरात जाऊन सांगावा दिला होता. जात-पंचायत बसवण्याचं अगोदरच ठरलं होतं.

एका दिवशी सगळेजण धंद्याला न जाता पालावरच राहिले. आम्ही राहात होतो तिथं जवळच एक वडाचं झाड होतं. त्या झाडाखाली आमची जात-पंचायत बसली. रंजनावहिनीच्या माहेराकडून तिची आई धोंडाबाई आणि तिचा मामा नि दोन-तीन माणसं आली होती. सुखदेवदादानं लिंगाप्पादादालाही बोलावून आणलं होतं. आमची सगळी माणसं जमली होती. पंच गोंधळ्याचेच होते. माझे वडील पंचात होते. मी आईजवळ बसले होते. गावात आम्हाला 'पाटील' नावानंच ओळखत होते. 'आषाढा'त बाबा वर्गणी गोळा करायचे. देवीची सर्व कामं करून घ्यायचे. आमच्या आडनावापुढं 'भोसले-पाटील' लावत होते. पालावर सर्व माणसं बाबांना 'पाटील'च म्हणायचे. तसं आम्ही फक्त नावापुरतेच 'पाटील' होतो.

सटवाप्पा दोरकर, नारायण भोसले, रखमाजी शिंदे, बाबासाहेब धुमाळ आणि बाबा हे आमच्या जमातीचे तेथले प्रमुख पंच होते.

सुखदेवदादानं पंचांपुढं आपलं गाऱ्हाणं सांगायला सुरुवात केली,

"देवानो... माजं ऐका.... माजी बायकू रंजी.... माज्याजवळ नांदाला याला तयार न्हाय. ती किती डाव म्हायेराला पळून गिली. आज न्हाय उद्या सुदारील म्हनून म्या इतकी दीस खपवून घितलं. पर आता माज्यानं जमत न्हाय. दुसऱ्या पोरांकडं बगून हसत बसती... त्यांच्याबरूबर गुलूगुलू बुलती. म्या काय बोलाया गिलू तर उपराट बुलती. म्या दाल्ला म्हनून तिला नगू हाय... आन च्यार दिस झालं कुटं पळून गिलीया कुनाला ठावं! तिच्या म्हायारात बी न्हाय.. मला अशी बायकू नगू. पुरीस्नी काय कमी गेलं न्हाय... अशा छप्पन मिळत्यात्या. म्या ती परत आली तरी नांदवनार न्हाय..."

सुखदेवदादाला पूर्ण न बोलू देताच दामूकाका म्हणाले, "आमच्या घराला

आजपातूर बट्टा लागला न्हाय... आमी तिला घरात घिऊन घर बाटवनार न्हाय. ज्या दिसी तिनं घराभाईर पाऊल टाकलं त्या दिशीच ती आमाला मिली. म्या पोराचं दुसरं लगीन करनार हाय. तवा काडीमोड द्या.''

काडीमोड ऐकताच धोंडामामीचा चेहरा खर्रकन् उतरला. ती कळवळून म्हणाली,

''मायबाप... आसं करू नगा. म्या रंडकी-मुंडकी बाय हाय. म्याच दुसऱ्याच्या तुकड्यावर जगतीया. माज्या पुरीचं नांदणं तुडू नगा. माज्या लेकरांकडनं चूक झालीया ती तुमी माज्या पदरात घाला. तुमास्नी काय सजा द्याची आसंल ती मला द्या. पर माज्या लिकीचं नांदणं तुडू नगा. म्या तुमच्या पाया पडती.'' असं म्हणतच धोंडामामीनं पंचांच्या पायावर डोकं ठेवलं.

आईनं धोंडामामीला उठवलं. धोंडामामीच्या डोळ्यातून पाण्याच्या धारा लागल्या होत्या.

पंच यशवंत दोरकर म्हणाले, ''धोंडाबाय... तुजं बरूबर हाय. आईचं आतडं हाय. तवा आतड्याला पिळं पडाचा... पर आमच्या जातीत पळून गेल्याली पोरगी नांदवायची रित न्हाय.''

लिंगाप्पादादा मध्येच म्हणाला, ''अहो... ती मुलगी कुठं हाय याचा अगोदर तपास करा आनि मग पुढलं काय ते ठरवा. ती मुलगी इथं नसताना तुमी कशी काय काडीमोड देनार? हे कायद्यात बसत न्हाई.''

पंचांचा चेहरा एकदम लाल झाला. पंच खवळले. ते दादावर खेकसतच म्हणाले,

''तू आमास्नी कायदा शिकवतूस? आमाला कायदा कशाला पायजे? मग आमी पंच कशापायी हाय?''

सटवाप्पा धुमाळ शांत आवाजात म्हणाले, ''आवं... त्याला काय कळतंया जात पंचायतीचं...! पुलिसाची नुकरी करतंया म्हनून आपलं बोलतंया.''

बाबा म्हणाले, ''काडीमोड करा.. आमाला पोरगी नांदवाची न्हाय.''

धोंडामामीचा भाऊ पंचाच्या विनवण्या करत होता,

''म्या जो दंड बशील त्यो दितु पर पुरीचं नांदनं लावा.''

पंच बाळासाहेब राठोड म्हणाले, ''दुसऱ्याबर पळून गेलेल्या पोरीचं दंड घिऊन नांदनं लावलं, म्हंजी... उद्या आनिक येकांदी पुरगी दुसऱ्या पोराबरुबर पळून जायील.''

रखमाजी शिंदे म्हणाले, ''पळून गेलेल्या पुरीला जातीत घिऊन आमाला जात बाटवाची न्हाय... आमास्नी च्यार गावात तोंड दावाया जागा उरायची न्हाय...''

नारायण शिंदे म्हणाले, ‘‘मग काडीमोडच करा.’’

बराच वेळ जात पंचायत सुरू होती.

बाबासाहेब राठोड म्हणाले, ‘‘पुरीच्या गळ्यातलं डोरलं काडून घ्याला आन कांकणं फोडाला पुरगी हिथं न्हाय... तवा काडीमोड कशी कराची?’’

सटवाप्पामामा म्हणाले, ‘‘काडीमोड कराया पुरगीच कशाला लागतीया? दोन काटक्या घ्या... म्या करतु काडीमोड.’’

सिद्राम शिंदे उठून गेले. त्यांनी कुठून तरी दोन काटक्या आणल्या.

सटवाप्पामामांनी एक काटकी हातात घेतली आणि ‘‘ही सुक्याच्या नावानं मुडली’’ असं म्हणून त्यांनी त्या दोन काटक्यांचे चार तुकडे केले.

काडीमोड झाली !

दामूकाकानं ‘जितपान’ म्हणून पंचांना साडेसात रुपये दिले.

जात पंचायत संपली. माणसं उठून आपापल्या पालांकडं गेली.

धोंडामामी फाटका पदर सरळ करत उठली. हुंदके देऊन रडत स्टँडकडं चालू लागली.

आई तिला अडवत म्हणत होती, ‘‘धोंडा.... रात झालीया... आजचा दिस ऱ्हा. भाकर-तुकडा खा.. आन उद्या जा म्हनं.’’

धोंडामामी पदरानं डोळं पुसत म्हणाली,

‘‘रक्माक्का कश्याला ऱ्हावू.. लिकीचं नांदणं तुटलं... पोर माजी देसोधडीला लागली. कवा गाट पडील कुणाला ठावं! तिला कसली काळबुद्धी सुचली आनं पळून गिली. समद्या आब्रुचं खोबरं केलं. मला आन कसं गोड लागील? चलती म्या...’’ म्हणत धोंडामामी रस्त्याला लागली.

मी रडत जाणाऱ्या धोंडामामीकडं आणि पालापुढं पान खात बसलेल्या पंचांकडं बघत होते!

सात-आठ दिवसानंतर सुखदेवदादा आंबूआक्काला भेटण्यासाठी आणि भांडी विकत आणण्यासाठी बेळगावला गेला होता. आंबूआक्का बेळगावलाच भांडी विकत होती. लिंगाप्पादादा मऱ्याप्पाला कोल्हापूरला घेऊन गेला. लिंगाप्पादादा जाताना बाबांना म्हणाला,

‘‘मी मऱ्याप्पाला धंदा काढून देतो. दिवसभर डोक्यावर भांडी घेऊन वनवन फिरण्यापेक्षा एका जागी बसून तर धंदा करील.’’

बाबा म्हणाले, ‘‘तुमाला जसं कळील तसं करा!’’

बाबा रोज भांडी विकायला जात होते. आमच्यातल्या बायका पण भांडी विकत होत्या. फुलाक्का, शालाक्का, शालाक्काचा मुलगा तायाप्पा हे सर्वजण भांडीच विकत होते. परंतु शालाक्काचा नवरा नागूमामा मागायला जात होता.

एके दिवशी आंबूआक्काचं कुटुंब आणि सुखदेवदादा बेळगावहून परत आले. बेळगावमध्येच आंबूआक्कानं सुखदेवदादाचं लग्न केलं होतं. सगळ्या बायका सुखदेवदादाच्या बायकोला बघायला पालापुढं जमल्या होत्या. मी पण सुखदेवदादाच्या पालाकडं आले.

पालात एक आठ-नऊ वर्षांची मुलगी बसली होती. तिच्या अंगावर पिवळंधम्मक काठापदराचं पातळ होतं. हातात कोपरापर्यंत हिरव्यागार बांगड्या आणि कपाळावर मोठं कुंकू होतं. गळ्यात काळ्या मण्याची पोत दिसत होती. तिचा चेहरा घामानं डबडबलेला आणि नजर भेदरलेली होती. ती सगळ्यांच्या तोंडाकडं टकामका बघत होती. बायका तिची चेष्टा करत होत्या. शालाक्का म्हणाली,

"ये... पोरी... नवऱ्याचं नाव घी की.. "

ती मुलगी शिकवल्यासारखं चटकन म्हणाली, "सुक्या माजा दाल्ला."

सगळ्या बायका खो खो हसायला लागल्या.

यशोदाकाकी भांड्याची बुट्टी ठेवत म्हणाली, "न्हवऱ्याचं नाव घ्याचं नसतं... काय आसंच वळण लावलंय व्हय तुज्या आयबानं?"

आई मध्येच म्हणाली, "यसवदे... त्या लेकराला काय कळतंया, न्हवरा म्हंजी काय त्ये! आपुनच समदं शिकवाचं. का लागलीच सासुरवास लावाया?"

सगळ्या बायका थोडा वेळ बसून नवीन नवरीचं कौतुक करत आपापल्या पालाकडं गेल्या. मी, आई आंबूआक्काकडं आलो. आंबूआक्काचा नवरा पाल मारत होता. मुलांनी भोंगा पसरला होता. भांडीकुंडी विखुरली होती. आक्का लहान मुलीला दूध पाजत होती. आई आणि आंबूआक्का सुखदेवदादाच्या बायकोबद्दलच बोलत होत्या.

आंबूआक्का म्हणाली, "थोरली आये... पुरगी चांगली हाय का? म्या पसंद किलीया. सुक्या म्हनत व्हुता लय बारकी हाय, पर कामाला लय भारी हाय... समदं काम चटाचटा करतीया... न्हायतर सुक्याचं पयलं लगीन झालंया... दुसरं कोन पुरगी लगीच दील?... तवा म्हटलं आसू दी हीच... "

आई म्हणाली, "जावं दी. पुरगी चांगली हाय... आमच्यातली कुनाची दिसत न्हाय..."

आंबूआक्का म्हणाली, "ती हिकडची न्हाय... माज्या सासरची हाय. आलसगीच्या शंकर शिंद्याची लेक हाय. त्यो लय दारू पितोया. बेळगावला भांडी इकतुया. माजं पाल त्याच्याजवळच हुतं. म्या इचारलं पुरगी दितु का माज्या भावाला? मला पुरगी लय पसंद पडली. त्यो दितु म्हनाला; आन् लगीन उरकलं."

दुसऱ्या दिवशीपासून बायका तिला काम शिकवू लागल्या. ती लहान पातेल्यानं पाणी आणायची. आमच्याबरोबर जळणाला यायची. भाकरी करायची.

साडीमुळं तिला धड चालता येत नव्हतं. ती काम करताना साडी खोचायची. डोक्यावरचा पदर सारखा सावरायची. डोक्यावरचा पदर पडला, की यशोदाकाकीच्या तोंडाचा पट्टा चालू व्हायचा.

एकदा ती पालातून रडत, बोंबलतच बाहेर आली. पालासमोरच फतकल घालून पाय पसरून रडत बसली. आम्ही सगळेजण घाबरलो. आम्ही तिच्याकडं पळत गेलो. बायका म्हणत होत्या,

"पुरीला काय झालं कुणाला ठावं ! का लेकराला काय चावलं-बिवलं?"

आई म्हणाली, "काय झालं ग पुरी?"

ती म्हणाली, "आत्या.... माज्या... दाल्ल्यानं... सुक्यानं... मला धरलंऽऽ." ती हुंदकं देत म्हणाली, "मला दाल्ला नगूऽऽ.. म्या माज्या आय-बाकडं... जातीऽऽ.."

बायका तोंडाला पदर लावून हसत होत्या.

सुखदेवदादाही पालात हसत बसला होता.

आई त्याला म्हणाली, "सुक्या, तुला कळत न्हाय व्हय?... लिकरू बारकं हाय... उगंच कशाला लेकराची थट्टा करतूस?"

आईनं तिला उचलून कडेवर घेतलं. तिचे डोळे पुसले आणि म्हणाली,

"तू माज्याकडंच र्‍हा.... तुजा दाल्ला चांगला न्हाय."

तिला आमच्या पालात दोन दिवस ठेवून घेतलं. ती सुखदेवदादाला बघितलं की खूप घाबरायची. भांडी घासत असली आणि सुखदेवदादा दिसला की भांडी तिथंच टाकून पालात पळायची. त्या पालातल्या सर्वांनाच ते दोघं म्हणजे करमणूक झाली होती.

माझी सुट्टी संपल्यानं मी, मंगल आणि आई संकेश्वरहून कोल्हापूरला आलो. बाबा तिथंच राहिले. मऱ्याप्पा अगोदरच लिंगाप्पादादाबरोबर आला होता. आम्ही एकत्रच राहत होतो. शाळा सुरू झाली होती. अशोकदादा मुंबईलाच होता. मी आणि मंगल शाळेत जाऊ लागलो.

सोमवारी शाळेत खेळाच्या स्पर्धा होत्या. मी आणि शोभा शिंदे लवकरच शाळेत आलो. परंतु स्पर्धा सुरू व्हायला बराच वेळ होता.

शोभा म्हणाली, "विमल चल... आपण बंगल्यातून पेरू आणू."

आमच्या शाळेभोवती मोठमोठे बंगले होते. त्या बंगल्यात पेरूची, आवळ्यांची झाडे होती. त्या बायका पेरू, आवळे विकायच्या. मी आणि शोभा महाजनबाईंच्या बंगल्याजवळ आलो. शोभानं गेटजवळूनच हाक मारली,

"आहो मावशी, पेरू आहेत का?"

तेवढ्यात एका टोपलीत पेरू घेऊन महाजनबाई बाहेर आल्या. शोभानं पंचवीस पैशांचे मोठे बघून दोन पेरू घेतले. त्यातला एक पेरू मला दिला. आम्ही दोघी रस्त्यानं पेरू खात फिरत होतो. परंतु माझं लक्ष पेरू खाण्यावर नव्हतं. काल रात्रीपासून माझ्या पोटात दुखत होतं. मी घरात सांगितलं नव्हतं; कारण आईनं लिंबाचा रस प्यायला दिला असता किंवा तीन दामटयाची भाकरी नाहीतर तीन वाटेवरची माती, मिरच्या, मोहरी उतरून टाकली असती.

शोभा म्हणाली, "विमल, तू गप्प का...? काय होतंय का तुला?"

मी म्हटलं, "नाही गं.... माझं काल रात्रीपासूनच पोट दुखतंय..."

शोभा म्हणाली, "अगं, लिंबूसोडा खायचा... लगेच पोट दुखायचं थांबतं."

तेवढ्यात शाळेची घंटा वाजली. आम्ही दोघी पळतच शाळेजवळ आलो.

सर्व मुलं शाळेच्या पटांगणावर जमली. प्रार्थना सुरू झाली. प्रार्थना म्हटल्यावर कोणकोणते खेळ आहेत ते सरांनी समजावून सांगितलं. लंगडी, पळती, खो खो, संगीत खुर्ची, लिंबू-चमचा वगैरे. पळण्याच्या शर्यतीत मी, शोभा आणि वंदनानं भाग घेतला होता. शाळेच्या पटांगणाच्या दुसऱ्या बाजूला खो खोचा खेळ चालला होता. मी आणि शोभा खो खो बघत उभ्या होतो. मुली खो खो फार छान खेळत होत्या. एकपण आऊट होत नव्हती. त्या पटापट जागा पकडून बसायच्या. नाईकबाई आणि जे. आर. पाटीलसर मुलींना सूचना देत होत्या. तेवढ्यात मधु आला. तो जे. आर. पाटीलसरांच्याबरोबर काहीतरी बोलला आणि माझ्याजवळ येऊन म्हणाला,

"इमे.... आईनं घरी बोलवलंय."

"कशाला...? माझा शर्यतीत नंबर आहे. आता थोड्याच वेळात पळण्याची शर्यत सुरू होईल."

"लवकर घरी चल, पाहुणे आलेत."

"माझं नाव लिस्टमध्ये आहे.... थांब, सरांना सांगून जाऊ."

मधु म्हणाला, "मी सांगितलं आहे सरांना. तू लवकर घरी चल."

मी चालताना विचार करत होते... आता कसले पाहुणे आले असतील कुणास ठाऊक! माझ्या लग्नासाठी तर आले नसतील? तसं असेल तर सातवीतच शाळेला रामराम ठोकावा लागणार. कारण आई-बाबा तर पहिलीत असल्यापासून माझं लग्न ठरवण्याच्या मागे आहेत. आता तर बाबा आजारी आहेत. अशोकदादाची मुंबईला बदली झालीय. सगळे इकडं तिकडं होणार म्हणूनसुद्धा आई-बाबा माझं लग्न लवकर उरकून टाकणार असतील. कोणते पाहुणे आलेत ते विचारायचंही धाडस होत नव्हतं.... माझ्या पोटात दुखायचं काय थांबत नव्हतं. पोटात सारखी कळ यायची. कशानं कोणास ठाऊक! मात्र चड्डी ओली झाली होती...

मी आणि मधु घरात पाऊल टाकणार तेवढ्यात आई आतून ओरडली,

"इमे, मद्या, ततंच हुबा ऱ्हावा. म्या आली..." म्हणून आई देवळीतील गोमुत्राची वाटी घेऊन बाहेर आली. आईनं मधूच्या अंगावर गोमूत्र शिंपडलं. शोभावहिनी पाण्याची घागर घेऊन बाहेर आली. तिनं गार पाण्याची घागर माझ्या डोक्यावर ओतली. राहिलेलं थोडं पाणी मधूच्या पायावर ओतलं. मधु घरात गेला, मला मात्र थंडीत कुडकुडत दारातच उभं केलं. मी आईला ओरडून सांगत होते,

"आई, मी सकाळी आंघोळ केली होती. परत कशाला पाणी ओतलं...? आसं का करायला लागलाय?"

दोघी वहिन्या आणि आई माझ्याकडं बघून नुसत्या हसत होत्या. तेवढ्यात समोरच्या घरातून मुलाला कडेवर घेऊन आनंदीची आई बाहेर आली. मला पूर्ण भिजलेली बघून आनंदीची आई म्हणाली,

"इमीची आई... तिला का वल्या कपड्यावर हुबं केलंय?"

आई हसतच म्हणाली, "माज्या इमीला न्हाणं आलंया."

आनंदीची आई आमच्या घराकडं येत म्हणाली, "कवा आलंय व मावशी?"

धाकटी वहिनी म्हणाली, "सकाळी कापडं धुताना ताईच्या चड्डीला डाग दिसला. मला वाटलं... आत्या पान खाऊन न्हानीत थुकल्या आसत्याल्या... म्हनून पानाचाच डाग अशील आसं वाटलं... पर मला सवशंयच आला... आनि आत्यांना दावलं... तवा आत्या म्हनाली, 'पानाचा डाग नव्हं, पाळी झाल्याया.'"

मला कुडकुडताना बघून आनंदीची आई म्हणाली, "मावशी पुरीला घरात घ्या... पातळ नेसाला द्या. आनं काय तर गोडधोड खायाला द्या. माझ्या आनंदीला शाणी होऊन तीन वरसं झाली. पर लिकीचं लगीनच ठरंना झालंया !"

आईनं मला पुढच्या खोलीतच थांबवलं. मी दाराच्या कोपऱ्यातच उभी राहिले. इतर वेळेला शिवून घेणारी माणसं माझ्याजवळ येत नव्हती. वहिनीनं जमिनीवरच मला नेसण्यासाठी साडी, ब्लाऊज आणून ठेवलं. मला धड साडीसुद्धा नेसता येत नव्हती. वहिनीनं एका सुती कपड्याची चौकोनी घडी करून दिली. मी साडी नेसली. कापड घेतलं. वहिनीनं कापड कसं घ्यायचं ते सांगितलं. कपडे बदलून झाल्यावर माझे ओले कपडे मलाच धुवून वाळत घालायला लावले. कपडे वाळत घालून मी दाराच्या कोपऱ्यात बसले.

आईनं बाबांना, काकांना आणि काकीला बोलावून आणण्यासाठी मधूला पाठविलं. मधु पालांवर निघून गेला. तोपर्यंत वहिनीनं एका ताटात शिरा आणून दिला. एका तांब्यात पाणी दिलं. आई माझ्यापासून थोड्या अंतरावर बसत म्हणाली,

"खा शिरा... खाऊन झाल्यावर ताट, तांब्या तुज्याजवळच धुऊन ठिव."

तेवढ्यात टिंकू बाहेरून पळत आला. तो बाहेरच खेळत होता. त्याचे हात-पाय मातीनं भरले होते. त्यानं माझ्या ताटातला शिरा बघितला आणि माझ्या पुढ्यात बसला. टिंकू ताटात हात घालणार तेवढ्यात आई ओरडली,

"आरं... टिंक्या हाकडं यी... म्या तुला दुसरा शिरा दिती."

टिंकू म्हणाला, "न्हाय... तायीच्या ताटातच खानार."

वहिनीनं टिंकूला खस्‌कन ओढून घेतलं आणि म्हणाली,

"टिंक्या, ताईला कावळा शिवलाय; शिवू नको."

त्या लहान मुलाला काय माहीत कावळा शिवला म्हणजे काय होतं ते? तो आपला रडतच होता. त्याला माझ्या ताटात जेवायची सवय होती. रोज मी जेवताना तो माझ्या ताटात जेवायचा. माझ्याजवळच झोपायचा. टिंकू जास्तच हट्ट करायला लागला तशी वहिनीनं त्याला दोन थपडा मारल्या. मला टिंकूचं रडणं बघून गलबलून आलं. जसा काय मी फार मोठा गुन्हा केलाय म्हणून त्याची सजा घरातली माणसं अशी देत होती. मला शिरा गिळता येईना. गळ्यात हुंदका दाटला होता. मी ते ताट बाजूला सारलं.

आई म्हणाली, "खा की... पाच दिस गोडच खायाचं असतंया."

मी म्हटलं, "मला भूक न्हाई."

आई म्हणाली, "मग शिरा नेऊन बाहीर टाक जा... कोंबड्यातर खात्याल्या."

मी उठले. तो शिरा बाहेर टाकून आले. कोंबड्या तो शिरा खाण्यासाठी जमल्या. कारण मी हात लावलेला शिरा घरातल्यांना चालत नव्हता.

लिंगाप्पादादाला मुलगी झाली होती. तिचं नाव पिंकी होतं. ती पण मला शिवेल म्हणून तिच्या अंगावरचे कपडे काढून टाकले होते. उघड्या अंगानं शिवल्यावर विटाळ होत नाही, असं आई, वहिनी म्हणायची. मला कसंतर वाटत होतं. बाहेर जाता येत नव्हतं. कोणाच्या घरात जाता येत नव्हतं. घरातल्या कोणत्या वस्तूला हात लावायचा नाही. काय पाहिजे असेल तर दुसऱ्याकडंच मागायचं. वहिनीकडं काही मागितलं तर दोन्ही वहिन्या जोरात खेकसायच्या,

"आम्हाला काय तेवढंच काम नाही, तुझी उठाठेव करायला. गप्प बस की बसल्यास तिथं..."

मला खूप तहान लागली होती. आई बाहेर कुठं तरी गेली होती. मुलंपण खेळायला गेली होती. धाकटी वहिनी दुसऱ्या खोलीत झोपली होती. मी म्हटलं,

"वहिनी, जरा पाणी द्या... खूप तहान लागलीय."

वहिनीनं न ऐकल्यासारखं करून तशीच पाठ फिरवून झोपली. माझा तहानेनं जीव कासावीस होत होता. म्हणून मी पुन्हा एकदा वहिनीला हाक मारली.

वहिनीची झोपमोड झाल्यामुळं ती माज्यावरच खेकसली -

"जीव गेल्यावानी वरडायला काय झालंय? जरासुद्धा झुपू देत न्हायती. माज्या उपकारालाच पाळी आलीया !"

कुरकुरतच वहिनी उठली. पाणी घेऊन आली. मी माझा तांब्या पुढं केला. वहिनीनं वरूनच पाणी ओतलं नि तांब्या भिरकावून दिला. रागातच जाऊन झोपली.

धाकट्या वहिनीला राग आला होता तो पुन्हा एकत्र राहायला आल्यामुळं. तिला एकत्र राहायला आवडत नव्हतं. ती म्हणायची,

"माझा नवरा माझ्यासाटी मिळवतोय. त्येचा पगार तुमाला का बरं द्यायचा?"

मधु पांडूकाका, गोजराकाकी, यशोदाकाकी, बाबा, दामूकाका यांना घेऊन आला. धाकट्या वहिनीच्या आईलाही निरोप पाठवला होता. त्या पण आल्या होत्या.

पाचव्या दिवशी मला कडक-कडक पाण्यानं आंघोळ घातली. मला अंथरायला, पांघरायला दिलेली वाकळ मीच धुतली. ताट, तांब्या, वाटी, घासून उन्हात पालथी घातली. नंतर ती वाकळ-भांडी गोमूत्र शिंपडून आईनं घरात घेतली. गोजराकाकीनं दोन्ही खोल्या शेणानं सारवून काढल्या. चुलीला पोतीरा दिला. पांडूकाकानं तीस रुपयांची सहावारी हिरवीगार काठपदराची साडी, ब्लाऊजपीस आणले. खरं तर मामांनी साडी घ्यायची असते म्हणे. पण माझे मामा जवळ नव्हते. म्हणून काकांनीच साडी घेतली.

तिथं एका पाटावर मला बसवलं. माझ्या डोक्यावर मखर केलं होतं. माझ्या हातात, गळ्यात, केसात फुलांचे गजरे बांधले होते. अंगावर हिरवी साडी, ब्लाऊज, हातात हिरव्यागार बांगड्या भरल्या होत्या. कपाळावर मोठं कुंकू लावलं होतं. शेजारच्या बायका जमल्या होत्या. घरातल्या बायका गाणी म्हणत होत्या -

"पैल्यानं न्हानं आलं गं
गाईच्या गोठ्यामधी
जाऊन सांगा तिच्या आई
तिच्या मकरावर जाई"

अशी गाणी पाच दिवस म्हणत होत्या. आई कन्नड गाणी म्हणत होती.

मखरात बसवायची पद्धत कोणाकडं दहा दिवस होती, तर कोणाकडं पाच दिवस होती.

यशोदाकाकीनं आईला विचारलं, "आक्का, इमलला फळं दिली का?"

आई म्हणाली, "अजून किलीच न्हायती... तवा दिवू कुठली..?"

यशोदाकाकी उठून आत गेली.

मला हा प्रकार फार विचित्र वाटत होता. मी खाली मान घालून गप्प बसले होते. मला फार मेल्याहून मेल्यासारखं वाटत होतं. कारण घरातल्या मोठ्या भावंडांसमोर सगळं चाललं होतं. काका, बाबा, सगळ्यांना माहिती झालं होतं. माझ्या मैत्रिणी गालातल्या गालात हसत माझ्याकडं बघत होत्या. बायका एकमेकींच्या कानात कुजबुजत होत्या. थोरली वहिनी मात्र फार लहान वयात मासिक पाळी आली म्हणून हळहळत होती. बाबा, काका, लवकर कुठं तरी लग्न जुळवावं म्हणून विचार करत होते. थोड्या वेळानं यशोदाकाकीनं एका ताटात गव्हाच्या पिठाची उकडलेली पाच फळं माझ्यासमोर आणून ठेवली. आई मला म्हणाली,

"इमे... त्यातलं एक फळ उचल."

माझ्यासमोर लहानमोठी पाच फळं होती. मला कोणतं फळ उचलावं काय समजेना. मला वाटलं सगळ्यात मोठं दिसतेलं फळ उचलावं. म्हणून मी मोठं फळ उचललं. ते फळ आईनं फोडलं, तर त्यात सुपारी निघाली. आई माझ्यावर भडकलीच,

"तुला कळत नव्हतं का नीट बगाया? खायाची घाई झाल्ती? कुटं पळून जात नव्हतं? तुलाच खायाला देत व्हुते."

मला आई का रागवते ते समजत नव्हतं. माझं काय चुकलंय ते कोणी सांगतच नव्हतं. फक्त सगळेजण रागवायचं काम करत होते. शेवटी मी वैतागून म्हणाले,

"आई, सुपारी निघली म्हणून काय झालं?"

"मलाच इच्चारतीस... समदं वाटूळं झाल्यावर..."

थोरली वहिनी मध्येच म्हणाली, "आत्या... सुपारी निघल्यावर काय होतं?"

गोजराकाकी म्हणाली, "सुपारी निघल्यावर पहिली पुरगीच व्हुतीया."

मी गडबडीनं विचारलं, "काकी, काय निघल्यावर मुलगा होतो?"

गोजराकाकी म्हणाली, "हळकुंड निगल्यावर पोरगं हुतंया."

आई रागानं माझ्याकडं बघत बाहेर गेली.

मला असा प्रश्न पडला होता, की हळद स्त्रीलिंगी आणि सुपारीपण स्त्रीलिंगीच. तर मग काकी मुलगा कसा म्हणाली?

गोजराकाकी म्हणाली, "इमल, जाऊ दी ती... फळ खा."

मी ती पाची फळं उघडून बघितली. तर त्यात खारीक, बदाम, हळकुंड, खोबरं, सुपारी होती. आपण मोदकात जसं गूळ-खोबरं भरतो, तसं पिठात हळकुंड, सुपारी भरून तयार केलेली ती पाच फळं होती. मी ते गव्हाचं पीठ काढून टाकलं आणि नुसतंच बदाम, खारीक, खोबरं खाल्लं. गोजराकाकी पान खात होती. तर तिला सुपारी दिली. सगळा कार्यक्रम झाला होता. मी पाटावरून

उठले. पालावरसुद्धा उषाला असंच मखरात बसवलं होतं. तेव्हा तिचा केविलवाणा झालेला चेहरा माझ्या नजरेसमोरून हालत नव्हता.

आई, बाबा, काका, काकी काही दिवस राहून भांडी विकण्यासाठी पालावर गेले. आई-बाबांना माझ्या लग्नाची चिंता सतावत होती. मधु, मंगल, मी शाळेला जात होतो. विजय पाच, तर टिंकू दोन वर्षांचा झाला होता. पिंकी वर्षाची झाली होती. घरात खाणाऱ्यांची तोंडं वाढतच होती. थोरली वहिनी आणि शोभावहिनी यांच्यात परत धुसफूस सुरू झाली. त्यांची भांडणं लागली की हटकून आमच्या शाळेचा विषय निघायचा. मग आम्हाला बोलून घ्यावं लागायचं. शोभावहिनीला एखाद्या दिवशी जास्त काम पडलं, की ती बडबडतच आपला राग पिंकीवर काढायची. काहीतरी निमित्त करून पिंकीला बदाबदा मारायची. पिंकी मग मोठ्यानं भोंगा पसरायची. थोरल्या वहिनीला राग आला की ती टिंकूला बडवायची. टिंकू रडायचा. मला मात्र त्या दोघींचंही कोडं समजायचं नाही. भांडण या दोघीत व्हायचं आणि मार मात्र त्या लहान मुलांना बसायचा. त्या मुलांना का म्हणून यांच्या भांडणाची शिक्षा? भांडणाचं कारण मात्र आम्हीच होतो. शाळा सोडून द्यावी आणि आई-बाबांबरोबर भांडी विकत फिरावं असं मला वाटायचं. या घरातल्या भांडणांना आणि हेव्यादाव्यांना कंटाळूनच मऱ्याप्पानं शाळा सोडली होती. तो आता पानटपरीत बसून पान, बिडीकाडी विकत होता. लिंगाप्पादादानं त्याला संकेश्वरमधून आणल्यानंतर एक पानटपरी दररोज तीन रुपये भाड्यानं घेऊन दिली होती. त्याची पानटपरी पार्वती चित्रपटगृहाजवळ होती. तो दिवस-रात्र त्या टपरीवर बसून धंदा करायचा. जागरण झाल्यानं त्याचं डोळं लाल-लाल दिसायचं.

घरातली परिस्थिती फारच तणावाची बनली होती. सारखी सारखी एवढ्या तेवढ्या कारणांवरून भांडणं होत होती. एका दिवशी दोन्ही वहिन्यांचं कडाक्याचं भांडण झालं. घरात स्वयंपाक न करताच दोघी पण भांडत होत्या. लहान पोरांसकट आम्ही सर्वजण उपाशीच होतो.

रात्री लिंगाप्पादादा कामावरून घरी आला. घरातली तंग स्थिती बघून तो म्हणाला,

"काय झालं? सर्वजण आसं का बसलाय..?"

थोरली वहिनी भरल्या गळ्यानं म्हणाली, "भाऊजी, हे माझं मंगळसूत्र कुठंतरी विका... आणि मला माझ्या नवऱ्याकडं नेऊन सोडा... आता मला सहन होत नाही..." असं म्हणून तिनं आपल्या गळ्यातलं मंगळसूत्र काढून लिंगाप्पादादासमोर टाकलं.

लिंगाप्पादादा गप्पच बसला. त्याला घरात सुरू असलेल्या भांडणांची जाणीव होती. तो काहीच न बोलता घराबाहेर गेला.

दुसऱ्या दिवशी दादानं कुठून तरी पैसे आणले आणि वहिनीला, विजयला आणि टिंकूला अशोकदादाकडं सोडण्यासाठी मुंबईला गेला.

शोभावहिनी बडबडू लागली, "ती गिली आपल्या न्हवऱ्याकडं... माज्या गळ्यात खंडीबर माणसं पडली... ह्येनास्नी कुटलं पोटाला घालाचं...?"

ती सारखं काहीतरी बोलू लागली. मंगल तेवढी एकटीच तिचं काही मनावर न घेता पोटभर जेवायची. मला मात्र मनातून आपल्या आश्रितपणाचा, असहाय्यतेचा तिटकारा वाटायचा. भरपूर रडून घ्यावं असं वाटायचं.

लिंगाप्पादादा मुंबईहून आला होता. अशा तणावातच आमची परीक्षा संपली होती. लिंगाप्पादादा आणि शोभावहिनी यांच्यातच आता आमच्यावरून भांडणं सुरू झाली.

वहिनी म्हणायची, "आपून बी दुसरं घर घिऊन ऱ्हावू... म्याच काय काडा काडलाय का...? त्यांनी आपापला संवसार सुरू केलाय..."

दादा म्हणायचा, "या पोरांना मी कुठं टाकणार? आई-बाबा येतपर्यंत पोरांना सांबाळलं पाहिजे..."

वहिनी म्हणायची, "माज्यानं करून घालायचं व्हुयाचं न्हाय... तुमची भावांडं आनि तुमी बगा."

असं बरेच दिवस चालू होतं.

एका रात्री मऱ्याप्पा मधूला म्हणाला "मध्या, तू आईबाबाकडं जा आनि त्यास्नी बोलवून आन.... आपन एक खोली घेऊन ऱ्हाऊ. आई आपल्याला करून घालंल..."

मधु आईबाबांना घेऊन येण्यासाठी गेला. आमची निम्मी-अर्धी सुट्टी संपत आली होती. रोज जळणं, शेणी गोळा करायला जावं लागायचं. मी आणि मंगल सकाळीच घरातून जळणासाठी बाहेर पडत होतो. असंख्य विचार भंडावून सोडायचे.

....दोघं भाऊ नोकरीला असूनही घरातल्या लोकांना दोन घास सुखानं मिळत नव्हते. बाबा आजारी असतानाही उन्हातान्हातून भांडी विकत फिरत होते. एवढं भीक मागून, हालअपेष्टा सहन करून त्यांनी मुलांना शिकवलं; त्याचं फळ त्यांना काय मिळालं...? आई-बाप दारोदार ठोकऱ्या खात फिरत होते आणि सुनांचा हक्क घरात चालत होता. आपलं काय होणार? आई-बाबा इथं आल्यानंतर आम्ही काय खाणार? अशोकदादानं तर थोरली वहिनी मुंबईला गेल्यापासून पैसे

पाठवायचं बंदच केलं. आजपर्यंत त्यानं आम्हाला सांभाळलं, आता त्यालाही आमचा विसर पडला काय?...

विचारांच्या तंद्रीतच मी जळण गोळा करत ओढ्याच्या कडेनं फिरायची. मंगल मला मध्येच म्हणायची,

"ताये... तुला काय झालंय गं? वहिनी बोलतीया म्हणून तुला वाईट वाटतंय?"

मी तिची समजूत काढायची, "तसं काही न्हाई ग! मला बरंच वाटत नाही."

दुपारपर्यंत जळण, शेणी गोळा करून आम्ही घरी येत होतो. त्यानंतर भांडी घासणं, स्वयंपाक करणं ही कामं करावी लागायची.

मधु आई-बाबांना घेऊन घरी आला. येतेवेळीच बाबा पालातली सर्व भांडी पांडूकाकांना विकण्यासाठी देऊन आले होते. बाबांची प्रकृती दिवसेंदिवस ढासळतच होती. आई-बाबा आल्यानंतर लिंगाप्पादादानं कोल्हापुरात एक स्वतंत्र खोली भाड्यानं घेतली आणि आपल्या बायको-मुलीला घेऊन तो तिथं राहायला गेला. त्या दोन खोल्यांच्या घरात आई-बाबा, मऱ्याप्पा, मधु, मी, मंगल राहू लागलो. मऱ्याप्पाला पानटपरीवर दिवसरात्र राबून दहा-पंधरा रुपये मिळत होते. तेवढ्या पैशात घरातल्या सहा माणसांच्या पोटाला दोन वेळा अन्नसुद्धा मिळेनासं झालं. मऱ्याप्पा एकटाच धडपडत होता. त्याचं हाल बघून आई मला म्हणाली,

"इमल, आपुण कुटंतर भांगलाचं... काडणीचं... न्हायतर गवऱ्या लावाचं काम मिळतंया का बगू. येकट्या लेकराच्या जीवाला समदा फास नगू...."

बाबा म्हणाले, "म्या बी यीतु तुमच्याबरोबर कामाला. हितं कळंब्यात मस्त कुणबी हायती. शेतात कायतर काम मिळीलच की..."

मला फार बरं वाटलं. एकट्या मऱ्याप्पाला जी ओढाताण करावी लागत होती त्याला थोडाफार हातभार लावता येणार होता. मधूही कुठं काम मिळतंय का बघत होता. पण त्याला कुठं काम मिळत नव्हतं.

आमची सुट्टी संपली होती.

मी आठवीत दोन विषयात नापास झाले होते. मंगल सहावीत गेली होती. मधु अकरावी पास झाला होता. मला वरच्या वर्गात ढकललं होतं. शाळा सुरू झाल्यानं एक दिवस शाळेला जात होते, तर दोन-तीन दिवस आईबरोबर कोणाच्या तरी शेतात भांगलायला, तर कधी भुईमुगाच्या शेंगा तोडायला जात होते. शेंगा काढायला गेलं की तो शेतमालक, जेवढ्या शेंगा तोडलेल्या असायच्या त्याच्या पावपट शेंगा रोजगार म्हणून आम्हाला द्यायचा. बाबाही पाय ओढत ओढत शेंगा तोडायला येत असत. बाबांकडं बघितलं की माझ्या डोळ्यात पाणी

यायचं. मिळालेल्या शेंगा वाळवून आम्ही विकत होतो. येणाऱ्या पैशातून तेल, मिठाचा खर्च भागवत होतो. भांगलून किंवा शेंगा तोडून घरी येतायेताच जळण, वाळल्या शेणी गोळा करीत येत होतो. आम्हाला रोजचा त्रास होत असला तरी घरात भांडणं होत नसायची. त्यामुळं बरं वाटायचं.

माझं वय वाढलं तसं आई-बाबांची चिंता वाढू लागली. कामाला जाताना आई म्हणायची, "इमल, आता त्वा येत जाव नगंस कामाला.... तरणीताटी हायीस... लोकं समदी सारकी नसत्याती. रानावनात जायाला लागतंया. दीसकाळ वंगाळ आल्याती...."

बाबा असहाय्यतेनं गप्प बसत होते. आजारानं पहिलंच त्यांना जेरीला आणलं होतं. तशातच माझ्या लग्नाच्या चिंतेनं त्यांना ग्रासलं होतं. आईला आणि अपंग बाबांना कामाला जात असलेलं बघून मला घरी बसू वाटायचं नाही. मी पण त्यांच्याबरोबर कामाला जात होते. माझी शाळा सारखी चुकत होती. मधूनच आई-बाबा कोणाजवळ तरी माझ्या लग्नाची चर्चा करायचे. मला बघण्यासाठी बोलवायचे. कोणतरी बघण्यासाठी येत होतं. कधी भरमसाठ हुंडा मागत होते. आम्हाला दोन वेळा पोटाला मिळायची पंचाईत. तिथं हुंडा कुठून देणार?

कधी कधी मधु माझ्या मदतीला धावून यायचा. मला बघायला आलेला मुलगा बेकार आहे किंवा वयस्कर आहे असं खोटंच सांगायचा. कधी माझं लग्न ठरलं आहे म्हणायचा, तर कधी तिला बोलता येत नाही म्हणून सांगायचा. बऱ्याच वेळा मला शेजारच्या घरात नेऊन बसवायचा आणि मुलगी गावाला गेलीय म्हणून सांगायचा. त्यावरून आई-बाबांबरोबर त्याचं जोरात भांडण होत असे. तो रागारागानं म्हणायचा "तुम्हाला जड झाली असेल तर तिच्या गळ्यात दगड बांधा आणि द्या विहिरीत ढकलून... पण कुणाच्याही पदरात टाकू नका तिला..."

आई-बाबांचा त्याच्यासमोर नाईलाज होत असे. ते दोघंजण परस्पर स्थळं बघत फिरायचे. मला वाटायचं, कसला का असेना त्याच्याशी लग्न करावं. राबून खावं लागलं तरी चालेल; परंतु आई-बाबांची घालमेल मला बघवायची नाही. रात्र-रात्र ते माझ्या लग्नाबद्दल बोलत बसायचे. दोघे कमावते भाऊ वेगळे राहिले होते. उद्या आपलं काही बरंवाईट झालं तर या पोरीचं काय होईल, याची त्यांना धास्ती होती. आमचं कसं आणि काय होणार ते मला समजत नव्हतं. आणखी किती संकटांना तोंड द्यावं लागणार होतं कुणास ठाऊक!

घरच्या परिस्थितीमुळं मधूला बारावीची फी आणि परीक्षा फी वेळेत भरता आली नाही. मऱ्याप्पा पैशासाठी फार फिरला; परंतु पैसे मिळाले नाहीत. त्यामुळं त्याला परीक्षेला बसता आलं नाही. माझी आणि मंगलची परीक्षा झाली होती.

पेपर फार अवघड गेले होते. नेहमी शाळेला दांडीच असायची. पेपर कसे सोपे जातील? लिंगाप्पादादा आणि अशोकदादा त्यांच्या त्यांच्या संसारात गुरफटले होते. कधी तरी अधूनमधून लिंगाप्पादादा घरी येत असे. "मलाच घर चालवणं कठीण झालंय..." असं म्हणून आपलीच अडचण सांगत असे. आई आणि बाबा फार मानी स्वभावाचे होते. तेही त्याला पैसे मागत नव्हते. आई आणि मी कामाला जात होतो. थोडेफार पैसे मिळत होते. मऱ्याप्पा दिवसरात्र त्या पानाच्या टपरीत खपून हातातोंडाची गाठ घालण्याचा प्रयत्न करत होता. नववीचा निकाल लागला होता. आठवीत मी दोन विषयात नापास झाले होते, नववीत पाच विषयात नापास झाले. पुढे माझी शाळाच बंद झाली.

एका दिवशी कमलआक्का आईबाबांना भेटण्यासाठी आली. लिंगाप्पादादा आणि अशोकदादा वेगळं राहिल्याचं तिला समजलं. मी नापास झाल्याचंही आईनं तिला सांगितलं.

कमलआक्का आईला म्हणाली, "मी इमलला पुण्याला घेऊन जाते. तिथं शिवणक्लास तरी करेल. तिथंच एखादा नोकरी करत्याला मुलगा बघून तिच्या लग्नाचं जमवता येईल..."

आईबाबांना एका मोठ्या संकटातून सुटल्यासारखं वाटलं.

बाबा गडबडीनं म्हणाले, "घिऊन जा बाय.... तेवडंच माज्या लिकीचं चांगलं व्हुईल. त्ये दोगजनबी आपल्या बायकापोरात रमल्याती. कश्याला त्येनास्नी पुरीची काळजी वाटील..?"

आईपण बाबांच्या सुरात सूर मिसळून बोलू लागली,

"व्हय... व्हय... तरणीताटी लेक... घरात ठिऊन आन गोड लागत न्हाय... त्वा न्हेलंच तर... आमी राबून खायाला बिनघोर झालो."

दोन-तीन दिवसांनी मी आणि आक्का पुण्याला जायला निघालो.

आक्का पुण्यात डेक्कन कॉलेजजवळ राहायला होती. तिला चार खोल्यांचा बंगला मिळाला होता. दाजी सैन्यात मोठ्या हुद्द्यावर होते. मला आक्काचं घर फार आवडलं. प्रवीण, प्रमोद, प्रमिला आणि प्रशांत या आक्काच्या मुलांबरोबर मला खेळायला मिळायचं. प्रवीण थोडा वेडसर होता. पहिले चार-पाच दिवस मजेत गेले. पुढं मात्र त्यांच्या घरातली सगळी कामं करावी लागायची. रोज झाडून काढणं, धुणंभांडी करणं, स्वयंपाक करणं अशा कामांच्या चक्रातच सगळा दिवस जात होता. आक्कानं मला शिवणक्लासला घालण्यासाठी आणलं होतं. परंतु शिवणक्लासला घातलंच नाही. दाजी मात्र माझा लाड करायचे. मला कामं करावी लागत असलेली बघून दाजी आक्काला रागवायचे. मग आक्का म्हणायची,

"लेकीच्या जातीला कामं करायची सवय असावी... उद्या नांदायला गेली म्हणजे? बसून खायाची सवय लागणार नाही."

मला आक्काचा फार राग यायचा. एक तर मला खोटं बोलून आणलं होतं आणि वर उपदेश करीत होती. एका बाबतीत मात्र तिचं मला कौतुक वाटायचं. ती पहिलीपण शिकलेली नव्हती. तिला काहीच वाचता येत नव्हतं. परंतु ती सुशिक्षित असल्यासारखी बोलायची. हिंदीपण फार छान बोलायची. मला हिंदी बोलायलाच येत नव्हतं. तिच्या शेजारी-पाजारी वेगवेगळ्या राज्यातून, प्रदेशातून आलेली माणसं होती. त्यांना फक्त हिंदीच कळायचं. आक्काची मुलगी प्रमिला मला मावशी म्हणायची. मला कसंतरी वाटायचं. तिचं आणि माझं वय सारखंच होतं. एक वर्षांनी मी मोठी असेन. तिनं पण आठवीतून शाळा सोडली होती. ती शिवणक्लास करत होती. घरातले सर्वजण तिचा फार लाड करायचे. तिला सर्वजण आक्काच म्हणायचे.

प्रमिलाला मासिक पाळी येत नव्हती. बऱ्याच डॉक्टरांना दाखवलं; परंतु काही उपयोग झाला नाही. मग आक्का प्रमिलाला बागेतल्या पपया तोडून खायला द्यायची. तिला पुष्कळ पपया खाऊ घालायची. आक्का म्हणायची, "पपया खाल्ल्यावर मासिक पाळी येते." परंतु त्याचाही काही उपयोग झाला नाही.

आक्काला आणि दाजींना देवाचं फार वेड. त्यांची एक खोली देवानंच भरलेली. सतत उठता-बसता देव-देव करायचं. आक्काच्या सासूच्या अंगात देवी यायची. प्रमिलाला दोन-तीन वेळा तीन वर्षांचा लिंब नेसवला होता. प्रमिला उपवासपण करायची. तिनं सोळा शुक्रवार काही न खाता पिता केले. देवाची पूजा रोज करायची. एवढं करूनही शेवटी तिला मासिक पाळी आलीच नाही. परंतु आक्का देव करायची काय थांबत नव्हती. कोणी काय सांगेल ते करायची. प्रमिला दिसायलाही चार-चौघीसारखीच. परंतु रंगानं सावळी आणि अंगानं मध्यम. पाळी आली नव्हती म्हणून तिला सर्वजण टोचून बोलायचे. आक्काच जास्त खवळायची. प्रमिलाला खूप वाईट वाटायचं. त्या विषयावर आम्ही बोलू लागलो, म्हणजे प्रमिलाचे डोळे पाण्यानं भरायचे. आक्काच्या समोरही अनेक प्रश्न उभे राहायचे. 'अशा मुलीशी कोण लग्न करणार? आपण तरी किती दिवस सांभाळणार? जाईल तिथं लोक तेच विचारतात. ही मुलीची जात, हिचं कसं होईल?' आक्का स्वत:शीच विचार करत बसायची.

मी नि प्रमिला कोणाच्या घरी गेलो म्हणजे हा प्रश्न हमखास असायचा.

"आली व्हय ग पाळी?"

आमचं उत्तर "नाही" असायचं.

मग ती बाई म्हणायची, "भिसेताईंचं नशीबच फुटकं... मोठा मुलगा वेडसर तर ही मुलगी अशी..."

आक्का, दाजी रात्रंदिवस प्रमिलाच्या काळजीनं झुरत होते. प्रमिलाला मासिक पाळी आलेली नाही हे पाहुण्यांना, जमातीत माहीत झालेलं. माझी मासिक पाळी आली म्हणजे प्रमिलाचा चेहरा काळवंडायचा. ती आपल्याच विचारात गढून जायची. चार-पाच दिवस ती मूग गिळल्यासारखं गप्पच बसायची. मला मात्र काहीच कळायचं नाही.

मी तिला म्हणायची, "तुला कशाला वाईट वाटतं..? मला तर वैताग येतो, पोट दुखतं. पाच दिवस कोणी शिवून घेत नाही."

"माझं पोट दुखू दे नाहीतर वाटेल ते होऊ दे.... माझ्यामुळं मम्मी-पपांना जे दु:ख होतंय ते तर बंद होईल!" असं म्हणत प्रमिला रडायला सुरुवात करायची.

मी विचार करत होते. पाळी मला येण्याऐवजी प्रमिलाला आली असती तर? निदान माझ्या लग्नाचा प्रश्न तरी मिटला असता! लग्न ठरत नाही म्हणून जे रोज बोलतात, ते तर बोलले नसते !

आक्काला कोणीतरी सांगितलं की मासिक पाळी झाल्यावर तुळशीला पाणी घाला. तुळस जर वाळली किंवा जळाली नाही तर मासिक पाळी चांगली आहे असं समजा. आक्कानं मलाही तसंच करायला लावलं. मनात फार भीती वाटत होती. तुळस देवाची असते. आपण पाणी घातल्यावर काय तर झालं म्हणजे काय करायचं? मनात देवावर उष्टं पाणी ओतल्यावर अंगावर फोड उठलेला प्रसंग उभा राहात होता. अंगावर सरसरून काटा फुटायचा. मासिक पाळी झाल्यावर तुळशीला पाणी घातलेलं आईला समजलं म्हणजे खूप बोलून घ्यावं लागेल. आक्काच्याही चेहऱ्यावर घाम आला. आक्का चेहऱ्यावरचा घाम पुसतच म्हणाली,

"विमल पाणी ओत."

मी थरथरत्या हातानं तुळशीवर पाणी ओतलं. आक्कानं तुळशीला हळदीकुंकू वाह्यलं. थोडी खडीसाखर हातावर दिली. पाच बायकांना हळदीकुंकू लावलं.

आम्ही रोज उठल्यावर तुळशीकडं बघत होतो. तुळस कोमेजली का? पाच दिवस मनावर दडपण होतं. तुळशीला काहीच झालं नाही. मग माझी मासिक पाळी पाळायचं बंद झालं. मनावरचं दडपण कमी झालं.

आई-बाबा माझ्या लग्नाचं काय झालं ते बघण्यासाठी पुण्याला आले होते. मी त्यांच्यासोबत कोल्हापूरला आले. मधूनं शाळा सोडली होती. तो मऱ्याप्पाबरोबर पानटपरीत बसत होता. आई माझ्या लग्नासंबंधी विचारपूस करायला चार दिवसापासून मिरजेला गेली होती. मी मऱ्याप्पाच्या जेवणाचा डबा तयार करत होते. घरात सगळीकडं धूर झाला होता. मऱ्याप्पा दुपारी बारा वाजता पानाच्या टपरीवरून

येऊन न जेवताच झोपला होता. पांडूकाकांचा मुलगा जिन्नू शाळेसाठी आला होता. तो आणि मंगल बाहेरच्या घरात खेळत होती. बाबा नुकतेच जेवून पान खात बसले होते. तो नवरात्रीचा पहिला दिवस होता. घट बसवायचे होते, म्हणून दारात माती आणून पसरली होती. मी चुलीजवळचं जळण संपलं म्हणून लाकडं कुऱ्हाडीनं फोडत होते.

मी लाकडं फोडत असलेलं बघून बाबा म्हणाले, “माजी वाघीण हाय... कशी गड्यावाणी लाकडं फोडती.”

तेवढ्यात रस्त्यावर दंगा झाला. ‘रिक्षा झाडावर आदळली..’

मी लाकडं तिथंच टाकून पळत गेले. मी आणि मंगल बघत होतो. रिक्षा झाडाला धडकली होती. त्यातल्या रिक्षा चालवणाऱ्या मुलाच्या डोक्याला लागलं होतं. त्यातून रक्त ओघळत होतं. तेवढ्यात पळत येऊन आमच्या घरमालकाचा मुलगा राजा मला म्हणाला,

“ताई... तुमचा बाबा पडला... आमच्या काकांनी घरात नेऊन बसवलंय... त्यांचं अंग थरथर कापतंय.”

मी तिथून पळतच सुटले. आम्ही घरी आलो, तर माणसांनी आमचं घर गच्च भरलेलं. दोन-तीन माणसं बाबांना वारा घालत होती. बाबा सगळ्यांकडं डोळे फिरवून बघत होते. मंगल, जिन्नू यांनी तर रडायला सुरुवात केली. मी त्यांना शांत केलं. माणसं आपापल्या घरी निघून गेली. मी बाबांना विचारलं,

“मऱ्याप्पाला उठवू का? दवाखान्यात घेऊन जाईल.”

“नगं उटवू... झुपू दी.” बाबा म्हणाले.

बाबांचा उजवा पाय जोरजोरात थरथरत होता.

बाबा आईला शिव्या देत होते, “कुटं जाऊन बसलीया... तिला घरची जरासुदीक काळजी न्हाय. घट बसवायचं हायती... मी म्हणतू हिला कुटं मातीत पुरली का?” बाबा बडबडत होते.

त्याच दिवशी संध्याकाळी आई आली. आल्या आल्या आईनं सांगायला सुरुवात केली,

“सांगलीत कोन बावचीचं पोरगं हाय. त्याचं नाव दादासाब. तो काय लिवतंय म्हनं... त्येनं आमच्या जातीचं पुस्तक लिवलंय म्हनं...”

बाबा म्हणाले, “त्या पोरासंगं लगीन झालं म्हंजी पुरीचं नशीबच उजळंल... येकदा लिंग्यानं ती पुस्तक घरला आनलं व्हुतं... त्यानं वाचून बी दावलं व्हुतं.”

आई म्हणाली, “लवकरच बगायला येनार हायती.”

मी आईला आणि बाबांना चहा आणून दिला. बाबांचे हात खूप थरथर कापत होते. म्हणून आई बशीत चहा ओतून त्यांना पाजत होती.

बाबा चहा पिऊन झाल्यावर हसत-हसत म्हणाले, "माजी आज काळजी मिटली. इतकी दिसं न्हातीधुती ल्येक घरात ठिऊन बसलो व्हुतो... माज्या नशिबात हाय का न्हाय कुणाला ठावं पुरीचं तांदुळ टाकाचं..."

आई पटकन म्हणाली, "आसं काय करता... आवंदा इमीचं लगीन करून टाकाचं..."

बाबा आपल्याच तंद्रीत बोलल्यासारखं बोलत होते. "...माजी लेक कुनाच्या उरावर बसनार न्हाय. मी आसंपातूर माज्या लिकीचं लगीन करून देणार..." आनंदानं बाबा मोठ्यानं हसले आणि हसता हसता बाबांचं तोंड वाकडं झालं. जीभ लुळी पडली. एका बाजूचं अंग थरथर कापायला लागलं. आमचा रडायचा गोंधळ उठला. मऱ्याप्पा गडबडून उठला. बाबांची अवस्था बघून त्यानं हंबरडा फोडला,

"बाबा.... बाबा काय झालं?... ये पोरींनो, गप्प बसा... वारं सोडा...."

आमच्या आवाजानं शेजारची माणसं गोळा झाली. मऱ्याप्पानं मधूला बोलावून आणायला मला पाठवलं. मी शुद्धीत नसल्यासारखी पळत होते. रस्त्यावरची माणसं मला विचारत होती, "काय झालं?... काय झालं?

मी तशीच पळत मधूच्या मित्राच्या-अशोकच्या घराजवळ आले.

अशोकची आई म्हणाली, "अगं... काय झालं?... का पळत आलीस?"

माझ्या तोंडातून शब्द फुटत नव्हता.

मी कसंतर म्हणाले, "आमचा मधु आहे का? माझ्या बाबांना जास्त झालंय!"

त्या म्हणाल्या, "तो मघाशीच पानटपरीवर गेला."

मी तिथून पळतच सुटले. मधूच्या एका मित्रानं रिक्षात बसवून मला घरी आणलं. लोकांनी घर भरलं होतं. रडायचा दंगा सुरू होता. जिन्नू "बाबाऽऽऽ बाबाऽऽऽ" म्हणून ओरडत होता. बाबांना बोलता येत नव्हतं. तोंड पूर्ण वाकडं झालं होतं. ते कोणालाही ओळखत नव्हते. मऱ्याप्पानं दोघातिघांच्या मदतीनं बाबांना रिक्षात घातलं आणि दवाखान्यात घेऊन गेले.

आमचा रडून-ओरडून घसा बसला होता. बायका आमची समजूत घालत होत्या. "काय  होत नाही... आता एवढ्यात येतील. तुम्ही जेवून घ्या... रात्र जास्त झालीय..."

शेजारच्या बायकांनी जेवण आणून दिलं. परंतु कोणीही जेवलं नाही. संपूर्ण रात्र आम्ही जागून काढली.

दुपारी पांडूकाका, सुखदेवदादा आले. मला त्यांना बघून आश्चर्य वाटलं. त्यांना कसं काय कळलं? मी सुखदेवदादाला विचारलं, तेव्हा तो म्हणाला, "मधूला पाटवलं व्हुतं... आमाला बोलवायला... आनिक सगळ्यांना तारा केल्यात्या....

थोरल्या बाबाचं काय खरं दिसत न्हाय.''

तेवढ्यात पांडूकाका रागानं दातओठ खात त्याला म्हणाले, ''सुक्या... तुला कळतंया का.... येळ काय आनं बुलतूस काय?.... पोरी घाबरून मरत्याल्या की !''

तारा केल्या आहेत, म्हटल्यावरच माझ्या काळजाचं पाणी झालं. आई एका कोपऱ्यात डोळ्यातून पाणी टाकत बसली होती. आईचं कशाकडंच लक्ष नव्हतं. बाबांना सावित्रीबाई फुले दवाखान्यात दाखल केलं होतं. शेजारची लोकं येऊन चौकशी करून जात होती.

आम्ही आईला विचारत होतो, ''आई, बाबा कसे आहेत? बोलतात का?''

आई डोळे पुसत म्हणायची, ''बरं हायिती. तुमची इच्यारपुस करत व्हुतं....''

मग आम्हाला धीर वाटायचा.

तिसऱ्या दिवशी सकाळीच दारात रिक्षा थांबली. मी बाहेर येऊन बघितलं तर अशोकदादा, वहिनी मुलांना घेऊन आलेली. दादा रिक्षाचं भाडं देत होता. वहिनी गडबडीनं घरात शिरत म्हणाली,

''इमे, कुठं आहेत मामा?''

माझ्या डोळ्यात पाणी आलं. मी रडत-रडतच म्हणाले, ''बाबा दवाखान्यात आहेत.''

दादानं तीच रिक्षा थांबवली. सामान घरात आणून ठेवलं आणि दादा वहिनी दवाखान्यात जाण्यासाठी रिक्षात बसले. मी म्हणाले, ''मी पण येते.'' माझे भरलेले डोळे बघून दादाच्या मनात कालवाकालव झाली. आम्ही दवाखान्यात आलो. पांडूकाका, मऱ्याप्पा बाहेर पायरीवरच बसले होते.

अशोकदादा काकांना म्हणाला, ''बाबा कुठाय?''

काका म्हणाले, ''चला दावतो.''

आम्ही काकांबरोबर जनरल वॉर्डमध्ये बाबांच्या कॉटजवळ आलो. बाबांना सलाईन लावलं होतं. दोन्ही पायांना घट्ट बांधून ठेवलं होतं. आई बाबांचं डोकं धरून बसली होती. आम्हाला बघितल्यावर आईच्या मनाचा बांध फुटला. आई हुंदके देऊन रडू लागली. काका बाबांना हलवत सांगत होते,

''दादा... बग तुजा आश्या आलाय... सुमी आलीया.... तुजी लेक इमी आलीया... बग... डोळं उघड.''

बाबा गप्प पडले होते. फक्त घशाची घरघर तेवढी चालू होती.

बाबांनी नेटानं डोळे उघडले. डोळे उघडताना त्यांच्या चेहऱ्यावर वेदना उमटल्या होत्या. त्यांनी एक वेळा आपली नजर आमच्या सगळ्यांवरून फिरवली. त्यांच्या डोळ्यातून पाणी गळू लागलं.

पांडूकाका सांगत होते, "बोलता येत न्हाय... समदं खुणवून सांगावं लागतंय."

बाबा वहिनीच्या साडीचा पदर ओढून-ओढून माझ्या डोक्यावर हात ठेवून काहीतरी सांगण्याचा प्रयत्न करत होते. आईनं त्यांना काय सांगायचं आहे ते कसं ओळखलं कोणास ठाऊक ! आई रडत म्हणाली, "सुमे... इमीच्या डोक्यावर तांदुळ टाक म्हणतुय... तुजा सासरा!"

आम्ही सगळीजणं रडू लागलो. मरतानासुद्धा बाबांना माझ्या लग्नाची काळजी खात होती. मला वाटत होतं, या सगळ्या गोष्टींना आपणच कारणीभूत आहोत. आपल्यामुळंच बाबांना मृत्यू येतोय. मी मनातल्या मनात स्वत:लाच दोष देत होते.

बाबांची जगण्याची आशा सगळ्यांनीच सोडली होती.

पांडूकाका म्हणत होते, "घरला घेऊन जावू. आपल्या माणसात मेल्यालं बरं... हितं दवाखान्यात मेला म्हंजी... उगंच चीरफाड करत्याली... उगंच दिसाची भर घालाचं चाललंय..."

सगळ्यांनीच पांडूकाकांच्या म्हणण्याला दुजोरा दिला आणि बाबांना घरी आणलं. पुढच्या खोलीत एका वाकळंवर बाबांना झोपवलं होतं. फक्त घशाची घर-घर तेवढी चालू होती. कमलआक्का मोसंबीचा रस तोंडात घालत बसली होती. तारा केल्यामुळं पाहुण्या मंडळींनी घर गच्च भरलं होतं. लिंगाप्पादादा आपल्या बायको-मुलांना घेऊन आला होता. परंतु धाकट्या वहिनीला बाबाजवळ जाऊ देत नव्हते. कारण भांडणात धाकटी वहिनी बाबांना म्हणाली होती,

"ह्या घरातनं कुणाची ताटी गिली तरबी मी या घराचं त्वांड बगनार न्हाय!"

त्यावेळी बाबाही चिडून म्हणाले होते, "मी मेलो तर तू माज्या मड्याला हात लावायचा न्हाय."

वहिनी तसं बोलून जास्त दिवस झालं नव्हते. तोवर असं घडलं होतं. त्यामुळं घरातल्या सर्वांचाच तिच्यावर राग होता.

माणसं बघायला येत होती, जात होती. अशोकदादानं मधूला मुंबईला पाठवून दिलं. कारण विजयला शेजारच्या जोशीबाईंजवळ ठेवून आले होते. त्याची परीक्षा सुरू होती.

बाबांच्या घशाची घरघर मंदावत चाललेली. सर्वजण कधी संपतो याचीच वाट बघत बसले होते. बाबांची घालमेल थांबत नव्हती. रात्र-रात्र जागून आईचं डोळं सुजलं होतं. त्या चार दिवसात आई आजारी पडल्यासारखी झाली होती. आईला दुसऱ्यानं धरावं लागायचं. आईचा तोल जायचा. आमच्या घरमालकिणीनं आईच्या कपाळावर रुपयाएवढं भलंमोठं कुंकू लावलं होतं. "पुन्ना कधी लावायला मिळंल का न्हाई कुनास ठाऊक!" असं ती म्हणाली होती.

रात्री दहापर्यंत सर्वजण झोपी गेले. मऱ्याप्पा आणि मामा पत्ते खेळत रात्र जागवत होते. आई स्वत:शीच बोलत होती,

"म्हाताऱ्यानं पोरीची हाय खाल्ली. पुरीच्या लगनामुळंच म्हातारा जेरीला आला."

मामा म्हणाले, "तू काय काळजी करू नगं.... आमी हाय की पुरीचं लगीन करायला."

बाबा आमच्याकडं बघत पडले होते. मामाचं बोलून संपतं न संपतं तोच बाबांच्या घशातून जोरात घऽऽर्ऽऽ घऽऽर्ऽऽ आवाज आला. मामा, मऱ्याप्पा पत्ते टाकून बाबांजवळ आले.

मामा म्हणाले, "वाचला आता... बोलनार म्हनूनच आवाज फुटला."

आई, मी धडपडून बाबांकडं बघत होतो. मामांनी बाबांच्या तोंडात पाणी घातलं. मऱ्याप्पानंही पाणी घातलं. आईनं पाणी घालताच बाबांनी मान टाकली. मामांनी बाबांच्या हाताची नाडी धरून बघितली आणि मला म्हणाले, "इमल, पांडुरंगाला उटव."

मी काकांना उठवलं, तर काका माझ्यावरच जोरात खेकसले,

"जरा झुपू दी की"

मामा हंबरडा फोडत म्हणाले, "आरं पांडुरंगा उट की.... माजा ईवाई... मला सुडून गेला!"

पांडूकाका गडबडीनं उठले. बाबांच्या हाताची नाडी धरून बघितली आणि भिंतीला टेकून ते गप्प बसले. आई भिंतीवर धडाधडा डोकं आपटत होती.

मी वेड्यासारखी सगळ्यांना उठवत म्हणत होते, "आक्का उठ की गं, बाबा मेला!!"

आक्का मलाच शिव्या देऊ लागली.

आमच्या रडण्याच्या आवाजानं गल्लीतली माणसं उठली. एक-एक माणूस दार उघडून आमच्या घराकडं येऊ लागला. माणसं आमच्या दारातच थांबली. त्यांना शिवताशिवत चालत नव्हती. त्यांच्या घरात घट बसवले होते. त्यांची मुलं अंबाबाईच्या देवळात नवरात्राला बसली होती. म्हणून शेजारची माणसं गडबड करत होती,

"लवकर जाळून या... उद्या घटाची पाचवी माळ आहे, मढं घरात ठेवू नका."

पांडूकाका लाचार स्वरात म्हणत होते, "बाबांनो... आमचं हितं कोनबी न्हाय... आमची मानसं जमू द्या... आमी सकाळपारी मढं न्हेतो."

परंतु ती माणसं काही ऐकायला तयार नव्हती. सगळ्या कळंब्यातली माणसं

तसंच म्हणू लागली. दादा, मामांनी त्या माणसांची हातापाया पडून समजूत घातली. माणसापेक्षा त्यांना त्यांचा देव महत्त्वाचा वाटत होता. आमच्यावर कोणतं संकट कोसळलंय याचासुद्धा ते विचार करत नव्हते.

पांडूकाकांनी आणि अशोकदादानं बाबांना भिंतीला टेकवून बसविलं. मामा म्हणत होते,

"लवकर पाय मोडा... ताट झाल्यावर मांडी घालायला येत न्हाय."

माणसं म्हणत होती, "सव्वा बारा वाजल्यात... रात्रभर मढं कशाला ठेवता?"

आमच्या लोकांची कोल्हापुरात फुलेवाडीला पालं होती. सुखदेवदादा माणसांना बोलवायला गेला.

"येतो, जा" म्हणून सांगितलेली माणसं सकाळी सात वाजले तरी आली नाहीत. पुन्हा सुखदेवदादा जाऊन त्यांना घेऊन आला. सकाळी नऊ वाजता सर्वजण गोळा झाले. मऱ्याप्पा, दादा पांढरं कापड घेऊन आले. बाबांच्या मृतदेहाला आंघोळ घातली. आई सारखी बेशुद्ध पडायची. बायका पाणी मारून आईला शुद्धीवर आणत होत्या. बाबांना घोंगड्यात घालून माणसं जाळायला गेली.

आईला इंजेक्शनं सुरू होती. मधूची वाट बघून तिसऱ्या दिवशी माणसं माती लोटून आली. सगळेजण मधूला बाबांचं तोंड बघायला मिळालं नाही म्हणून हळहळत होते. मधूला दोन तारा केल्या तरी त्याचा अजून पत्ता नव्हता.

घरात मयत झालं आहे, असं वाटू नये असंच सर्व नातेवाईक वागत होते. कोणी "शेंगा भाजून द्या...", "गुळाचा खडा द्या....", "जेवायला वाढा..." म्हणून आमच्याच पाठीमागे लागायचे. आम्हाला त्यांनी करून घालायच्या ऐवजी आम्हीच त्यांना करून घालत होतो. शेजारी-पाजारी विचित्र नजरेनं आमच्याकडं बघत होते. घरातलं वातावरणही तसंच होतं. जशी काय एखादी दिवाळी साजरी केल्यासारखी.

किती राग येऊन काय उपयोग नव्हता!

चवथ्या दिवशी संध्याकाळी सहा वाजता मधु विजयला घेऊन आला.

अशोकदादानं सर्वांना ताकीद दिली होती, "कोणी रडू नका... नाहीतर पोरगं छाती फुटून मरेल."

मला हुंदका आवरत नव्हता. अशोकदादानं मला आणि आईला आतल्या घरात ढकललं. मधु आला. त्यानं घरात फिरून बघितलं. त्याला बाबा कुठं दिसत नव्हते. तो जाताना तर बाबा आजारी होते. परंतु चार दिवसातच खेळ संपला होता. त्याला काय कल्पना नव्हती. त्यानं सगळीकडं शोधाशोध केली. कॉटखाली

वाकून बघितलं.

तो घरातल्या सगळ्यांना विचारत होता, "माझा बाबा कुठाय सांगा."

अशोकदादानं त्याला छातीला कवटाळलं आणि हंबरडा फोडला.

"बाबा मेला" म्हटल्यावर त्यानं अशोकदादाला फडाफडा मारायला सुरुवात केली आणि रडत-रडत म्हणायला लागला,

"माझ्या बाबाला तुम्ही मारलं. तूच मला मुंबईला पाठवलंस."

माणसं मधूची समजूत घालत होती.

दादा रात्रीच मिरजेला गेला होता. प्रल्हाददादा पाहुणे घेऊन येणार होता. आक्का माझी वेणी घालत होती. रडून-आपटून घेताना माझ्या नाकातली रिंग निघून पडली होती. आक्कानं ती रिंग जोरात नाकात दाबून बसवली; नाकातून रक्ताच्या चिळकांड्या उडाल्या. घरातल्या लोकांना काळजी वाटत होती, की ते लोक मला पसंत करतात की नाही ! कारण रडून बडवून घेतल्यामुळं माझा चेहरा खूप सुजला होता.

बाबा मरण पावल्याच्या पाचव्या दिवशीच मला 'गबाळ'कार दादासाहेब मोरे बघायला आले.

बाहेरची खोली माणसांनी गच्च भरली होती. वहिनीनं मला साडी नेसवली. आई घराच्या बाहेर जाऊन बसली. आक्कानं मला धरून आणून पाटावर बसवलं. मोरेंना आमच्यावर कोसळलेल्या प्रसंगाची जाणीव नव्हती. त्यांना घरी आल्यावर कळलं, तेव्हा ते परत जायला निघाले होते. परंतु आमच्याच लोकांनी त्यांना 'आल्यासारखं मुलगी तरी बघून जावा' म्हणून थांबवलं होतं. मी खाली मान घालून माझ्याच विचारात बसले होते. मोरेंच्या वडिलांनी प्रश्न विचारायला सुरुवात केली,

"पुरीचं नाव काय?

अशोकदादानंच नाव सांगितलं. "विमल"

"संयपाक येतो का?"

"होय येतो."

"साळा कितवी शिकली?"

"नववी नापास. शिवणक्लास झालाय." दादानं सांगून टाकलं.

मला आत जायला सांगितलं. मी आत आले.

मोरेंबरोबर आलेली चार-पाच माणसं बाहेर गेली. त्यांचं त्यांच्यात काय तर बोलणं झालं.

थोड्या वेळानं त्यांनी घरात येऊन सांगितलं, "मुलगी पसंत आहे. तुमची

काय तक्रार नसेल तर उद्याच साखरपुडा करू.''

घरात दातावर मारायला पैसा नव्हता. जे थोडेफार पैसे होते ते बाबांच्या दवाखान्याला आणि अंत्यसंस्काराला गेले होते.

घरातल्यांनी साखरपुड्याला थोडा नकारच दाखवला. परंतु हेही स्थळ हातचं गेलं तर काय करायचं, उद्या हे सगळेजण आपापल्या बायका-मुलांना घेऊन वेगळा संसार करणार, तेव्हा या मुलीचं लग्न होणार नाही असा विचार आमचे नातेवाईक करत होते. त्यांनी साखरपुड्याला संमती दिली.

सगळे पाहुणे रात्री आमच्या इथेच राहिले. झोपायला जागा पुरत नव्हती, म्हणून त्यांना समोरच्या पाण्याच्या टाकीजवळ झोपायला सांगितलं.

थोरली वहिनी म्हणत होती, ''एवढा मोठा लेखक; त्याला उकिरड्यावर झोपायची पाळी आली.''

माझी कल्पना होती, लेखक म्हणजे फार मोठा माणूस असेल! त्याला समाजात फार मोठी प्रतिष्ठा असेल. किमान आरामशीर बसून चार घास तरी खात असेल. मला धड्यापुरताच लेखक माहीत. मी मोरेंना बघितलं नसल्यामुळं मोरे दिसायला कसे आहेत, ते सुद्धा माहीत नव्हतं. परंतु नावावरून मी अंदाज केला होता. वयस्कर, जाडजूड माणूस असणार. घरातल्यांचा काय भरवसा नव्हता. ते कोणालाही द्यायला तयार होते.

मंगळवारी दुपारी आमचा साखरपुडा झाला. अर्थात, साखरपुड्याचा सर्व खर्च मोरेंनी केला होता. शेजारच्या लोकांना साखरपुड्याचं जेवायला बोलावलं, तर कोणी आलं नाही.

त्यांनी तोंडावरच सांगून टाकलं - ''आम्ही बारावं केल्याशिवाय त्या घरातलं पाणी पीत नाही. तुम्ही तर सहाव्या दिवशीच साखरपुडा केला. ही कसली पद्धत?''

आमच्या साखरपुड्याला मोरेंचे मित्र आणि 'दै. सकाळ'चे उपसंपादक उत्तम कांबळे आले होते. लग्नाचा खर्च दोघांनी अर्धा-अर्धा करायचा ठरलं होतं. एका लेखकाशी लग्न ठरलं म्हणून घरच्यांना अभिमान वाटत होता. मला तर आकाश ठेंगणं वाटत होतं ! कधी स्वप्नातसुद्धा कल्पना केली नव्हती, की एका लेखकाशी आपलं लग्न होईल. साखरपुडा करून सर्वजण आपापल्या घरी निघून गेले.

आमचं मागं तसं पुढं चालू होतं. आई लग्नासाठी पैसे गोळा करत फिरत होती. मऱ्याप्पा रात्रंदिवस गाडीवर राबत होता. मला या सर्वांची ओढाताण बघवत नव्हती. अशोकदादा मुंबईला आपली बायको, मुलं घेऊन निघून गेला. लिंगाप्पादादानंही काढता पाय घेतला होता.

ही दोघं लग्नाला मदत करतील असं वाटत नव्हतं.

मऱ्याप्पानं मित्रांच्या मदतीनं सहा हजार रुपये बँकेचं कर्ज काढलं होतं. मोरे महिन्यातून एक वेळा तरी येऊन जायचे. लग्नाची तारीख निश्चित करायची होती. परंतु आमचीच तयारी होत नसल्यामुळं लग्न पुढं ढकललं जात होतं. अशोकदादाची आणि लिंगाप्पादादाची काहीच हालचाल नव्हती.

एकदाची लग्नाची तारीख ठरली.

६ मार्च १९८८ ला सकाळी साडेअकरा वाजता अक्षदा होत्या. तो दिवस रविवार होता. लग्नासाठी सांगलीतली पंधरा नंबर शाळा घेतली होती.

शुक्रवारी लिंब, गोंधळ सर्व कार्यक्रम उरकून शनिवारी आम्ही सांगलीला निघालो. आमचं वऱ्हाड एका टेम्पोत भरलं होतं. आम्ही शनिवारी रात्री सांगली स्टँडवर पोहोचलो. आई माझ्याकडं बघून सारखी रडत होती. कदाचित आईला बाबांची आठवण येत असावी.

मऱ्याप्पानं मोरेंना बोलावून आणलं. आम्हाला शाळा माहीत नव्हती. आम्ही स्टँडपासून पायीच चालत त्या शाळेपर्यंत आलो. शाळा तशी स्टँडपासून लांबच होती. शाळेच्या चारी बाजूनं सिमेंटचं कंपाऊंड होतं. शाळेला लागूनच लहानमोठे बंगले होते. शाळेसमोर छोटंसं पटांगण होतं. तिथं कापडी मंडप घातला होता. त्या मंडपाशेजारीच जेवणाची लहानमोठी भांडी ठेवली होती. मोरेंच्या घरातली माणसं आलेली नव्हती. सर्वांना त्याचीच काळजी वाटत होती. सकाळीच लग्न होतं आणि अजून त्यांच्याकडल्या कोणाचा पत्ता नव्हता. आम्हीच अगोदर आलो होतो.

मोरेंनी आम्हाला त्या शाळेतली एक खोली दाखवली.

ते म्हणाले, ''या खोलीत तुम्ही राहा आणि तुमच्या शेजारच्या खोलीत आमच्याकडली माणसं राहतील. शाळेच्या दोन खोल्याच वापरण्यासाठी दिलेल्या आहेत. घाण करू नका.''

मी शाळेच्या चहूबाजूंनी नजर फिरवली. भिंतीवर पेननं, खडूनं रेघोट्या ओढून ठेवलेल्या. दाराचा, भिंतींचा रंग उडालेला. फळ्यावर 'मोरे-भोसले शुभविवाह' लिहून ठेवलेलं. पूर्ण खोली रिकामीच होती. एक लाकडी खिडकी होती. दामूकाकानं खिडकी उघडली आणि एकदम उग्र वास नाकात घुसला. बायकांनी नाकाला पदर लावले.

मऱ्याप्पा म्हणाला, ''मागं म्युन्सिपाल्टीचं संडास हायेत.''

मऱ्याप्पानं ती खिडकी पटकन लावून टाकली.

''तुमच्या जेवणाची व्यवस्था करतो'' असं सांगून मोरे गेले.

आमच्यातले नातेवाईक टोमणे मारत होते, ''कसल्या पडक्या साळंत लगीन

ठिवलंय... याला का घरदार न्हाय जनू... जीव गुदमरून जायाची पाळी आलीया."

मऱ्याप्पा, दाजी जेवणाचं काय झालं, म्हणून मोरेंच्या खोलीकडं गेले. ते थोड्या वेळानं परत आले.

मऱ्याप्पा म्हणत होता, "अजून मोरेंच्या घराकडलं कोनच आल्यालं न्हाई. त्येच डोस्क्याला हात लावून ईचार करत बसलेत. काय झालंय कुनाला ठावूक! त्येंनी शेजारच्या बाईला पिठलं-भात करायला सांगितलंय."

तेवढ्यात काका म्हणाले, "काय झालंबिलं तर नसंल!"

अशोकदादा म्हणाला, "मग लग्नाची सगळी तयारी कोणी केली?"

मऱ्याप्पा म्हणाला, "त्येंनी आणि त्येंच्या शेजारच्या लोकांनी. त्येंच्या मित्रांनीच सगळं केलंय."

माझ्या डोळ्यापुढं नको ते प्रसंग उभे राहात होते. .....वऱ्हाडाला अपघात तर झाला नसेल? उद्या सकाळीच लग्न आहे, कोणते आईबाप यायचे थांबले असते? त्यांना काहीतरी नक्कीच झालं असेल. मोरेंची काय अवस्था होत असेल?.... मी मनातल्या मनात विचार करत होते.

रात्री एक-दीड वाजता दोन तरुण हातात दोन पातेली घेऊन आले. आम्ही सर्वजण जागेच होतो. त्या तरुणांनी भात-पिठलं असलेली पातेली आमच्यासमोर ठेवली आणि म्हणाले, "तुम्हीच घेऊन जेवा."

मामांनी विचारलं, "वऱ्हाडाचं काय समजलं का?"

ते तरुण म्हणाले, "अजून तरी काय कळालं नाही..."

आमच्यातली कोणी मोठी माणसं जेवलीच नाहीत. लहान मुलांना झोपेतून उठवून पिठलं-भात खायला घातलं. मला धडकीच भरली होती. माझ्या पोटात दुखू लागलं. डोकं गरगरू लागलं. वऱ्हाडाचं काय झालं असेल का, याची मनात भीती होती. परंतु मी तसंच सहन करत गप्प बसले होते. मला काय केल्या झोप येत नव्हती.

बायका कुजबुजत होत्या, "पुरीचा पायगुणच चांगला न्हाय म्हणत्याली उद्या लोकं !"

दुसरी म्हणत होती, "वऱ्हाडाचं काय आक्रीतच घडलं नसंल नव्हं? तसं आसलं तर लगीनच मुळावर आलं म्हनावं... आगुदरच पुरीचं लगीन जमत नव्हतं. तिचं बाशिंगबळ जड हाय. देवानं तर काय लिवून ठिवलंय कुनाला ठावं तिच्या नशिबात!"

अशा बोलण्यानं माझ्या पोटातलं दुखणं जास्तच वाढत होतं. शेवटी सहन होईना म्हणून मी वहिनीला माझ्या पोटात दुखतंय म्हणून सांगितलं. सगळ्यांना काळजी वाटू लागली. मी तळमळायला लागले. मऱ्याप्पा, दाजी, डॉक्टरना

बोलवायला गेले. तोपर्यंत सीतामामीच्या अंगात आलं. ती घुमू लागली. मोठमोठ्यानं घुमत हातवारे करू लागली.

आमच्यातील माणसं कुजबुजू लागली, "आगं....येऽऽऽ गोजरेऽऽऽ सीताबाईच्या अंगात आलं."

सीतामामी घुमत होती. आंबूआक्कानं मामीच्या पायावर डोकं ठेवलं आणि रडत रडत म्हणू लागली, "आय अंबाबाय... तुला काय पायजी ती माग.. पर माझ्या इमीला एवडं बरं कर..."

"मी बाळातीन हाय... तू बाराच्या टायमाला माज्या फिरीत आलीस... हाळदीच्या आंगानं.... हिरवा चुडा घालून हासत हुबी व्हुतीस..." असं म्हणत मामी खदाखदा हसू लागली.

ती घुमतच म्हणू लागली, "त्वा मला लई आवडलीस.... म्या तुला घिवून जानार..."

आई मामीचे पाय धरून रडत म्हणत होती, "तुला काय पायजे ती माग... खरं... माज्या लिकीला सोड..."

गोजराकाकी तर मामीच्या पायावर नाक घासून माफी मागत होती.

मामी किंचाळत बोलली, "पिवळा भातऽऽऽ, एक कोंबडाऽऽऽ, पाच चपात्या... काजाऽऽऽळ, हिरव्या बांगड्याऽऽऽ, आनि लिंबू आज साळंच्या म्हागं उतरून टाक.. तरच मी जानार ... न्हायतर तिला माज्या बरूबर घिऊन जानार हाय...."

आमच्या सगळ्या माणसांनी बाळंतिणीला उतारा द्यायचं कबूल केलं; मग कुठं सीतामामीच्या अंगातलं गेलं. एवढ्या रात्री नैवेद्य टाकायला आमच्याजवळ काहीच नव्हतं. फक्त लिंबू तेवढा उतरून टाकला. काकीनं नजर लागली असेल म्हणून, खायच्या पानाला खोबरेल तेल लावलं. ते तेलपण केसाला लावण्यासाठी घरातनं येताना आणलं होतं. पांडूकाकांनी चिंध्या पेटवून जाळ केला. गोजराकाकीनं ते पान त्या जाळावर टाकलं. त्याला मोठं मोठं फोड आलं.

काकी म्हणाली, "दिष्टीचं फोड उठल्याती पानावर."

पहाटे चार वाजता माणसांच्या बोलण्याचा आवाज, गडबड गोंधळ ऐकू आला. मी अंथरुणातनं उठून भिंतीला टेकून बसले. रात्रभर पोटात दुखल्यामुळं मला थकवा आला होता. काय सुचत नव्हतं. माणसांची धावपळ सुरू होती.

मंगल पळत येऊन मला सांगत होती, "ताये... त्यांचं वऱ्हाड आलं !"

माझा जीव भांड्यात पडला.

थोड्या वेळानं त्यांच्याकडल्या बायका आमच्या खोलीत आल्या. मी अर्धवट झोपेतच होते. बायका मला बघायला आल्या होत्या.

बायका माझी स्तुती करत होत्या, "पोरगी दिसायला चांगली हाय." माझ्या

डोक्यावरून कपाळापर्यंत पदर आलेला असल्यामुळं मला त्या बायकांचे चेहरे दिसत नव्हते. त्या बायकाच माझ्या डोक्यावरला पदर बाजूला सारून बघत होत्या. थोड्या वेळानं माझ्या सासूबाई आल्या. आई आणि सासूबाई बोलत होत्या. माझं गाव गोंधळेवाडी, तेच माझ्या सासूबाईंचं माहेर होतं. त्यामुळं आईची आणि सासूबाईंची अगोदरचीच ओळख होती. मी पण लग्नाचा बस्ता काढायला आल्यावर त्यांना बघितलं होतं.

त्या सांगत होत्या, "टेंपो वाटंतच बंद पडला, म्हनून याला उशीर झाला. खरं, दादासाबाच्या काळजाचं पानी जालं."

थोड्या वेळानं सासूबाई उठून गेल्या.

सगळीकडं धावपळ सुरू झाली. आम्हाला मांडवातच एका बाजूला दोन-दोन तांब्याची आंघोळ घातली. हळदी लावल्या.

दिवस बराच वर आला होता.

भटजी माईकवरून ओरडत होता, "आवरा, अक्षदांची वेळ झाली."

बरीच पाहुणेमंडळी जमली होती. वहिनीनं मला गडबडीनं साडी नेसवली. ओल्या केसांचाच अंबाडा बांधला. डोक्यावरून पदर दिला. केसातल्या पाण्यानं पदर भिजत होता. मला आणून मंडपात उभं केलं. माझ्या समोरच पाटावर मोरे उभे होते. मध्ये अंतरपाट लिंगाप्पादादानं आणि बाळूमामानं धरला होता.

भटजीनं "शुभ मंगल साऽऽवऽधाऽऽनऽऽ" म्हटलं. अक्षदा टाकल्या आणि आमचं लग्न झालं.

दोन्हीकडल्या लोकांची बडबड सुरू होती, "भावला-भावलीचं लगीन सुदीक बरं असतं. ही खेळ केल्यासारकं तासाबरात लगीन लावून मोकळं झाली."

बायका म्हणत होत्या, "काय हाळदी खेळल्या न्हायीत्या... का देवधरम केला न्हाय... लगनात नवी कापडं सुदीक आमाला घितली न्हायिती. पोरास्नी जुन्या कापडावरच आणलंय. आयार-म्हायार न्हाय!" बायकांची वटवट सुरूच होती.

मोरे मला आपल्या मित्रांची ओळख करून देत होते. प्रा. म. द. हातकणंगलेकरसरांची ओळख मोरेंनी करून दिली. आम्ही त्यांना नमस्कार केला. त्यांना काही काम असल्यानं ते कोणत्यातरी गावाला जातो म्हणाले. जेवणाच्या पंगती पडत होत्या, उठत होत्या. या सगळ्या माणसात आई कुठंच दिसत नव्हती.

मला बाबांच्या शब्दांची आठवण आली, "माज्या नशिबातच पुरीच्या अक्षदा टाकायचं न्हाय."

माझे डोळे भरून आले. मनात कालवाकालव झाली. मी मंगलजवळ

आईची चौकशी केली. मंगलनं बोट करून दाखविलं....

...आई मंडपातून लांब असलेल्या एका झाडाखाली एकटीच रडत बसली होती. अंगावर फाटकंच पातळ होतं. मला तिकडं जाता येईना. आमच्या दोघांच्या अंगावरल्या शालींची गाठ मारलेली होती.

सगळी लोकं जेवून खाऊन आपापल्या घरी निघून गेली. जाताना आई मला गळ्याला घेऊन रडली. मोरेंच्याकडची आणि आमच्याकडचीही माणसं निघून गेली.

आम्ही त्या शाळेत दोघंच उरलो. आमच्यासमोर खरकटी भांडी पडली होती. खाऊन फेकलेल्या पत्रावळींचा ढीग होता. दोन्ही खोल्यात खरकटं पडलेलं होतं. मंडप काढायचा होता. सतरंज्या गुंडाळायच्या होत्या. मी हे सर्व बघतच उभी होते. मोरे केव्हाच मंडप काढायला लागले होते. मी पण हातात झाडू घेऊन खरकटं झाडून काढायला सुरुवात केली.

मी झाडून काढताना मोरे म्हणाले, "मी काढतो, तू बस..."

एवढं सगळं काम त्यांनी एकट्यानं करायचं आणि आपण नुसतं बघत कसं बसायचं? आम्ही दोघं तो पत्रावळ्यांचा ढीग नेऊन कचराकुंडीत टाकत होतो. शेजारच्या बंगल्यातल्या बायका, रस्त्यावरून जाणारी-येणारी माणसं आमच्या दोघांकडं कुतुहलानं बघत होते. आमच्या दोघांच्या अंगावर लग्नाचे कपडे होते. हातात कांकणडाव, डोक्याला मुंडोळ्या होत्या. थोड्या वेळापूर्वी आमचं लग्न झालेलं. आम्ही दोघं पत्रावळ्या उचलत होतो. पत्रावळ्यावरील खरकटं आमच्या दोघांच्या अंगावर सांडत होतं. त्यामुळं पूर्ण कपडे खराब झाले होते. आम्ही मुंडोळ्या काढून ठेवल्या. मी मोरेंच्या हातातला कांकणडाव सोडला. त्यांनी माझ्या हातातला कांकणडाव सोडला. आम्ही दोघांनी ती खरकटी भांडी घासली. भांडी चुलीवर ठेवल्यामुळं काळीकुट्ट झाली होती. ती काही केल्या स्वच्छ होत नव्हती. मोरे लोकांची भांडी परत करायला गेले. मी त्या शाळेत एकटीच राहिले होते. अंधार पडला होता. मला राहून राहून त्या बाळंतिणीच्या भुताची आठवण येत होती. शाळेत सगळीकडं अंधार होता. मी अंगणातल्या चटया गुंडाळल्या. चुलीच्या विटा काढल्या. चुलीतली राख पाण्यानं विझवली. सगळी राख, कोळसे, खरकटं अन्न एका पातेल्यात भरलं आणि पातेलं डोक्यावर घेऊन कचराकुंडीत ओतलं. मोरे सतरंज्या, बांबू, मांडवाचे पडदे कोणाचे आणले होते, ते त्यांना देऊन येत होते. सर्व देऊन झाल्यावर मोरेंनी पूर्ण शाळा, ओटा, अंगण खराट्यानं स्वच्छ झाडून काढलं. दुसऱ्या दिवशी सोमवार होता; सकाळी शाळा भरणार होती.

आम्हाला ते पूर्ण काम आवरेपर्यंत रात्रीचे अकरा वाजले होते.

सगळं आवरल्यावर मोरे म्हणाले, "चल घरी जाऊ."

आम्ही दोघं चालतच घरी निघालो. आम्ही एका कोपऱ्यावर आलो. तिथून एक लहान रस्ता, रस्ता कसला बोळच होता. त्या रस्त्यानं आम्ही आत वळलो. रस्त्याच्या दोन्ही बाजूला जुनाट पडकी दगड-मातीची घरं होती. रस्त्याच्या कोपऱ्यावरच कचऱ्याची कुंडी तुडुंब भरली होती. त्यातला कचरा रस्त्यावर पसरला होता. त्याचा कुबट-कुजकट वास येत होता. लहान पोरांनी रस्त्याच्या बाजूला घाण केली होती. गटारीतली घाण रस्त्याच्या कडेला लावली होती. तिथून आतपर्यंत लांबलचक खोल्याची चाळ होती. त्याला लागूनच एक मोठं घर होतं.

मोरे म्हणाले, "इथं घरमालक राहतात. त्याचं आडनाव माळी आहे."

आम्ही त्या दारातून आत आलो. तिथं एका कोपऱ्यात वरती जाण्यासाठी जिना होता. जिन्याखालीच पाण्याचा नळ होता. मोरे माझ्यापुढं चालत होते. आम्ही जिना चढत होतो.

जिना चढताना मोरे म्हणाले, "हा आमचा रायगड आहे. जरा सावकाश चल." जिन्यात अंधार होता. जिन्याला धरून चढावं म्हटलं तर त्याला धरायला कठडा नव्हता. अधांतरीच जिना होता. आम्ही जिना चढून वरती आलो. वरती एका सरळ रेषेत आठ-दहा खोल्या होत्या. त्या खोल्यांतून गाण्याचे स्वर, मोठमोठ्यानं बोलण्याचा, हसण्याचा आवाज येत होता. एका लहान बोळातून आम्ही पुढं आलो. रस्त्याकडं तोंड करून दोनच खोल्या होत्या.

"आपल्या शेजारी वकील राहतात. शाळा-कॉलेजमधल्या मुलांना राहण्यासाठी ह्या खोल्या आहेत. खाली फक्त कुटुंबं राहतात. याला 'माळीवाडा' म्हणतात. या गल्लीला 'पानाडे गल्ली' म्हणतात." मोरे माहिती सांगत होते.

मोरेंनी एका कडेच्या खोलीचं कुलूप काढलं. घरात जायलासुद्धा जागा उरली नव्हती. मी दारातच उभी होते. लग्नातलं उरलेलं साहित्य घरात होतं. मोरे ते सामान बाजूला सारत आत गेले. मी पण त्यांच्या पाठोपाठ आत गेले. आठ-बाय दहाची ती लहान खोली होती. भिंतीवर पावसाचं पाणी पडल्यावर जसे ओघळ उठतात तसे ओघळ होते. भिंतीवरचा, दारावरचा रंग उडालेला. खोलीत तीन फळ्या टाकून तयार केलेला कॉट होता. एक टेबल, खुर्ची, त्यावर पुस्तकांचा ढीग, पेन, टेबललँप होता. दोरीवर कपडे लोंबकळत होते. एका फळीवर विस्कटलेली पुस्तकं, मासिकं होती. दोन जरमनचे डबे, ताट, वाटी, ग्लास पालथा घातलेला होता. भिंतीवर 'गबाळ'ला महाराष्ट्र शासनाकडून मिळालेल्या पुरस्काराचं प्रमाणपत्र फ्रेम करून लावलेलं होतं. दाराच्या कोपऱ्यात पाणी भरून ठेवलेलं मडकं होतं. मी गपगुमान खाली मान घालून ते सामान आवरू लागले.

त्यांनी ती पोती, पिशव्या कॉटखाली कोंबल्या. त्या खोलीतल्या फरशीला पण खड्डे पडलेले. आम्ही सर्व आवरलं. मडक्यातलं घटाघट पाणी प्यालं. घरात खायला काही नव्हतंच. करून खावं म्हटलं तर रात्र जास्त झालेली. आम्ही उपाशीच झोपून गेलो.

सकाळी मी खडबडून जागी झाले.

मोरे मला उठवत म्हणत होते, "ऊठ, पाणी आलं. आंघोळ करून घे जा."

मी उठून बसले. घरात इकडं तिकडं नजर फिरवून बघितली. बाथरूम नव्हतं. मी दार उघडून बाहेर आले. बायकांचा आवाज येत होता. भांड्यांची आदळआपट सुरू होती. बायका पाणी भरण्यासाठी एकमेकींना आवाज देत होत्या. बाहेरही बाथरूम नव्हतं.

मी मोरेंना विचारलं, "अहो, बाथरूम कुठाय?"

ते म्हणाले, "बाथरूम.... पाणी सर्व खालीच आहे. लवकर खाली जा, नाही तर रांगेत उभं राहायला लागेल. मी आलोच बादली घेऊन. तुझे कपडे घेऊन जा आंघोळीला."

मी माझे कपडे घेऊन खाली आले. बायका जांभया देत पाणी भरत होत्या. मी जिन्याच्या खाली एका कोपऱ्यात उभी होते. बायका माझ्याकडं बघत होत्या.

त्यातल्या एका पोक्त बाईनं मला विचारलं, "पाणी भरायचं नाही का?"

दुसरी एक बाई हसत म्हणाली, "मोरे भरंल की !"

एक आजीबाई म्हणाली, "मोऱ्यानं लगीन कशाला केलंय? पाणी भरंल की त्याची बायको"

सगळ्या बायका खदाखदा हसल्या. मी त्यांचं बोलणं ऐकत गप्प उभी होते. तेवढ्यात दोन्ही हातात दोन प्लॅस्टिकच्या बादल्या घेऊन मोरे खाली आले.

"अजून उभीच आहेस? ही बादली घे..." असं म्हणत मोरेंनी लहान बादली माझ्या हातात दिली आणि म्हणाले, "ते दाराजवळ आहे ते संडास आहे. त्याच्या शेजारी ते छोटं बाथरूम आहे."

हातातले कपडे ठेवायला मी बाथरूममध्ये गेले. बाथरूमला दार नव्हतं. एक उभी फळी लावलेली होती. आंघोळीला बसलं तर बाहेरून संपूर्ण दिसत होतं. बाहेर जाण्यायेण्याचा रस्ता बाथरूमजवळच होता. मी बाथरूममध्ये वाकून बघितलं. कोणीतरी माणूस आंघोळ करीत होता. मी तिथून पटकन बाजूला झाले. संडासाजवळ हातात बादल्या, टमरेल घेऊन माणसांनी रांग लावली होती. माझ्या हातात आंघोळीचे कपडे तसेच होते. नळावर पाणी भरणारी एक उंच सडपातळ अंगाची बाई मला म्हणाली, "हातातले कपडे नळावर नाहीतर हौदावर ठेवा." मी कपडे हौदावर ठेवले.

मोरेंनी बादली भरून बाथरूमात नेऊन ठेवली आणि मला म्हणाले, "दुसरं कोणी बाथरूममध्ये घुसायच्या आधी आंघोळ करून घे..."

कपडे घेऊन बाथरूममध्ये शिरले. बाथरूममध्ये एक दगड टाकला होता. त्यावर बसूनच सर्वजण आंघोळ करत असावेत. मी त्या उभ्या फळीवर कपडे ठेवले. अंगावरची साडी काढून तिची डबल घडी करून त्या फळीवरून खाली लोंबकळत टाकली आणि भराभरा दोन तांबे अंगावर ओतून घेतले.

मला खरं तर गुदमरल्यासारखं वाटत होतं. मी मनातून मोरेंवर चिडले होते. स्वत:ला लेखक म्हणवून घेतात आणि लेखकाची अवस्था बघा! घरात आंघोळीला बाथरूमसुद्धा नाही. पालांवर उघड्यावर बसून आंघोळ केल्यासारखं एवढ्या माणसांसमोर आंघोळ करावी लागते. पालांवर निदान कोणी ओळखत तर नाही. इथं सर्व यांना ओळखतात. मी त्या बाथरूममध्ये पाण्यात उभं राहूनच साडी गुंडाळली. ब्लाऊज गडबडीत पाण्याच्या बादलीत पडला होता. मी तसाच पिळून ओला ब्लाऊज अंगात घातला. बादलीत ओले कपडे भरून बाहेर आले. बाहेर एक माणूस हातात टॉवेल, साबण घेऊन, मी बाहेर यायचीच वाट बघत उभा होता. मी बादली नळाजवळ ठेवून तसंच पळत वर आले. दार लावून साडी सरळ नेसली.

मी साडी नेसून दार उघडलं, तर समोरच्या घरातल्या बायका हसत गॅलरीत उभ्या होत्या. आमच्या घरातून त्यांच्या घरातलं सर्व दिसत होतं. मी डोक्याला हात लावून मटकन खालीच बसले. मोरे वरती आले. मग मी खाली धुणं धुण्यासाठी गेले. बायका-पुरुष नळावर पाणी भरत होते. मी तिथंच बसून कपडे धुतले. नंतर मी एका हातात धुण्याचे पीळ आणि दुसऱ्या हातात पाण्याची बादली घेऊन वरती आले. जिन्याची फार भीती वाटायची. जरा जरी तोल जाऊन खाली पडले असते, तर हात-पाय मोडून घेऊन बसावं लागलं असतं. वरच्या बोळातच कपडे टाकायला दोरी बांधलेली. मोरे आंघोळ वगैरे आटपून वरती आलेले. आमच्या दारापुढेच गॅलरीत काही तरुण मुलं उभी होती. मी चहाचा कप मोरेंच्या हातात दिला आणि माझाही चहा कपात ओतला.

मोरे चहा पितापिता माझ्याबरोबर बोलत होते, "लवकर आवर, आपल्याला विट्याला कार्यक्रमाला जायचंय."

मी चहाची भांडी घेऊन खाली आले. बायका आपल्या टवकारून कुजबुजत होत्या. मी भांडी धुऊन घेऊन वरती आले. ग्लासभर पाणी टाकायलासुद्धा खाली जावं लागायचं. वरून पाणी टाकलं तर रस्त्यावरून जाणाऱ्या-येणाऱ्याच्या अंगावर पडायची भीती वाटायची.

मोरेंनी शबनम खांद्याला अडकवली. दाराला कुलूप लावलं आणि आम्ही

निघालो. जिना उतरून खाली आल्यावर एका बाईनं विचारलं,

"मोरे, कुठं निघाला?"

मोरे म्हणाले, "राजाची आई, आम्ही विट्याला निघालोय. माझी पत्रं आली तर वरती टाकायला सांगा."

राजाची आई "बरं या" म्हणाली.

आम्ही वाड्यातून बाहेर पडलो. रस्त्यावर बायका भाजी घेत उभ्या होत्या. काही पुरुष सिगारेट ओढत संडासाच्या रांगेत उभे होते. एक बाई आपल्या पोरांवर खेकसत होती, "आरं बबल्या, पाणी गार होतंया... चल की अंघोळ करायला..."

ते पोरगं म्हणत होतं, "जा मी खेळणार हाय."

दुसरी बाई त्या पोरांच्या आईला साथ देत होती, "पोरं अशीच करत्यात. ह्यांच्यामुळं कामाचा खोळंबा होतो."

आम्ही चाललो होतो. बायकांचे आवाज कानावर येत होते,

"अगं ऽऽ बाई नवीन जोडी फिरायला चालली वाटतं?"

आम्ही आपले पुढे जात होतो.

आम्ही सांगलीच्या बसस्टँडवर आलो. स्टँडवर गाड्या लागल्या होत्या. माणसांची ये-जा सुरू होती. स्टँडवर सगळीकडं गडबड, गोंधळ सुरू होता. गाडी लागलेलीच होती. आम्ही विट्याच्या गाडीत बसलो. गाडी सुरू झाली. मला कार्यक्रम म्हणजे काय असतं हेही माहीत नव्हतं. पण कार्यक्रमाला निघाले होते. मला मोरेंची फार भीती वाटायची. बोलायचं तर लांबच राहिलं, साधं वर डोळा करून बघत नव्हते. मोरे काही सांगायला लागले म्हणजे नुसतं "हं...हंऽऽऽऽ हं...." एवढंच म्हणायचे. ते म्हणतानासुद्धा अंगाला दरदरून घाम फुटायचा. मनावर दडपण आल्यासारखं वाटायचं.

आम्ही विट्याच्या स्टँडवर उतरलो. तिथून पायीच निघालो. एक-दोन ठिकाणी चौकशी करता गावाच्या एका बाजूलाच असलेल्या समाज मंदिरात कार्यक्रम असल्याचं समजलं. गाव तसं फारसं मोठं नव्हतं. लहानमोठी कौलारू घरं होती. एका मंदिराजवळ माणसं बसून टाळ कुटत होती. रस्त्यावरून लोकांची धावपळ सुरू होती. पोटाला दोन घास मिळवण्यासाठी रोजचीच त्यांची ती धडपड. बायका डोक्यावर ओझं, कडेवर मुलं घेऊन शेताला किंवा कामाला निघालेल्या. गल्लीबोळात पोरांचा दंगा चाललेला.

आम्ही त्या समाज मंदिरात आलो. मंदिराच्या भिंतीवर कापडी बोर्ड लावलेला. त्यावर लिहिलेलं, "अखिल महाराष्ट्र भटक्या-विमुक्त संघटनेचा कार्यक्रम" एका टेबलावर महात्मा जोतीराव फुले आणि डॉ. बाबासाहेब आंबेडकर यांचे फोटो

होते. तांब्या भांडं ठेवलेलं होतं. तिथंच दोन-तीन खुर्च्यांवर माणसं बसलेली होती. बाकीचे सर्वजण खालीच बसलेले. त्यामध्ये म्हातारी माणसं, तरुण, बायका, पोरं होती. मी त्या बायकांजवळ बसले. मोरे एका मित्राबरोबर पुढे निघून गेले. माणसांची चुळबूळ चालू होती. मी धरून आणलेल्या कैद्यासारखी गप्प बसून होते.

थोड्या वेळानं त्या दोन फोटोंना हार घातले गेले. कार्यक्रम सुरू झाल्याचं जाहीर केलं. खुर्चीतली एक व्यक्ती उठून उभी राहिली आणि बोलू लागली,

"उपस्थित बंधू आणि भगिनींनो, भटक्या-विमुक्त जमातीमधील लोकांच्या अडचणींचा विचार करण्यासाठी आपण इथं जमलो आहोत. प्रथम सर्व प्रमुख कार्यकर्त्यांची ओळख मी करून देतो. प्रथम मी माझी ओळख करून देतो. मी विट्यातलाच आहे. माझं नाव अर्जुन कळसे. मी घिसाडी जातीत जन्माला आलो. मी हायस्कूलमध्ये शिक्षक आहे. मला चळवळीची आवड असल्यामुळं आणि आपल्या भटक्या-विमुक्त लोकांवर होणाऱ्या अन्याय, अत्याचाराची मला जाणीव असल्यामुळं, भटक्या-विमुक्तातील जास्तीत जास्त मुलांना शिक्षणाचा फायदा व्हावा म्हणून मी धडपडत असतो. खेडोपाडी जाऊन कार्यक्रम घेतो. मुलांच्या आईवडिलांना समजावून सांगतो की बाबांनो, मुलांना शिकवा. आपली मुलं शिकली पाहिजेत. त्यांनी शिकून संघटित झालं पाहिजे. शिक्षणाशिवाय आपणाला जगता येणार नाही. बरं असो.

"इथं जमलेल्या कार्यकर्त्यांपैकी हे आहेत कोल्हापूरचे शिवाजी लाखे. ते डोंबारी समाजाचे चांगले कार्यकर्ते आहेत. त्यानंतर बाबाजी भोसले हे गोसावी जमातीचे असून नोकरी सांभाळून चळवळीचं काम करतात. 'गबाळ'कार दादासाहेब मोरेही इथं उपस्थित आहेत. ते एक हाडाचे कार्यकर्ते आहेत. 'अखिल महाराष्ट्र भटक्या-विमुक्त जाती-जमाती सेवा संघटने'चे ते अध्यक्ष आहेत. गेली सहा वर्षं पूर्ण वेळ ते चळवळीत काम करत आहेत. भटक्या-विमुक्तांच्या दु:खाला वाचा फोडण्याचा ते प्रयत्न करीत आहेत."

मी मनातल्या मनात विचार करत होते. '...चळवळ म्हणजे नक्की काय असतं? त्या चळवळीसाठी मोरे नोकरी न करता राबतात आणि समाजात आज त्यांना इतकी प्रतिष्ठा आहे. प्रतिष्ठा कशात मोजतात? पैशात, कामात की आणखीन कशात?' मी अशाच विचारात गुरफटले होते.

"माजं लिकरू भाकरीसाठी रडत आसंल." मी एकदम भानावर आले. माझ्या शेजारी बसलेल्या बायका एकमेकीत कुजबुजत होत्या.

दुसरी बाई म्हणत होती, "म्या समदं काम तसंच टाकून आलीया.... माजं पोरगं हितं हाय... त्याचं बोलनं ऐकायला आलीया."

मी समोर पाहिलं. शिवाजी लाखे आपला प्रश्न सर्वांसमोर मांडत होते.

"आमच्या डोंबारी समाजाची आजची परिस्थिती फार वाईट आहे. आमचं जगण्याचं साधन टी. व्ही., टेप, सिनेमा यांनी हिरावून घेतलंय. कारण खेड्यापाड्यात टी. व्ही., सिनेमा पोचल्यामुळं आमच्या कसरतीच्या खेळाचं लोकांस्नी काय कवतुक राह्यलं नाही. आम्ही जीव तोडून खेळ केला तरी आम्हाला पाच-दहा पैसे मिळत नाहीत. लोकं नुसतीच करमणूक म्हणून बघत असतात. पण ती आमच्या गरिबांच्या पोटाकडं कधी बघत नाहीत. आमचा खेळ करण्याचा व्यवसाय बंद पडलाय...

"कसरतीचा खेळ केला तर बी कोण पैसं टाकत नाहीत. लोक सिनेमावर पैसे खर्च करतात. परंतु आमच्या खेळाला पैसे टाकत नाहीत. आमच्यातल्या काही बायकांना नाईलाजानं कोठ्यांवर नाचावं लागतंय. आमचं दु:ख सरकार कधी समजून घेणार? आम्ही चळवळ करतो, त्याचा सरकारवर काय परिणाम होतो का? आमच्या बायका अशाच कोठ्यांवर नाचून पोटाची आग विझवत राहणार का? आमच्या लोकांना माणूस म्हणून हा समाज जगू देणार का नाही? कोठ्यावर नाचते म्हणून समाजाचा बघण्याचा दृष्टिकोण चांगला नाही. बेंबीच्या देठापासून बोंबलतो त्याचा काय उपयोग होतो का? उलट दिवसेदिवस आमची लोकं उघड्यावर पडत चालली आहेत...."

मी लाखेंचं बोलणं भारावून ऐकत होते. माझ्या जीवनात कधी असा प्रसंग ऐकण्यातसुद्धा आलेला नव्हता. बायका अवाक होऊन त्यांचं भाषण कान टवकारून ऐकत होत्या. क्षणभर त्या आपली दु:खं विसरल्या होत्या. मी समोर उभ्या असलेल्या लाखेंकडं बघत होते. अंगानं बारीक, गालफाडाची हाडं वरती आलेली, डोळे खोल गेलेले, दाढीची खुरटं वाढलेली, अंगावर पायजमा, नेहरू शर्ट, तोही पूर्ण मळलेला अशा अवतारातला तो कार्यकर्ता पोटतिडकीनं बोलत होता. त्याच्या बोलण्यातून अन्याय, चीड, संताप व्यक्त होत होता. ते पुढे म्हणाले,

"मित्रहो..., डोंबारी समाजात लग्नाचा प्रश्न मोठा अवघड असतो. मुलीला हुंडा दिल्याशिवाय आमच्यात लग्न होत नाही. आमच्या पोटालाच एक वेळा मिळायची पंचाईत, तेव्हा मुलीला हुंडा कुठून देणार? सोन्याला हात न लावणारी आमची जात मुलांच्याकडून लग्नात दोन-तीन हजार रुपये हुंडा उकळायला टपून असते. पैसा जवळ असल्याशिवाय मुलगी बघायलासुद्धा जाता येत नाही. नुसतीच मुलगी बघून काय उपयोग नसतो; कारण हुंडा दिल्याशिवाय लग्नच होत नाही. त्यामुळं आमच्या पोरांच्या लग्नाचा प्रश्न सतत आईबापांना भेडसावत राहतो. अशा विचित्र कचाट्यात आम्ही सापडलो आहोत. आमच्या समाजाची ह्या सगळ्यातून सुटका करण्याची जबाबदारी आपल्यावर आहे. तुम्ही माझे दोन शब्द शांतपणे

ऐकून घेतले, त्याबद्दल मी आपणा सर्वांचा आभारी आहे.''

त्यानंतर बाबासाहेब भोसले बोलायला उठले. ते बोलू लागले,

" 'अलक निरंजन' म्हणून दारोदारी भगव्या कपड्यातली माणसं भीक मागत फिरतात. त्या गोसावी समाजाला सध्या जगायचं कठीण झालंय. आमच्या जगण्याचं साधनच बंद झालंय. जगण्यासाठी आम्ही दुसऱ्यांच्या म्हशी आर्धलीनं सांभाळण्यासाठी घेतो. कारण आम्हाला कोणी भीक घालत नाहीत. आमच्यापेक्षा देवळातल्या पुजाऱ्यांची जास्त चंगळ असते. कारण ते ब्राह्मण असतात. त्यांना मंत्र-बिंत्र येतात. दारात उभं राहून ओरडून घसा फोडणाऱ्या आमच्या गोसाव्यांच्या झोळीत माणसं अन्नाचा कण घालत नाहीत...''

बोलताना भोसले सारखे हात चोळत होते. त्यांची ती सवय असावी. ते म्हणाले,

"म्हैस व्यायला होईपर्यंत आम्हालाच सांभाळावी लागते. म्हशीसाठी वैरण-काडी गोळा करावी लागते. त्यासाठी आमच्या समाजातल्या बायका दिवसभर ऊसाच्या फडात भांगलायला जातात. भांगलून येताना ऊसाचा पाला घेऊन येतात. त्या चाऱ्यावरच म्हशी जगवतात. पूर्वी आमच्या बायका सुया, बिबं, दोर, कुड्या, मोती विकायचं काम करायच्या. परंतु आताची परिस्थिती बदलली आहे. आमच्याकडच्या वस्तू कोणी घेत नाही. जिकडं तिकडं दुकानं झाल्येत. नवीन-नवीन फॅशनच्या वस्तू बाजारात मिळतात. तेव्हा आमच्याजवळच्या कुड्या, मोत्यांना कोण विचारतो? म्हैस व्यायली म्हणजे ती मालकाला परत करावी लागते. इतके दिवस आशेनं सांभाळलेल्या म्हशीला रेडा झाला तर आमच्या कष्टावर पाणी पडतं. रेडी झाली तर आम्हाला आनंद होतो. ती रेडी किंवा रेडा आमच्याकडंच राहतो.''

मला नवीन नवीन माहिती ऐकायला मिळत होती. जगण्यासाठी माणसाला कोणकोणत्या परिस्थितीला तोंड द्यावं लागतंय, याची जाणीव होत होती. मोरेंनी चळवळीला का वाहून घेतलं ते कळत होतं. भटक्या-विमुक्तांची दु:खं, वेदना त्यांनी अनुभवल्या होत्या. त्यामुळंच इतर सामान्य माणसांसारखं जगणं त्यांना नको वाटत असावं. आपल्या समाजासाठी काम करताना मोरेंना समाधान मिळत असलं पाहिजे. एवढ्या कष्टातून शिकून वर आलेल्या मोरेंना आईबाबांना सुखी ठेवावं, असं कधीच वाटलं नसेल का? की मोरे कधी स्वत:पुरता विचारच करत नसतील? त्यांनी जर कधी स्वत:पुरता विचार केला असता तर आता ज्या परिस्थितीत ते जगतायत, असं जगणं त्यांच्या वाट्याला कधीच आलं नसतं ! मोरे करतात ते योग्य आहे की अयोग्य? आपण कोणत्या सुखाची स्वप्नं पाहत होतो ! आपलं स्वप्न बरोबर की या माणसाचं वास्तव जगणं महत्त्वाचं? आपण

इतके दिवस आपल्या स्वत:च्याच दु:खाला गोंजारत होतो. आपल्यापेक्षा ही माणसं हलाखीचं, लाचारीचं जीवन जगतात.... अशा असंख्य विचारांची उलथापालथ माझ्या डोक्यात सुरू होती.

माणसांची चुळबूळ सुरू होती. कळसे म्हणाले, "आता पारधी समाजात जन्माला आलेले अंकुश काळे आपले अनुभव सांगतील."

काळासावळासा एक तरुण समोर उभा होता. त्यानं केसावरून हात फिरवला. शर्टाच्या बाह्या सरळ केल्या आणि बोलायला सुरुवात केली. माईक नसल्यामुळं मोठ्या आवाजात त्यांना बोलावं लागत होतं. माझी उत्सुकता वाढली होती. पारधी समाजाचं वेगळं जीवन ऐकायला मिळणार म्हणून आनंद झाला होता. मी पारध्यांबद्दल बरंच ऐकून होते. पालांवर आमच्यातली लोकं पारध्यांबद्दल बरंच बोलायचे. पारधी चोरटी असतात. चोऱ्या करून ती कुठंही दडून बसतात. त्यामुळं पारध्यांची पालं असतील तिथं आमची पालं असायची नाहीत. इतर समाजाच्या पालांबरोबर मी आमची पालं राहिलेली बघितली आहेत. परंतु पारध्यांचं नाव काढल्यावर आमची माणसं घाबरून गार व्हायची. मी अंकुश काळेंचं भाषण मन लावून ऐकत होते.

अंकुश काळे सांगत होते, "पारधी जात शिकार करण्यात तरबेज असली तरी समाजात गुन्हेगार म्हणूनच आम्हाला ओळखतात. हरणं, ससे, कोल्हे, चितरं, भुरल्या यांची शिकार करण्यात आमची जात लय तरबेज होती. आता ती परिस्थिती राह्यली नाही. आमच्या जातीत समान गोत्रातल्या पोरापोरींची लग्नं होत नाहीत. लग्नात मुलामुलींची पसंती विचारात घेण्याचा प्रश्नच येत नाही; कारण एखादी स्त्री गरोदर असली म्हणजे तिच्या पोटाला कुंकू लावतात आणि पोटातल्या मुलाचं लग्न ठरवतात. मात्र पारधी वचनाला जागणारी असतात. एकदा दिलेला शब्द म्हागारी घेत नाहीत."

पोटातल्या मुलाचं लग्न ठरवण्याची ही कसली पद्धत....? मी स्वत:शीच म्हणत होते.

काळे बोलत होते, "चोरीच्या आरोपाखाली आमच्या जातीला पोलिसांच्या लाथाबुक्क्या खावाव्या लागतात. गावात कुठंही चोरी झाली, की पहिल्यांदा पोलीस आम्हाला धरतात. आमच्या बायकापोरींच्या आब्रूचं पोलीस धिंडवडं काढतात. आम्ही उघड्या डोळ्यानं बघत असतो. समाज आम्हाला चोर म्हणून आपल्यापास्नं लांब ठेवण्याचा प्रयत्न करतो. पण त्या समाजानं कधी आमचा विचार केलाय का? आमची माणसं का चोऱ्या करतात? आमच्या माणसांना चोऱ्या करायला भाग पाडणारा हा समाज आहे. कारण आम्हाला पारधी म्हणून कुठं काम देत नाहीत. पारध्यांची बाई कामावर ठेवल्यावर चोरी करील म्हणून

तिला हुसकावून लावतात. हा समाज आमच्या सावलीलासुद्धा उभा राहत नाही. मग आम्ही पोटापाण्यासाठी कधी कधी लहानसहान चोरी केली तर हा समाज आम्हाला चोर-गुन्हेगार म्हणून बडवणार... पोटाची खळगी भरण्यासाठी आमची जात कुणाच्या तरी शेतातली जुंधळ्याची, बाजरीची कणसं चोरतात. ती भाजून खाऊन पोटातली आग विझवतात. आम्हाला रोजगार दिला, तर आम्ही कशाला चोऱ्या करू? आम्हाला काय मार खायाची हौस आलीय का? आमच्या पोरांना शिकायला मिळत नाही. पारध्यांची बोटावर मोजण्याएवढीच पोरं शिकलेली आहेत. त्यांना शिक्षण द्या. त्यांना काम द्या. आम्हीसुद्धा इतरांसारखंच मानानं जगू. किडामुंगीसारखं जगणं आमच्याच वाट्याला का यावं? याला इथला समाज जबाबदार आहे. आमची जात स्वत:चा जीव वाचविण्यासाठी डोंगर-कपारीचा आधार घेते. त्यांना माणसांत आणलं पाहिजे. त्यासाठी भटक्या-विमुक्तांच्या हक्कासाठी आपण एकजुटीनं झटलं पाहिजे. त्यासाठी आपल्याला मेळावे घेणं, आंदोलनं करणं गरजेचं आहे. आपल्या माणसात जागृती आणायला पाहिजे.''

मला ही सगळी माहिती अंगावर शहारे आणणारी होती. सगळे वक्ते आपापले अनुभव सांगत होते. मध्येच माणसांची चुळबूळ चालायची. दिवसभर उपाशी तापाशी ती माणसं भाषणं ऐकत बसली होती.

एक मध्यम वयाची बाई बोलण्यासाठी उभी होती. माझी नजर त्या बाईवरून फिरत होती. अंगानं छलकाठी, बारीक डोळे, पसरट नाक असलेल्या त्या बाईच्या अंगावर ठिगळं लावलेलं लुगडं आणि फाटकी चोळी होती. तिनं डोक्यावरून पदर घेतला होता. कपाळावर रुपयाएवढं मोठं कुंकू होतं. ती बाई आपल्या मोडक्या-तोडक्या भाषेत बोलत होती. बाई भाषण करते म्हणून मलाच काय, माझ्याजवळ बसलेल्या सगळ्या बायकांना आश्चर्य वाटत होतं.

ती सांगू लागली, ''माजं नाव शांता. म्या नंदीवाल्याची बाय हाय. या समद्या मानसांचं बोलनं येकल्यावर मला वाटलं आपुन बी मनाला वाटतंय ती बोलावं. म्हणून म्या बुलती. पयली आमची मानसं नंदीबैल घिऊन भीक मागाया जायाची. 'पाऊस पडील काय' म्हनून मानसं इच्यारायची. मग बैल मान हालवायचा. त्याच्यावर लोक आमच्या पोटाला पसा-पसा दानं न्हायतर भाकरीचा कोरबर तुकडा वाडायची.''

ती बाई मध्येच बोलायची थांबली. तिनं पडलेला पदर डोक्यावर सरळ घेतला. तिचं शरीर थोडं थरथरत होतं. पहिल्यांदाच एवढ्या माणसांसमोर बोलायला उभी राहिल्यामुळं तिला गोंधळल्यासारखं झालं होतं.

त्या बाईला गप्प उभी राहिलेलं बघून मोरे म्हणाले, ''मावशी बोला.... तुम्ही घाबरू नका... ही सगळी आपलीच माणसं आहेत.... तुम्हाला काय म्हणायचं

आहे ते सांगा. तुम्ही बोलायला उभ्या राहिलात हेच या कार्यक्रमाचं वैशिष्ट्य आहे. आपल्या स्त्रिया समोर येत नाहीत, बोलत नाहीत. तुम्ही बोला...''

ती बाई पुन्हा बोलू लागली, ''आमची माणसं बैल घिऊन गिल्यावर आम्ही बाया पाटीवर लिकरू बांदून सुया, दोरं, कवड्या, बिबं इकायला जायचु. तवा वस्त्यावर लय बायका आमच्यापाशी गोळा व्हायच्या. सुया न्हायतर दोरा घ्यायच्या. कवा कवा काय घ्याच्याबी न्हायत्या. आमी उनातानातून पाय पोळत माल इकत फिरायचो. कवा कवा वस्त्यावरली कुत्री आमास्नी चावायची. पोटासाठी आमाला रोज जायाला लागायचं. पर आता माल कोन घित न्हाय... कसलं दीस आलं बगा की! काय करावं, नशीबच आमचं तसलं. म्या थानची व्हुती तवा माजं लगीन झालं. मला च्यार लिकी आनं दोन ल्योक हायीती. माजी लेकरं भांडी इकत्याती... माज्या बरूबर माज्या लिकीचा लय वणवास हाय. नंदीवाल्याच्या समद्या बाया वणवास सोसत्यात्या. नवरा मरूस्तोवर मारतुया, का मारत्याती ती बी कळत न्हाय. माजा लय वणवास हाय!''

माझ्याजवळ बसलेल्या बायका कुजबुजत होत्या, ''बग गंऽऽ बया ऽऽऽ कशी टमाटमा बुलतीया!''

दुसरी म्हणत होती, ''तिला काय जनाची न्हाय तर मनाची तर लाज हाय का? समद्या माणसांम्होरं हुबं राहून बुलतीया... म्या आसं बोल्ली असती म्हंजी माज्या दाल्ल्यानं टाळुवरचं क्यास ठिवलं नसतं..''

पहिल्या बाईनं तोंडावर पदर घेतला आणि हळू आवाजात पुटपुटली, ''बग गी... तिचा दाल्ला कसा नंदीबैलावाणी मान हालवत बायकुचं बोलणं ऐकतुया.... त्याच्या हातात काय बांगड्या भरल्याती व्हय? त्याची बायकू समद्या माणसांत हुबी ऱ्हालीया....''

मला त्या बाईचं कौतुक वाटत होतं. सगळ्या माणसांसमोर उभं राहून बोलायचं म्हणजे धाडस लागतंय. आपल्याला साधं शाळेत उभं राहून प्रश्नांचं उत्तर देता येत नव्हतं. भटक्या-विमुक्तातील ही बाई आपली बाजू मांडते. सगळे रीतीरिवाज मोडून ती बोलत होती आणि माझ्या शेजारी बसलेल्या भटक्या-विमुक्तातल्या इतर बायका, पुरुष त्या बाईची टिंगल करीत होते. तिनं जरा बोलायचं धाडस दाखवलं तर तिच्यावर ''उंबरा ओलांडल्याली बाय हाय... तवाच आसं बोलतीया'' असे व्यभिचाराचे शिंतोडे उडवले जात होते.

ती बाई आमच्याजवळ येऊन बसली. मी त्या बाईच्या चेहऱ्याकडं बघत होते. एखादा गड जिंकून आल्यासारखा आनंद तिच्या चेहऱ्यावर दिसत होता. त्याचबरोबर तिचे हातपायही थरथर कापत होते. आपण कुठं चुकलो असू, अशी भावनाही तिला स्पर्श करीत नव्हती. ती आपली नजर सगळीकडं फिरवून बघत

होती.

मी न राहून म्हणाले, "मावशी... तुम्ही खूप छान बोललात.''

ती बाई कपाळावरचा घाम पदरानं पुसत म्हणाली, "कसलं चांगलं... मला लय बोलायचं व्हुतं. पर भ्या वाटतंया... माणसांचं... म्हणून म्या बोलायची थांबली...''

बायका कुचेष्टेनं तिच्याकडं बघत होत्या. काहीजणी डोळं वटारून, तर काहीजण आश्चर्यानं बघत होते.

कार्यक्रमात थोडा वेळ शांतता झाली आणि पुन्हा कार्यक्रमाला सुरुवात झाली. शिवाजी लाखे बोलत होते, "आता भटक्या-विमुक्त संघटनेचे कार्यकर्ते आणि 'गबाळ'कार दादासाहेब मोरे आपल्याला मार्गदर्शन करतील.''

माणसांच्या घोळक्यात बसलेले मोरे उठून समोर गेले. चुरगळलेला शर्ट सरळ करून ते बोलू लागले,

"उपस्थित बंधू आणि भगिनींनो, मी आज आपणासमोर उभा आहे, त्याचं खरं श्रेय माझ्या आईवडिलांना जातं. त्यांनी भीक मागून मला शिकवलं. आतापर्यंत जे कार्यकर्ते बोलले ते सर्व मी अनुभवलंय. तुमची दुःखं ही माझी दुःखं समजतो. मी ही तुमच्यातलाच एक आहे. तुमच्यासारखीच काही कमी-जास्त प्रमाणात दुःखं माझ्या वाट्याला आली. मी त्यातून होरपळून गेलो आहे. मला या आजच्या बदलत्या जीवनाची आणि एकूणच परिस्थितीची जाणीव आहे. आपण आजही पोटाला दोन घास मिळावेत म्हणून दारोदार भीक मागत फिरत आहोत. हे असं किती दिवस चालायचं, असाही प्रश्न कधी कधी माझ्यासमोर उभा राहतो. म्हणूनच मी म्हणतो, आपण बदललं पाहिजे. आपला समाज सुधारला पाहिजे. आम्ही माणसंच आहोत. आम्हाला गुन्हेगार म्हणून लांब ठेवायला इथली समाजव्यवस्था कारणीभूत आहे. आपण आपल्या मुलांना शिकवलं पाहिजे; त्याशिवाय त्यांना आपली हलाखी कळणार नाही. त्यासाठी आपण लागेल ते कष्ट करायला तयार असलं पाहिजे. आपल्याला आपली दुःखं मांडत असतानाच एका वेगळ्या दिशेनं जावं लागेल. त्यात आपल्याला कितपत यश येईल हे आपल्यावर अवलंबून आहे. मी या ठिकाणी आवर्जून उल्लेख करेन, त्या शांताबाई वाघमोडे या महिलेचा. त्यांनी आपल्यासमोर उभं राहून चार शब्द बोलण्याचं धाडस दाखवलं. आपल्या रूढी-परंपरा, विचार-आचार सगळं झुगारून एक अशिक्षित बाई पुढं येते, हे आपल्यातल्या बदलाचं द्योतक आहे. अशाच महिला पुढे आल्या पाहिजेत; त्याशिवाय आपल्या चळवळीला यश येणार नाही. नुसतं कोणी तरी काही तरी सांगतं म्हणून आपण ऐकायचं, असं करू नका. नीट समजून घ्या. मुलांना शिकवा. अंधश्रद्धेला बळी पडू नका. देव देव करत न बसता पुढे या.

'देवानं पोरं जन्माला घातल्यात, त्याची काळजी देवाला आहे' असं म्हणत बसू नका. देवाला आपण कुठं बघितलंय? आणि असलाच तर तो तुमच्याच पोरांची काळजी कशाला करत बसेल? तुम्ही तुमच्या पोरांच्या भविष्याचा विचार करा. आपण जगलो तसंच त्या मुलांनी जगावं, असं कोणत्याच आईबापांना वाटणार नाही.''

मोरे बराच वेळ बोलत होते. जमलेल्या लोकांना घरची ओढ लागली होती. त्यांनाही संध्याकाळच्या जेवणाची काळजी होती. पूर्ण दिवस इथं गेला होता. आज कोणीच भीक मागायला गेलं नव्हतं. सगळे भाषण ऐकायला आले होते. भाषणानं त्यांचं पोट भरणार नव्हतं. त्यांना आपापल्या पालाकडं जायचं होतं.

थोड्या वेळानं कार्यक्रम संपल्याचं जाहीर झालं. जवळच राहिलेली माणसं आपापल्या पालाकडं परत निघून गेली. मलाही आता भुकेची जाणीव झाली होती. परंतु अजून घरी जाता येत नव्हतं. कार्यकर्त्यांची बैठक होती. त्यांची चर्चा सुरू होती. मोरेंनी मलाही तिथं बसायला सांगितलं. मी बैठकीत सामील झाले.

कार्यकर्ते आपले प्रश्न मांडत होते. मोरे त्यांच्या प्रश्नांची उत्तरं देत होते.

अंकुश काळे म्हणत होते, ''आपण पुढला कार्यक्रम लवकर घ्यावा. मुलांच्या शिक्षणाची सोय करता येते का बघावं.''

शिवाजी लाखे म्हणाले, ''कार्यक्रम सतत घ्यायला पाहिजे. आपण पालांवर जाऊन त्यांना भेटावं, त्यांच्या अडी-अडचणी समजावून घ्याव्यात. त्यांना आपल्यामुळं थोडा धीर येतो. आपण कार्यक्रम, चर्चा, शिबिरं घेत राहिलो तर लोकांना आपण काय करतो याची थोडीतरी जाणीव राहील.''

मोरे म्हणाले, ''मुलांना शाळेत पाठवायची जबाबदारी आपल्यालाच घ्यावी लागेल. प्रत्येक कार्यकर्त्यानं आपल्या जातीतल्या चार-पाच मुलांना शाळेत पाठवायची जबाबदारी घ्यावी. मला शक्य होईल तेवढी मदत मी करेन. आता आपण पुढला कार्यक्रम कोल्हापूरला घेऊ. कोल्हापूरला फुलेवाडी,साळोखेनगर, शिरोली इथं बरीच भटकी लोकं पालं मारून राहातात. त्यांना एकत्रित करून तिथं आपण कार्यक्रम करू. फक्त भाषणं करून जागृती होत नाही. प्रबोधनाबरोबर मुलांच्या शिक्षणाचा प्रश्नही महत्त्वाचा आहे. आपल्या लोकांवर होणाऱ्या अन्याय, अत्याचारासाठी आपण झगडलं पाहिजे.''

उशिरापर्यंत अशी चर्चा सुरू होती.

या कार्यक्रमामुळं माझ्यावर फार मोठा प्रभाव पडला होता. आपलं स्वप्न सुखानं संसार करण्याचं, मोठं घर, गाडी, भौतिक सुखं याच्यापुरतं मर्यादित नसावं; आपल्या भटक्या-विमुक्त जमातीतल्या लोकांसाठी आपल्याला काही करता आलं तर ते करावं असं वाटू लागलं. माझ्या विचारांना नवी दिशा

मिळाली. मी मनात ठरवून टाकलं, की मोरेंना आपण कोणत्याही प्रकारच्या कौटुंबिक विवंचनेत टाकायचं नाही. काय असेल त्यात भागवायचं. त्यांनी घेतलेलं कार्य पुढं चालू ठेवायचं.

कार्यकर्ते जिथून आले होते तिकडं निघून गेले. आम्हीही सांगलीला परत आलो.

घरी आल्यावर मी स्वयंपाकासाठी काय आहे का बघत होते. कॉटखाली कोंबलेली पोती मी बाहेर काढली. त्यात लहानमोठ्या पुड्या होत्या. त्या पुड्या मी सोडून बघितल्या. त्या पुड्यात लग्नातले उरलेले तांदूळ, डाळ, चटणी, मसाला, मीठ असं काहीबाही होतं. एका डब्यात थोडंसं गोडं तेल उरलेलं होतं. मी ताटात तांदूळ घेऊन निवडू लागले. मोरेंच्या डोक्यात अजून कार्यक्रमच घोळत असावा. ते मला म्हणाले,

“खरंच, कार्यक्रम छान झाला. त्या बाईनं बोलायचं धाडस दाखविलं.”

मी नुसतं ‘हूं’ म्हणाले.

मोरे मोठ्यानं हसले आणि मला म्हणाले, “तुला नुसतं ‘हूं’च म्हणायला शिकवलंय का? बघ ती बाई एवढ्या माणसांसमोर बोलत होती आणि तू बघ... माझ्याशीसुद्धा बोलत नाहीत. मी काय तुला वाघ वाटतोय की काय? तू मला एवढं घाबरतेस?”

खरं तर मला बोलायची भीती वाटायची. मनात सारखं वाटायचं, आपण काय तरी बडबड करणार. आपल्याला काय मोरेंबरोबर बोलता येणार नाही. उगीचच चुकीचा शब्द तोंडातून जायचा आणि मग फुकटची फजिती व्हायची. त्यापेक्षा न बोललेलं बरं.... खरं मला सतत बडबड करायची सवय होती. घरात मी कधी एक मिनिटदेखील गप्प बसायची नाही.

“तुला खरंच वाटत नाही, भटक्या-विमुक्तांच्या स्त्रियांसाठी आपण काही तरी करावं? त्यांच्यावर रूढी परंपरेची जी बंधनं लादलेली आहेत, त्यातून त्यांना बाहेर काढावं?”

मी माझ्या विचारातून बाहेर आले. मोरे मला विचारत होते. अर्थात, मला या प्रश्नांची उत्तरं त्यावेळी देता आली नाहीत. मी उठून भात शिजायला ठेवला.

मोरे पुन्हा म्हणाले, “तुला एक गोष्ट सांगून ठेवतो. तू एकवेळ मला जेवण करून दिलं नाहीस तरी चालेल, मी तुझ्यावर चिडणार नाही; खरं, घरी येणाऱ्या कार्यकर्त्यांशी मिळून-मिसळून वागायचं.”

मी त्यांच्या तोंडाकडं बघू लागले. कारण आमच्या जमातीत दुसऱ्या पुरुषांशी बोलल्यावर संशय घेऊन माणसं बायकांना मारतात. डोकीवरचा पदर खाली पडू देत नाहीत आणि मोरे मला सांगत होते, की मी घरी असो किंवा नसो; तू

येणाऱ्या कार्यकर्त्यांशी मिळून-मिसळून वागत जा. त्यांच्या अडचणी समजावून घे. आलेल्यांना चहा-पाणी विचार. मनमोकळेपणानं गप्पा मार !..... मला खरंच आश्चर्य वाटत होतं. कारण आईकडं सहा वाजता घरातून बाहेर निघायची परवानगी नव्हती. कुणाशी बोलायचं नाही. घरातूनच सांगायचं, 'भाऊ घरात नाही.' वहिनीसुद्धा कधी पुढं जाऊन बोलत नव्हती.

आम्ही दोघांनी भात-आमटी खाल्ली. मोरे पुस्तक वाचत बसले. मी माझं आवरलं.

आम्ही दोघंही रात्री बराच वेळ वाचत होतो. मला पुस्तक वाचता वाचता केव्हा झोप लागली ते कळलंच नाही.


दिवस कसे निघून जात होते ते कळतच नव्हतं. घरी दिवसभरात बरीच माणसं यायची. त्यांची चळवळीविषयी चर्चा सुरू असायची. माझ्याही गल्लीतल्या लोकांशी ओळखी झाल्या होत्या. रोज चार-पाच पत्रं हमखास ठरलेली असायची. कधी कार्यक्रम पत्रिका असायची, तर कधी आमच्या लग्नाला शुभेच्छा पाठवलेलं ग्रिटिंग कार्ड असायचं. मी 'गबाळ' वाचल्यावर माझ्यात फार फरक झाला होता. मोरेंच्या आतापर्यंतच्या आयुष्याची जाणीव झाली होती. 'गबाळ'मधल्या पात्रांना भेटायची उत्सुकता होती. सर्वांत जास्त मोरेंच्या मानकाआजीला भेटावं वाटत होतं. लग्नात कोणी तरी ओळख करून दिलेली आठवत होती, "ही मानक्का आजी... हिनं दादासाबाला शिकवलं" खरं, त्यावेळी माहीत नव्हतं, या माऊलीनं किती कठीण प्रसंगातून मोरेंना शिकवलं होतं! मी त्या अशिक्षित बाईचे मनातून आभार मानत होते.

कार्यकर्त्यांसाठी चहा करायलासुद्धा आमच्याजवळ पैसे नसायचे. मोरेंच्या शेजारी ओळखी असल्यामुळं मी त्यांच्याकडून दूध-साखर मागून आणून कार्यकर्त्यांना चहा करून द्यायची. माझी भीती मोडली होती. मी आता सगळ्यांशी बोलायची. मोरे तासन्तास चळवळीसंबंधी माझ्याबरोबर चर्चा करायचे. कधी मला मोरेंचा रागही यायचा. "चळवळीनं काय पोट भरत नाही," मी म्हणायची.

मग मोरे हसून म्हणायचे, "दुसऱ्याच्या दुःखात आपलं सुख समजण्यातच खरं सुख असतं. माणसाला जगण्यासाठी काय लागतं, दोन वेळेला पोटाला अन्न, ते तुला मिळतंय ना? मग गप्प बस."

"तसं तर गल्लीतील कुत्रीही जगतात !" मी म्हणायची.

"त्यांच्या जगण्यात आणि आपल्या जगण्यात जमीन-अस्मानाचा फरक आहे. आपण समाजसेवेसाठी जगतो. ते स्वतःपुरतं बघतात. तसं मला जमणार नाही. माझा जीव गुदमरून जाईल."

मग मी गप्प बसायची. कधी कधी माझ्या डोक्यात विचार यायचा, मोरे म्हणतात तेच बरोबर आहे का? किडामुंगीसारखं जगण्यापेक्षा सन्मानानं जगणं महत्त्वाचं आहे का? घरात कोण बघायला येतं आपण उपाशी मरतो का खातो ते? पण त्या लाखो उपाशी मरणाऱ्या लोकांचा कोण विचार करतो? त्यांच्यासाठी आपण झगडलं पाहिजे.... मी अशाच विचारात गुरफटलेली असायची.

मधूनच लहानमोठ्या कार्यक्रमाच्या बैठकी व्हायच्या. नवीन नवीन माणसं भेटायची. त्यांच्या ओळखी व्हायच्या. आपण एका वेगळ्या जगात वावरतो असं सारखं वाटायचं.

एकदा मोरे म्हणाले, "आपण बावचीला जाऊ. लग्न झाल्यापासून आपण बावचीला गेलो नाही."

मला आनंद झाला. मला पण त्यांच्या घरातल्या लोकांना बघावं, बोलावं असं वाटायचं. मोरे उसने-पासने पैसे मिळतात का बघू लागले.

आम्ही बावचीला निघालो. घरातून लवकर निघल्यामुळं चहासुद्धा घेतला नव्हता. मला वाटलं मोरे निदान हॉटेलमध्ये चहा तरी देतील. परंतु उलटंच झालं. चहा दिलाच नाही, पण एवढ्या पैशात आपण बावचीपर्यंत जाऊ का, याचाच विचार करत ते गाडीत बसले होते. मी त्यांच्या शेजारी माझ्याच विचारात बसले होते. एक कप चहासुद्धा दिला नाही; कसं काय व्हायचं या माणसाबरोबर आपलं....?

मोरे म्हणाले, "सांगोला आलाय, उतर खाली."

तिथून मंगळवेढ्याच्या एसटीत बसलो आणि मंगळवेढ्यापासून बावचीच्या एसटीत बसलो. वाटेनं धुरळा उडाल्यामुळं सगळे कपडे धुळीनं माखले होते.

मोरेंनी ओढ्याकडं बघितलं आणि आश्चर्यानं म्हणाले, "आई ओढ्यात धुणं धुतीया." मीही एसटीतून वाकून बघितलं. मामी ओढ्यात लुगडं पिळत उभ्या होत्या. इतर बायकाही त्या गढूळ पाण्यात कापडं बुचकळत होत्या. काही बायका कमरेवर हात ठेवून एसटीकडं बघत होत्या. कदाचित आपल्या गावाचं कोणी आलंय का बघत असाव्यात.

ओढ्यातून थोडं पुढं आल्यावर एसटी एका झाडाखाली उभी राहिली. आम्ही खाली उतरलो. झाडाला अडकवलेल्या पाटीवर 'बावची' लिहिलं होतं. लहान पोरं एसटीच्या भोवतीनं गोळा झाली. बायका एका सार्वजनिक नळावर पाणी भरत होत्या. त्यातला एक मुलगा म्हणाला, "दासाबदादा, तुमी आलाय व्हय?"

मोरेंनी त्याला विचारलं, "आमच्या घरात कोण कोण आहेत रे? आबास आहे, का वरतीकडं मागायला गेलाय?"

तो मुलगा घरातल्या लोकांची चालता चालता माहिती सांगत होता.

"तुमचं लगीन करून आल्यापास्नं समदी घरातच हायती... आबासदादा तेवडा मागाला गेला व्हुता... त्यो बी काल आलाय."

मोरे म्हणाले, "बरं झालं. सगळ्यांना भेटता येईल."

काही मुलं पुढं पळत गेली होती. बायका आमच्या दोघांकडं कुतूहलानं बघत होत्या. काहीजणींचा आवाज येत होता. "पुरगी चांगली हाय गं." तर कोण म्हणत होती, "पुरीचं पायताण बग की कसं लालचुटूक हाय !"

मला हसायला येत होतं. एका झाडाखाली एक गरोदर बाई कमरेवर हात ठेवून हसत उभी होती. मोरे मला म्हणाले, "ती आबासची पत्नी प्रमिला. सगळी तिला पमा किंवा पमी म्हणतात."

तेवढ्यात एक बारा-तेरा वर्षांचा मुलगा पळत आडवा आला. त्यानं माझ्या हातातली पिशवी घेतली आणि म्हणाला, "कसं काय वहिणी बरं हाय का?"

मी त्याला ओळखत होते. तो मोरेंचा सर्वात लहान भाऊ बाळासाहेब होता. त्याची आमच्या लग्नातच ओळख झाली होती. तो पाचवीत शिकत होता. निंबोणीला येऊन-जाऊन करत होता. त्यानं मला घरातल्या सगळ्या लोकांची माहिती सांगितली. तात्यासाहेबानं आठवीतूनच शाळा सोडली होती. आण्णा घरीच भविष्य सांगत असतात आणि आप्पा (आबास) आणि वहिनी पालांवर भीक मागत फिरतात.

आम्ही एका घरासमोर आलो. आमच्याभोवती पोरांनी, बायकांनी गराडा घातला होता.

बायका पोरांवर खेकसत होत्या, "आरं इट्या, सर्रक की बाजूला... मला बगुदी पुरगी."

आम्ही घरात आलो.

बायका मोरेंना विचारत होत्या, "दादासाब कवा निगाला व्हुता? समदं बरं चाललंय नव्हं? पोटापाण्याचं लय हाल व्हुत असत्याल !"

मोरे सांगत होते, "चांगलं चाललंय... सकाळी निघालो होतो."

एका बाईनं घोंगडं टाकलं आणि मला म्हणाली, "बस बया घोंगड्यावर... गाडीत बसून पाट दुखत आशील." मी गप्प त्या घोंगड्यावर बसले.

मला बाळासाहेबानं पाणी आणून दिलं. बायका मला विचारत होत्या, "लगीन झाल्यावर आमी घरला निघून आलू, तर तुमचीच काळजी वाटत व्हुती. कसं ऱ्हात्याती... दादासाबाला नुकरी न्हाय.... तवा पोटाचं मायंदाळ हाल व्हुत आसतील..! आनसामावशी रोज गाडीच्या वाटंकडं डोळं लावून बसायची."

तेवढ्यात मामी घरात आल्या.

ती बाई म्हणाली, "आनसामावशी, बोलाला आनं फुलाला गाट पडली

बग... म्या तुजंच सांगत व्हुती.''

मामी माझ्याजवळ येऊन बसल्या. माझ्या डोक्यावरून मायेनं हात फिरवला. कानशिलावर कडाकडा बोटं मोडली आणि म्हणाल्या, ''नजर लागंल ग बायांनू माज्या पुरीला....'' असं म्हणून मामी उठल्या आणि थोडं मीठ हातात घेऊन तीन वेळा माझ्यावरून उतरून पाण्यात टाकलं.

मी मामींकडं बघतच राहिले. सासू एवढी मायाळू असते हे मला पटत नव्हतं. प्रत्येकजण माझी विचारपूस करायचं. ''कशी हाय... बरी हाय का?'' विचारायचं. कोणी 'नवऱ्याचं नाव घे' म्हणायच्या. मोरेंच्या घरातील सगळी माणसं मायाळू होती. मोरे लग्न करून घ्यायला तयार नव्हते. म्हणून भाऊजींचं म्हणजे आबासाहेबांचं अगोदर लग्न केलं होतं. घरात करायला कोणीतरी माणूस लागणार होतं. जाऊबाईचं माहेर बावचीतलंच होतं. मी जाऊला आक्का म्हणायची. त्या मला आक्का म्हणायच्या. आम्ही दोघीही घरातली कामं हसत-खेळत करत होतो. तीन-चार दिवस बावचीत राहून आम्ही गोंधळेवाडीला आलो.

गोंधळेवाडीत मानकाआजी एका खोपीत राहत होती. ती पण गावाच्या बाहेर ओढ्याच्या कडेला एकटीच राहात होती. आम्ही गेल्यावर मानकाआजीला फार आनंद झाला. आम्हाला गळ्याला घेऊन मानकाआजी हुंदके देऊन रडली, ''माज्या दादासाबाचं चांगलं हुदी...'' वय झाल्यामुळं आजीला काम होत नव्हतं. ती कोंबड्या पाळून विकायची. मोरे अधूनमधून जसे जमेल तसे पैसे पाठवायचे.

गोंधळेवाडीत मोरेंच्या मावशीचं घर होतं. आम्ही त्यांच्याकडं गेलो. त्यांच्या मुलीचं म्हणजे सुनीताचं दोन दिवसांनी लग्न होणार होतं. घरात जागरणं, गोंधळ असे कार्यक्रम सुरू होते. माणसांनी घर गच्च भरलं होतं. त्यांच्या दोघी सुना कामातच होत्या. परशराम भाऊजींचं लग्न झालं होतं. त्यांना तीन मुलीच होत्या. ते पंढरपूरला नोकरी करत होते. दोन नंबरच्या पिरगोंडाभाऊजींचं लग्न गोंधळेवाडीतल्या तुळशीराम धुमाळ यांच्या मुलीबरोबर - वैजंताबरोबर - झालं होतं. ती गरोदर होती. धुर्पामामींची तीन मुलं शिकत होती. धुर्पामामींचं कुटुंब अजूनही मागायलाच जात होतं. मानकाआजी अधूनमधून धुर्पामामीच्या घरी जायची.

गावात कोण भेटेल त्याला मानकाआजी म्हणायची, ''माजा दादासाब आलाय... ही त्याची बायकु... पुरगी गुनानं लय चांगली हाय.'' मला सगळेजण जपायचे. त्यांना माझ्याबद्दल आपुलकी वाटायची. मानकाआजी रात्री बऱ्याच उशीरापर्यंत आपल्या जुन्या आठवणी सांगायची. आठवणी सांगताना मानकाआजीचे डोळे भरून यायचे. ''मला तुमचाच आदार हाय...'' म्हणायची.

मानकाआजीचं बोलणं ऐकताना कंठ दाटून यायचा. मनात वाटायचं, आपण मानकाआजीला सांगलीला घेऊन जावं. तिला म्हातारपणी सुख द्यावं. पण आमच्या

परिस्थितीची जाणीव झाल्यावर या सगळ्या विचारावर पाणी पडायचं.

आम्ही थोडे दिवस राहून सांगलीला परत आलो.

येताना घरातल्यांनी ज्वारी आणि चटणी बांधून दिली होती. त्याच्यावरच भागवत होतो. रोज एक रुपयाच्या भाजीत दोन वेळेचं भागवत होतो. खालच्या बायका खूप चांगल्या होत्या. त्या आम्हाला बरीच मदत करायच्या. परंतु वरती कोणी येत नव्हतं. वरती सगळे तरुण राहात होते. मोरे सकाळी दहा वाजता घरातून बाहेर पडायचे ते रात्री एक-दोनला परत यायचे. मीही काही विचारत नव्हते. मी दिवसभर पुस्तक वाचणं, बायकांशी गप्पा मारणं असा वेळ घालवायची. वाड्यात बरीच लहान मुलं होती. मी त्या मुलांबरोबर खेळत बसायची. त्यांना गोष्टी सांगायची. अधूनमधून मी मोरेंबरोबर कार्यक्रमाला जायची. घरी तर रोज दोन-चार माणसं येत होती. त्यांना चहा-पाणी करण्यासाठी मला खालच्या बायकांकडं साखर, दूध मागायला जावं लागायचं. त्या बायकाही द्यायच्या. परंतु कधी कधी माझी मलाच लाज वाटायची. रोज रोज लोकांकडं मागायला बरं वाटायचं नाही. परंतु इलाज नसायचा. मग मी कधी कधी मोरेंवर खवळायची. "नोकरी करा" म्हणायची. मी जास्त चिडल्यावर मोरे माझ्यापुढं नोकरीचा अर्ज लिहायला बसायचे आणि म्हणायचे, "नोकरीत अडकून पडल्यावर चळवळीत काम कोण करणार? आपण आपलंच बघत बसल्यावर बाकीच्या आपल्या माणसांचं काय होणार?" मग मी गप्पच बसायची.

आम्ही दोघं पहिल्यांदाच म. द. हातकणंगलेकरसरांच्या घरी गेलो. त्यांनी दारात हसतमुखानं आमचं स्वागत केलं. मोरेंनी मला ओळख करून दिली, "हे हातकणंगलेकरसर..." मी त्यांच्या पायाला हात लावण्यासाठी वाकले. परंतु त्यांनी पाया पडून घेतलं नाही. उलट माझी मायेनं विचारपूस केली. मला "तब्येतीची काळजी घ्या." म्हणाले. मी सरांकडं बघत होते. भटक्या-विमुक्तांची दुःखं समाजासमोर आणण्याचं त्यांनी मोलाचं काम केलं होतं. आज 'गबाळ' त्यांच्यामुळंच प्रकाशित झालं होतं. त्यांनी मोरेंना मदत केली नसती तर आज मोरे लोकांसमोर आले नसते. मी सरांकडं कृतज्ञतेनं पाहात होते. मी सरांविषयी खूप ऐकून होते. एवढे मोठे समीक्षक, विचारवंत, परंतु एकदम साधे राहत होते. मायेनं, आपुलकीनं आमची चौकशी करीत होते. आमच्यातली पोलीस झालेली माणसं आकाश ठेंगणं झाल्यासारखं वागत असलेली मी बघितली होती. आम्ही सरांच्याबरोबर बराच वेळ गप्पा मारून घरी आलो.

आम्ही अधूनमधून सरांच्या घरी जात होतो. मोरे आपलं लेखन सरांना दाखवत होते. त्यावर सर काही सूचना करत होते.

आमचे फार हाल चालले होते. घरातून ज्वारी अजून आली नव्हती. दिलेली

ज्वारीही संपली होती. आता ज्वारी आली नाही तर आम्ही काय खायचं, याच विचारात मी होते. मोरे 'वेरळा विकास'मध्ये भटक्यांच्या तरुणांसाठी प्रकल्प तयार करण्याचं काम करीत होते. या प्रकल्पासाठी मुलं गोळा करणं, त्यांची शिबिरं घेणं यासाठी त्यांना फिरावं लागायचं. ते कमळापूर, आळसंद, डोंगरगांव, सोलापूर अशा गावांना जात होते. बाहेरगावी गेल्यामुळं मोरेंचा चहा-नाष्टा-जेवण तिकडंच व्हायचं. परंतु माझ्या जेवणाचा प्रश्न यायचा. मला एकटीला काय नसलं तरी चालायचं. शेजाऱ्यापाजाऱ्यांकडून मागून आणणं आता फारच लाजिरवाणं वाटत होतं. एकटीला काय गरजही वाटत नव्हती. रात्री चिमुटभर साखर खाऊन पाणी पिऊन झोपायची. आम्हाला दोघांनाही उपाशी राहायची सवय लागली होती. मोरे दर दोन दिवसांनी कोल्हापूरला जात होते. त्यामुळं मी ठरवून टाकलं, आपण या वेळेला मोरेंबरोबर कोल्हापूरला जायचं; गावाकडून ज्वारी येईपर्यंत कोल्हापुरात आईकडं राहायचं; म्हणजे आमच्या दोघांच्याही जेवणाचा प्रश्न यायचा नाही. त्यांची चळवळ सुरू राहील आणि आमच्या जेवणाचाही प्रश्न येणार नाही.

मोरेंना १९८५ पासून अमेरिकेतील 'दी अशोका इनोव्हेटर्स फॉर दी पब्लिक' या आंतरराष्ट्रीय संस्थेची फेलोशिप मिळत होती. तिची पण मुदत संपत आली होती. लेखनासाठी आणि सामाजिक कार्यासाठी ही फेलोशिप होती. त्यातून कसंतरी खोलीभाडं आणि प्रवासखर्च भागत होता.

आम्ही कोल्हापूरला आलो. लग्न झाल्यानंतर मी पहिल्यांदाच आईकडं आले होते. मला बघून घरातल्यांना आनंद झाला. परंतु आई म्हणाली,

"पुरीची कळाची बेकळा झाली. दोगंजणबी वळल्यात काटकीवाणी. काय जिवाला बरं नव्हतं व्हय इमल?"

मी म्हणाले, "आम्ही मस्त मजेत राहतो."

"बरं जालं तुमी आलासा... म्या रोज तुजी आठवण काडून बायकात रडायची. लगीन झाल्यापास्नं लिकीचं त्वांड नदरं पडलं न्हाय... येवड्या दिसानं आलासा, कुटं गेला व्हुता? म्या मधूला दोन येळा सांगलीला धाडलं... गल्लीतल्या बायकांनी सांगितलं गावाला गेलाय म्हनून."

मोरे म्हणाले, "होय... आम्ही बावचीला आणि गोंधळेवाडीला गेलो होतो. मावशीच्या मुलीचं लग्न होतं."

बराच वेळ आम्ही इकडच्या तिकडच्या गप्पा मारत होतो. मंगलनं चहा आणून दिला. माझी कामं आता मंगल करत होती. सगळ्या घराची जबाबदारी तिच्यावर होती. ती घरातलं सर्व काम करून शाळा शिकत होती आणि आईबरोबर जळण गोळा करायला जात होती. दिवसातून दोन-दोन फेऱ्या जळणासाठी

माराव्या लागत होत्या. एवढ्या लहान वयात एवढी मोठी जबाबदारी तिच्यावर पडली होती. डोक्यावरून वडिलांचं छत्र गेल्यामुळं घराची वाईट अवस्था झाली होती. ते दोघे भाऊ आपल्या बायकामुलांना घेऊन वेगळा संसार करत होते.

मोरे म्हणाले, "चल, कांबळेंच्या घरी जाऊ. तिथं कार्यकर्त्यांची बैठक आहे."

मला खरं तर आईबरोबर बोलत बसायचं होतं. इतक्या दिवसांनी भेटल्यामुळं काय बोलू, किती बोलू असं झालं होतं. परंतु मी नाईलाजानं मोरेंबरोबर जायला तयार झाले.

आम्ही तिथून निघालो. राजारामपुरीत उत्तम कांबळेंच्या घरी आलो. कांबळेंच्या घराचं दार उघडंच होतं. दारात चपलांचा ढीग होता.

मोरे म्हणाले, "सगळे जमलेत वाटतं.... आपल्यालाच उशीर झाला. चल आत..."

"या नेते... उशीर केलाऽऽऽ" सगळे एका सुरात म्हणाले.

"वहिनी तुम्ही पण आलाय होय? बरी आठवण झाली आमच्या गरिबांची?" कांबळे बोलत होते.

कांबळेंना मी ओळखत होते. मी फक्त हसले. कांबळेंनीच माझी ओळख कार्यकर्त्यांना करून दिली, "या दादाच्या पत्नी... विमल यांचं नाव..." कार्यकत्यांनी नमस्कार केला. सुरुवातीला संकोचल्यासारखं वाटायचं. 'नमस्कार' म्हणून हात जोडायला लाज वाटायची. आता काहीच वाटत नव्हतं.

त्या सगळ्या कार्यकर्त्यांनीही आपली ओळख करून दिली. "मी तुकाराम चव्हाण.... बेलदार समाजाचा आहे. सॅनिटरी इन्स्पेक्टर म्हणून नोकरी करतो आणि चळवळही करतो." दुसरे म्हणाले, "पचेरवाल महापालिकेत चीफ सॅनिटरी इन्स्पेक्टर म्हणून काम करतो. भंगी समाजाचा आहे आणि सामाजिक कार्यही करतो." तिथंच जुने सामाजिक कार्यकर्ते मा. ता. मोरे यांचीही ओळख झाली. प्रा. गोपाळ गुरु, शिवाजी लाखे, बाबासाहेब भोसले, उत्तम कांबळे, गोविंद पानसरे, विलास रणसुभे, यांनीही परिचय करून दिला.

निगवे दुमाला इथे कार्यक्रम घ्यायचा होता. त्याच्यावरच चर्चा सुरू होती. कार्यक्रम कसा घ्यावा, विविध जाती-जमातींची माणसं एकत्र कशी जमवावी, भीक मागण्यासाठी कोणत्या साधनांचा वापर केला जातो, कार्यक्रमाच्या ठिकाणीच लोकांना आपली पालं मारायला सांगितली तर त्यांच्या हलाखीची जाणीव येणाऱ्या अधिकाऱ्यांना, नेत्यांना कशी होईल, कार्यक्रम कसा आखावा, कोणत्या कार्यकर्त्यांनी कोणती कामं करावीत, खर्चाची कशी व्यवस्था करता येईल - अशा अनेक प्रश्नांवर चर्चा सुरू होती.

कांबळेंनी मला साखर, चहापूड आणून दिली. मी सगळ्यांना चहा करून दिला. जेवणाची वेळ टळून गेली होती, तरी कार्यकर्ते बोलतच होते. शेवटी कांबळे म्हणाले, "सगळ्यांनी मिळून या कार्यक्रमावर दोन-तीन दिवस बसून जोरदार चर्चा करा. कार्यक्रम खूप चांगला झाला पाहिजे. सरकारनंही त्याची दखल घेतली पाहिजे. मोठमोठ्या लोकांच्या गाठी घ्या... त्यांना आपलं म्हणणं समजावून सांगूया... प्रमुख पाहुणे म्हणून जिल्हाधिकाऱ्यांना बोलवा. त्यांना भटक्यांच्या परिस्थितीची जाणीव होईल."

उत्तम कांबळेंनी स्वयंपाकाचं सर्व साहित्य आणून दिलं. मी स्वयंपाक करून कार्यकर्त्यांना जेवायला वाढलं. कार्यक्रम आम्हीच करायचा आणि बाहेरगावाहून आलेल्या कार्यकर्त्यांची जेवणाची सोयही आम्हालाच बघावी लागायची. हॉटेलमध्ये जाऊन जेवणं त्या कार्यकर्त्यांना परवडणारं नव्हतं. त्यांचीही स्थिती कठीणच असायची.

कार्यकर्ते पुन्हा चर्चा करत बसले. मीही जेवण उरकलं. भांडी घासली. आम्ही तीन दिवस कांबळेंच्याच घरी राहायला होतो. सर्व कार्यकर्त्यांना जेवण, चहापाणी मलाच करावं लागत होतं. आईकडं म्हणून आले आणि इथेच राहिले होते. कांबळेंना आमच्या परिस्थितीची जाणीव होती. ते म्हणायचे, "कसं जगताय कुणास ठाऊक! मी पगार मिळवूनही मला महिना कसा काढावा याचा प्रश्न पडतोय. दादा तर नोकरी करत नाही. वहिनीच चांगल्या म्हणाव्या लागतील, तुझ्यासारख्या माणसाबरोबर तडजोड करून राहातात."

यांची तीन दिवस बैठक सुरू होती. कार्यक्रम पत्रिका छापायची होती, पोस्टर तयार करायचं होतं. आम्ही कोल्हापुरातलं काम आटपून सांगलीला निघालो होतो. आई बसस्टँडपर्यंत सोडायला आली होती. आईचे डोळे पाण्यानं भरले होते. पिशवीतून वीस रुपयाची नोट काढून आईनं माझ्या हातात कोंबली. मी "नको... नको" म्हणत होते; परंतु मनातून घ्यावं वाटलं. आई म्हणत होती, "आल्यासारकं च्यार गास खायाला घालावं म्हटलं तर तकडंच ऱ्हायला..." आईचा निरोप घेऊन आम्ही बसमध्ये बसलो. आई माझ्याकडं बघून डोळे पुसत होती.

आम्ही सांगलीला आलो. घराचं कुलूप काढलं, तर दारात चार-पाच पत्रं पडली होती. मोरेंनी पत्रं वाचायला सुरुवात केली. त्यातलं एक पत्र रेणकेसरांचं होतं. 'वेरळा विकास'च्या कार्यक्रमाला ते येणार आहेत म्हणून कळवलं होतं. आणखी दोन निमंत्रणपत्रिका होत्या. एक पोस्टकार्ड होतं. ते मोरे दोन वेळा आलटून पालटून बघत होते. मी "कुणाचं पत्र आहे" असं विचारताच मोरे म्हणाले,

"घोटाळा झाला... आबासचं पत्र आहे.... 'निपाणीला ये' म्हणून कळवलंय.''

मी म्हटलं, "निपाणी इथून जवळ आहे. आपण जाऊ.''

मोरे म्हणाले, "निपाणी जवळ आहे... खरं... या पत्रावर चार दिवसांपूर्वीची तारीख आहे. 'दुसऱ्या दिवशी ये' म्हणाला आहे. नाही तर त्यांची पालं तळ सोडून जाणार आहेत. आता काय बरं करावं? त्यांची पालं तळ सोडून गेली असणार... आपल्याला पालं शोधत फिरावं लागेल. काय झालंय कुणास ठाऊक! त्यानं पालावर या, म्हणून कळवलंय... काही तरी घडलं असल्याशिवाय असं पत्र येणार नाही. चल, आपण जाऊ. तुझ्याजवळ वीस रुपये आहेत की.... गाडीखर्चाचा काय प्रश्न येणार नाही.''

मी म्हणाले, "रात्रीचं कुठं जायचं? त्यांनी फक्त निपाणीच लिहिलंय... त्यावर पत्तासुद्धा नाही. अंधारात कुठं पालं शोधत फिरायचं?''

मोरे म्हणाले, "चल, कुणाची तरी पालं सापडतील. त्यांना विचारू.''

आम्ही पाणी प्यालो. पुन्हा दाराला कुलूप लावून स्टँडवर परत आलो. माझे डोळे झोपेनं जड झाले होते. आधीच प्रवास करून कंटाळा आला होता आणि त्यात भूक फार लागली होती. मी डोळे मिटून एस्टीत बसले. झोप केव्हा लागली समजलंच नाही.

मोरे म्हणत होते, "ऊठ... निपाणीचं स्टँड आलंय.''

मी जांभया देतच खाली उतरले. गार वारा अंगाला झोंबत होता. मोरेंनी एका माणसाला विचारलं, "किती वाजले?''

"साडेबारा.'' तो माणूस म्हणाला.

मी डोक्याला हातच लावला. म्हटलं, "रात्रभर पालंच शोधत फिरावं लागणार असं दिसतंय.''

मोरे म्हणाले, "चल पटापटा पाय उचल... आमची पालं गावाच्या बाहेरच असणार...''

मी नि मोरे चालत होतो. मोरेंच्या खांद्याला शबनम होती. त्यातच माझी एक साडी, ब्लाऊज आणि मोरेंचा पायजमा होता. दुसरं सामान काय नव्हतंच. आम्ही गावाच्या भोवतीनं घिरट्या घालत होतो. माळावर पालं दिसली की आम्ही आशेनं जात होतो. परंतु ती दुसऱ्याच लोकांची पालं असायची.

रात्रीचा एक वाजला होता. अशा अपरात्री आम्ही दोघं फिरत होतो. पोलिसांनी बघितलं तर नको तो प्रसंग ओढवायचा म्हणून मी मनातून खरं तर घाबरलेच होते.

मी मोरेंना म्हटलं, "आपण संकेश्वर रोडनं जाऊया.''

त्या माळावर पहिली आमची पालं असायची. माझी आजी त्या तळावरच

मेली होती.

मोरेंनी विचारलं, ''तुला रस्ता माहीत आहे का?''

मी होकारार्थी मान हालविली.

आम्ही संकेश्वर रोडनं चालू लागलो. थंडी मुलखाची पडलेली. अंगावर काय घ्यायलासुद्धा नव्हतं. मी शबनममधली साडी काढून अंगाभोवती लपेटली. मोरे तसेच कुडकुडत चालले होते. त्या साडीतून काय ऊब येणार? पातळ झिरझिरीत साडी होती. मला पोटदुखीचा अधूनमधून त्रास व्हायचा. तो त्रास आता गारव्यामुळं जास्तच जाणवू लागला. रस्त्यावर एखाद-दुसरा ट्रक थांबलेला असायचा. त्यातली माणसं जाळ करून शेकत बसलेली असायची. दारू जास्त झाल्यामुळं अचकट-विचकट बरळत असायची. त्या माणसांना ओलांडून पुढं जाईपर्यंत माझ्या काळजाचं पाणी व्हायचं. बायका सांगायच्या, ट्रक ड्रायव्हर चांगले नसतात.

आम्ही थोडं पुढं चालत आलो. एका माळावर रस्त्यावरच्या लाईटच्या उजेडात थोडी पालं दिसत होती. आम्हाला आशा वाटली. बरं झालं आपण इथं आलो. आम्ही त्या पालाजवळ गेलो. आमची चाहूल लागताच त्या पालातली कुत्री भुंकू लागली. कुत्र्यांच्या भुंकण्यानं पालातली माणसं जागी झाली.

एका पालातून एक माणूस बाहेर येत म्हणाला, ''कोन... कोन हाय गा?''

आम्हाला बघून तो माणूस थोडा दचकलाच. त्याला काय वाटलं कोणास ठाऊक!

''को... कोन पायजे तुमाला?'' तो म्हणाला.

''इथं जोशांची पालं आहेत का?'' मोरेंनी विचारलं.

आमच्या भोवती बरीच बायामाणसं गोळा झाली होती. त्यातलाच एक माणूस म्हणाला, ''ही पारध्याची पालं हायती... त्या तकडं वड्याच्या वरती पालं ऱ्हायल्याती.... ती हायती का बगा.''

आम्ही त्या पारध्याचे आभार मानून चालू लागलो.

समोर ओढा होता. आम्ही ओढ्यातून चालू लागलो. ओढ्यातलं पाणी पायाला गार बर्फासारखं लागत होतं. आम्ही ओढा ओलांडून त्या पालांसमोर आलो. पालांच्या पुढं दोन-तीन घोडी बांधलेली होती. मोरे म्हणाले,

''ही आमचीच पालं असावीत...''

''कशावरून?''

''घोडी दिसतात की !''

मला तेवढ्यातूनही हसू आलं. ''कुडमुडे जोशांचं अविभाज्य अंग म्हणजे घोडं...'' मोरेंनी 'गबाळ'मध्ये उल्लेख केला होता.

मोरेंनी बाहेरूनच हाक मारली, "आबास, अरे आबास."

"कोण हाय..?" म्हणत एक माणूस पालातूनच बोलला. बाहेर कोणीच आलं नाही.

मोरे म्हणाले, "मी दादासाहेब आहे...."

मग त्या पालांतून माणसांची कुजबूज सुरू झाली. अभिमान भोसले बाहेर आले आणि म्हणाले, "आबास संकीसुराला गेलाय.... दोन दीस झालं...."

मी अभिमानदादाला ओळखत होते. आमच्या सर्व धडपडीवर पाणी पडलं होतं.

अभिमानदादा म्हणाले, "आरं... किती रात झालीया... येवड्या रातचं कशाला निगाला व्हुता... येकट्यानं तर याचं. पुरीला तुज्या धरमानं वनवास."

अभिमानदादाची बायको लोचनवहिनीनं आम्हाला पाणी दिलं. आम्ही चूळ भरून एका वाकळेवर बसलो. लोचनवहिनीनं ताट वाढून आणलं. ताटात थोडी डाळीची आमटी आणि एक भाकरी. वहिनी म्हणाली, "येवडंच उरलंया... समद्यांची जेवणं झाल्याती..."

रात्री दोन वाजता आम्ही थोडी थोडी भाकरी खाल्ली. आमच्या बोलण्याच्या आवाजानं झोपलेली माणसं उठून पालांतून बाहेर आली. सगळेजण विचारपूस करत होते. "येवड्या... रातचं का?" म्हणून विचारत होते.

मोरे म्हणाले, "आबासचं पत्र आलं होतं, म्हणून आलो."

अभिमानदादा म्हणाले, "आबास, तात्यासायबाची आन् आबासच्या बायकूची लय जोरात भांडणं झाली...."

मोरे म्हणाले, "तात्यासाहेब कशाला आला होता?"

अभिमानदादा म्हणाले, "कुटं काम मिळत न्हाय म्हनून.... मागून खायाला आला व्हुता."

बायका भांडणाचा प्रसंग रंगवून सांगत होत्या. "आबासची बायकूच वंगाळ हाय. दिराला पटवून घित न्हाय." वगैरे वगैरे असंच जास्त वेळ सुरू होतं. पहाटेचे चार वाजले होते. मी लोचनवहिनीबरोबर पालात झोपण्यासाठी गेले. वहिनीनं पोरांना बाजूला सारलं आणि तिथंच माझ्यासाठी थोडी जागा केली. मी तिथंच झोपले. माझं अंग मातीवरच होतं. अंगावर भस्कं पडलेली फाटकी वाकळ होती. मोरे, अभिमानदादा बाहेरच झोपले. मला पडल्या पडल्या झोप लागली.

आम्ही सकाळी लवकरच उठलो. माणसं मागायला गेली होती. मी तोंडावरून पाण्याचा हात फिरवला. लोचनवहिनीनं आम्हाला काळा चहा करून दिला. आम्ही चहा पिऊन संकेश्वरला जायला निघालो. लोचनवहिनी म्हणाली,

"ऱ्हावा आज. ते सांगून गेल्याती, कोंबडा आन्तो तुमास्नी खायाला..."

मोरे म्हणाले, "नको. अगोदरच उशीर झालाय. आबास तिथूनही गेला म्हणजे माझी पंचायत व्हायची..."

आम्ही रस्त्यावर आलो. बायका आम्हाला सोडायला आल्या होत्या. बायका मोरेंना म्हणत होत्या, "पांडरंशिपत लिकरू कशाला आणलाच रानात? भाईरवासा व्हायचा... पमाला दिष्ट काडून टाक म्हनावं गेल्यावर...."

मोरे रस्त्यावरून जाणाऱ्या ट्रकला हात करत होते. एसटीनं जाण्यापुरते खिशात पैसे नव्हते. आम्ही भाऊजींकडून पैसे घेऊन परत जाणार होतो. परंतु भाऊजीच नसल्यामुळं आमचा बेत फिसकटला होता. मोरेंनी एका ट्रकला हात करून थांबवलं. त्या ट्रक ड्रायव्हरनं विचारलं, "कुठं जाणार?"

मोरे म्हणाले, "संकेश्वर"

आम्ही संकेश्वरला उतरलो. मोरेंनी उरलेले चार रुपये ट्रक ड्रायव्हरला दिले.

आम्ही पालांवर आलो. आक्का मुलाला पाजत बसली होती. शेजारच्या पालातली बायकामाणसं गोळा झाली. आक्कानं मुलाला खाली ठेवलं आणि आम्हाला पाण्याचा तांब्या भरून दिला आणि मला म्हणाली,

"तुमी हिकडं कश्याला आला व आक्का?"

मी म्हणाले, "का? येऊ नये?"

आक्का म्हणाली, "तसं नव्हं... तुमी शिकल्याल्या. तुमाला पालावर ऱ्हायाचं माहीत नसील... उगंच जीवाचं हाल करून घ्याला आला..."

मी म्हटलं, "मी लहानाची मोठी पालातच झाले. पालांची सवय आहे मला."

मी पहिल्यांदाच बावचीला गेले होते, तेव्हा तिथल्या बायकापण अशाच म्हणायच्या, "तुला पाल माहीत नसंल. त्वा शिकल्याली पुरगी हाय... तुला काट्याकुट्याची सवं नसंल."

माणसं विचारपूस करीत होती, "का आला? काय काम होतं?"

थोडा वेळ बोलून माणसं आपल्या पालांकडं निघून गेली.

मोरेंनी बाळाला उचलून घेतलं आणि म्हणाले, "पमा, नाव काय ठेवलंय पोराचं?"

आक्का म्हणाली, "मामांनी इश्वास ठिवलंय."

मोरे म्हणाले, "आण्णांना नावं मात्र चांगली ठेवता येतात. विश्वास नाव छान आहे."

ते गोरेपान गुबगुबीत बाळ मला फार आवडलं. मी त्याला खेळवत बसले. आक्कानं चहा दिला.

मोरे म्हणाले, "पमा... आबास कुठं आहे?"

आक्का म्हणाली, "ते मागाला गेल्याती... आन् रावसाब माज्यासंग भांडून बावचीला गेल्याती."

तात्यासाहेबाला आम्ही दोघीपण रावसाहेबच म्हणत होतो आणि बाळासाहेबाला आण्णासाहेब.

मोरेंनी विचारलं, "भांडणं का झाली?"

आक्का सांगू लागली, "रावसाबना माजं काय पटाचं न्हाय. दुसऱ्या बायका शिकवंल तसं बोलाचे. म्या चांगली वागत न्हाय म्हनायचे. पोराला बगू, का पालातलं आवरू, तुमीच सांगा. पालात घान असतीया म्हनायचे. सगळं हिकडं-तिकडं टाकता, पोराला चांगलं ठिवत न्हाय. त्यांना माजं जेवान खावू वाटत नवतं. मागून आणल्यालं पैसं खरचाचे. घरात काय देत नवते. एका दिशी ते बोलले. मग लगीच रूसून बसले. माजं मी जातू, पैसं द्या म्हनून भांडत बसले. माज्याकडं पैसं नवतं. ते येतपातूर थांबा म्हनाली, तर आयकाला तयार व्हुईना. मग उगंचच वाद घालत बसले...." आक्का हसून सांगत होती, "आन्.. तुमच्याकडं येत न्हाय म्हनून रागारागानं निगून गेलं..."

मोरे म्हणाले, "एवढंच होय! जाऊ दे... ते पोरगं तरकटी आहे. आबास आल्यावर मी त्याच्याबरोबर बोलतो. नाहीतर तो उगीच तुला मारत बसेल..."

आक्का हसतच म्हणाली, "रावसाब गेल्याल्या दिशीच मला लय मारलं त्येंनी. पालातल्या बायामाणसांनी आडवलं. ते काय म्हंत्याती, का म्याच घालवलं रावसाहेबास्नी. मला काय नकु झाल्याती व्हय... तवा घालवू?"

खरं तर आक्काचा स्वभाव चांगला असल्यामुळं घर अजून टिकून राहिलं होतं. भाऊजी मिळवून आणलेले सगळे पैसे घरातल्यांना देत होते. एकुलत्या एका पोराच्या अंगावर कपडेसुद्धा घेत नव्हते. बायकोच्या डोक्याला तेल नाही, तरी ती बिचारी सगळं सहन करायची. तिच्या मनात आलं असतं तर ती भांडून वेगळी झाली असती. खरं, मूळचा तिचा स्वभावच तसा नव्हता. उलट ती मला म्हणायची,

"आई-बा किती दीस पुरत्याती? आपल्याला जलम हितंच काडाचा हाय... हीच आपलं माह्यार आन् सासर...आपुन दुगी सख्या भईनीसारख्या ऱ्हावं... एक घास वाटून खाऊ... समद्याची आपल्यावर माया हाय..."

मलाही तिचं म्हणणं पटायचं. खरंच, किती समंजसपणा होता तिच्याकडं.

थोड्या वेळानं भाऊजी मागून आले. त्यांनी मागून आणलेले भाकरीचे तुकडे आम्ही सगळ्यांनी मिळून खाल्ले. बाळ रडत होतं. त्याला भूक लागली असावी. आक्का बाळाला आडवं घेऊन पाजू लागली. भाऊजींकडं वळून मोरे म्हणाले,

"आबास... पत्र कशाला पाठवलं होतंस?"

भाऊजी म्हणाले, "आय-अण्णाचा सांगावा आल्ता, तुला दाणं दिलं न्हायिती; तवा मला दाणं दिवून यी म्हणून सांगीतलं व्हुतं. म्या म्हटलं लय दिस झालं तुमास्नी बगून. म्हनून कागद लिवला... तुमास्नी बगाला मिळील आन् जाताना दाणं घिऊन जाचाल.... दादा पोटाचं लय हाल झालं असत्याली तुमचं... आण्णान् अगुदरच सांगीटलं असतं म्हंजी म्याच आलू असतू... तुज्यामुळं वयनीचं हाल व्हुत्याती."

मी म्हणाले, "माझे कशाला हाल होतील?"

"तुमी येक चांगल्या हाय म्हनून बरं झालं... न्हायतर आमी आदी इच्यार करायचो, दादा शिकल्याला, मग त्यो शिकल्याली बायकू करून घिऊन येगळं खानार.... मग आमचं आपलं हायच बगा... पर दादा तसा न्हाय...वयनी सुपारी दिऊ का?"

मोरे म्हणाले, "दे... सुपारी खायला काय होतं?"

भाऊजींनी आडकित्त्यानं सुपारीचे बारीक तुकडे केले आणि माझ्या हातावर दिले. मी आणि आक्कानं एक-एक तुकडा तोंडात टाकला. आक्का विश्वासला भाऊजींजवळ देऊन उठली. तिनं एका फाटक्या चिंदीची चुंबळ केली; चुंबळ डोक्यावर ठेवून त्यावर काळमिट्ट भगुलं ठेवलं आणि कडेवर पत्र्याची घागर घेऊन ती पाण्याला निघाली. मी पण पालातून बाहेर आले.

आक्का म्हणाली, "तुमी बसा... आक्का... म्या आणती पानी."

मी तिच्या हातातली घागर घेत म्हटलं, "नको, मी पण येते तुमच्याबरोबर.."

आक्का म्हणाली, "नगू..."

मी आक्काचं न ऐकताच तिच्या जवळची घागर घेऊन तिच्याबरोबर जाऊ लागले. भाऊजी म्हणाले, "वयनी, तुमी बसा. जावू नगा पान्याला. पमी आनती पानी..."

परंतु बसून राहाणं मला बरं वाटलं नाही. मी जाऊ लागले. इतर पालातल्या बायकाही पाण्याला चालल्या होत्या. सगळ्या रस्त्यानं बायका माझी विचारपूस करीत होत्या. "करमतं का?", "दादासाबभाऊजी काय बुलतू का?", "तुमचं लय मोठं घर आशील....", "तुजं बराय बाय... दोन गास तर सुकानं खात आसचील."

मी त्यांच्या प्रश्नांची उत्तरं देत होते. बायका मध्येच चेष्टा करून हसायच्या. आम्ही पाणी घेऊन पालावर परत आलो.

संध्याकाळी तीन दगडाच्या चुली पेटल्या. भाऊजींनी कोंबडी कापली. पोटभर जेवण करायला मिळालं. आम्ही दुसऱ्या दिवशीही तिथंच राहिलो. आक्का एकटी

काम करीत असलेलं बघून मला राहवलं नाही. मी पण आक्काबरोबर जळणाला गेले, भाकरी करू लागले.

तिसऱ्या दिवशी आम्ही सांगलीला परत निघालो. भाऊजींनी थोडी ज्वारी, चटणी बांधून दिली. मागून आणलेली दोन पातळं आक्कानं गाठोड्यातून काढून माझ्याकडं दिली. आक्काच्या अंगावरच्या लुगड्याच्या चिंध्या झाल्या होत्या. मी म्हटलं, "मला नको साड्या.. माझ्याकडं आहेत.. या तुम्हालाच राहू द्या."

आक्का म्हणाली, "रानात काय कराच्या हायत्या... तुमी चांगल्या लोकात ऱ्हाताय.. तुमाला लोकं नावं ठिवत्याली... तुमीच निसून फाडा."

मी जास्त नको म्हणताना आक्का लटक्या रागानं म्हणाली, "मागून आणल्याली हायती म्हनून घित न्हाय व्हय?"

मला एकदम गलबलून आलं. मी दोन्ही पातळं शबनममध्ये कोंबली. आक्का खुदकन हसली. भाऊजींनी आम्हाला गाडीखर्चासाठी पैसे दिले.

आम्ही सांगलीला परत आलो. आल्यावर मी ती ज्वारी दळून आणली. तात्पुरता तरी पोटापाण्याचा प्रश्न सुटला होता. मी आक्कानं दिलेली पातळं नेसत होते. मी पाणी भरायला गेल्यावर बायका मला विचारायच्या,

"मोरेमामी, ही साडी कुणाची हो? तुम्ही कधी नेसलेली बघितली नव्हती."

"माझ्या जाऊबाईंची आहे. घरात नेसायला आणलीय." मी म्हणायची.

खरं तर ती साडी नेसून मी कार्यक्रमाला सुद्धा जात होते.

'वेरळा विकास प्रकल्पा'तर्फे भटक्या-विमुक्त जमातीमधल्या तरुणांचं शिबिर आयोजित केलं होतं. पंधरा ते वीस वर्षांपर्यंतचे तरुण बोलवले होते आणि त्यांना मार्गदर्शन करायला काही नामवंत लोक येणार होते. आमच्या घरी एक-दोन दिवसाआड कार्यकर्ते जेवायला असायचे. आमची चटणी, भाकर गोड मानून खायचे. मोरेंनी कार्यकर्त्यांना घरचा पत्ता दिला होता. घरात तरी काहीच नव्हतं. माणसं आली तर त्यांना खायला काय घालायचं? मी मोरेंना म्हणालेसुद्धा. मोरे म्हणाले, "बघू... आल्यावर काय तरी करता येईल."

लग्न झाल्या दुसऱ्या महिन्यातच अमेरिकेची फेलोशिप बंद झालेली. काही पैसे शिल्लक होते. त्या पैशावरच आम्ही कसं तर इतके दिवस काढले होते.

मी माझ्याच विचारात बसले होते. मोरे उठले आणि मला म्हणाले, "मी चव्हाणसाहेबांच्या घरी जातो. उद्या सकाळीच शिबिर आहे. त्यांची तयारी झालीय का बघून येतो."

अमेरिकेतून मिळणारी फेलोशिप बंद झाल्यानंतर 'वेरळा विकास संस्थे'साठी सांगलीतल्या झोपडपट्ट्यांचा सर्व्हे करणं आणि प्रौढ साक्षरांसाठी पुस्तकं लिहिणं

या कामाकरता 'वेरळा विकास संस्थे'तर्फे प्रा. चव्हाणसाहेब मोरेंना दरमहा दोनशे रुपये देत होते. त्यामधून खोलीचं भाडं भागवून उरणाऱ्या पन्नास-साठ रुपयांमध्ये आम्ही कसंतरी भागवत होतो. त्यामुळं आमची ओढाताण अधिकच वाढली होती. आपलं कसं होणार हा विचार मला सतत अस्वस्थ करीत होता.

"...आणि कोणी कार्यकर्ता आला तर बसायला सांग. रेणकेसर येतील बघ." मोरे म्हणाले.

मी रेणकेसरांचं नाव ऐकून होते. पण प्रत्यक्ष केव्हा बघितलं नव्हतं. मी उठले. फळीवरचा डबा काढला. त्यात जेमतेम दोन भाकरी होतील एवढं पीठ होतं. मी विचार करत होते. एवढ्या पिठाच्या दोन भाकरी केल्या आणि कोणी आलं तर त्यांना किती वाढायची आणि आम्ही किती खायची? मी पीठ मळून भाकरी थापू लागले. एक भाकरी झाली असेल तेवढ्यात दारावर टक्‌टक्‌ झाली. मी दार उघडलं. दारात एकोणीस-वीस वर्षांचे दोन तरुण आणि एक तरुणी उभी होती. त्यांनी 'नमस्कार' म्हणून हात जोडले. मी पण नमस्कार केला.

"हे मोरेंचं घर का?"

"होय, आत या ना." मी म्हणाले.

त्यांनी सांगितलं, आम्हाला रेणकेसरांनी शिबिरासाठी पाठवलंय. त्यांनी आपली नावं सांगितली. राजश्री दशरथ साळुंखे, दुसरा कलकेरी, तिसरा प्रकाश शिंदे. मी त्यांना पाणी दिलं. त्यांच्याशी थोडा वेळ गप्पा मारत बसले. घरात चहा करायलासुद्धा काय नव्हतं. थोड्या वेळानं एक-एक कार्यकर्ता येऊ लागला. कार्यकर्त्यांनी घर भरलं. त्यात माझा भाऊ मधु आणि मोरेंचा भाऊ तात्यासाहेब हेही होते. रेणकेसरही आले. विजयकुमार वाघमारे, अविनाश रेणके, शिवाजी कांबळे, शेषाराव चव्हाण, चंद्रकांत साळुखे, प्रकाश भोसले, लक्ष्मण गोसावी, भारत भोसले, रेणकेसर अशी तेरा माणसं आणि आम्ही दोघं. खरं तर आमच्या कसोटीचीच वेळ होती. घरात बसायला जागा पुरत नव्हती. काही मुलं गॅलरीत उभी होती. मोरेंचा अजून पत्ता नव्हता. माझ्या अंगाचं पाणी झालं होतं. मला त्यांच्याशी काय बोलावं ते सुद्धा सुचत नव्हतं. मी हळूच घरातून काढता पाय घेतला. मधूला आणि रावसाहेबांना सत्यस्थिती सांगितली.

रावसाहेब मोरेंवरच चिडले, "घरात काय नसताना कशाला माणसं बोलवायची? आता एकट्या तुम्ही काय करणार?"

मी म्हणाले, "आता ओरडून-आरडून काय उपयोग आहे का? आपण काय तर करू....."

मी मधूला म्हणाले, "तुझ्याजवळ काय पैसे असतील तर तुम्ही दोघं जाऊन साखर, चहापूड आणून द्या. मी चहा करते. नंतर जेवणाचं काय करायचं ते मोरे

आल्यावर बघू...''

तेवढ्यात रेणकेसरांचा आवाज आला, "बाहेर काय चाललंय तुमचं? मला पण सांगा की... मी एकटाच बसलोय.''

मी आत येत म्हणाले, "काय नाही... रावसाहेब गावाकडचं सांगत होते.''

रेणकेसर माझी आपुलकीनं चौकशी करत होते. ते म्हणाले, "दादा नोकरी करत नाही... तू कसं काय घर चालवतेस कमाल वाटते पोरी तुझी मला... एवढं निश्चितच की तुझ्यासारखी बायको मिळाल्येय म्हणून दादा आतापर्यंत चळवळीत राहू शकला. माझंही असंच आहे. पत्नी नोकरी करते.... ती संसार सांभाळते. मी चळवळ करत फिरतो.''

मी मनातल्या मनात म्हणाले, "मोरेंच्या जोडीला चांगलं शोभता !''

मधू आणि रावसाहेबांनी चहाचं सामान आणून दिलं. एवढा चहा करायला मोठं पातेलं नव्हतं. कपबशा नव्हत्या. मी खाली जाऊन पातेलं, कपबशा आणल्या. चहा ठेवला. मोरे आले. आल्या आल्या ते आणि रेणकेसर गप्पा मारत बसले. एका शब्दानं मोरे मला म्हणाले नाहीत, स्वयंपाक काय करणार म्हणून! त्यांना चळवळीविषयी बोलताना फार जोश यायचा. घरात काय आहे का नाही, याचासुद्धा विचार त्यांच्या मनात येत नव्हता. माझा मात्र रागानं तिळपापड झालेला. मी सगळ्यांना चहा दिला. रावसाहेबांनी खालून पाणी आणलं. कपबशा धुऊन ज्यांच्या त्यांच्या परत दिल्या.

नंतर मी खाली आले. सुजीच्या आईकडून आणि सचिनच्या आईकडून ज्वारीचं पीठ मागून घेतलं. राजाच्या आईकडून रॉकेलसह स्टोव्ह आणि दोन पातेली घेतली. मी वरती आले आणि भाकरी थापत बसले. मोरेंनी खिशातून दहा रुपये होते ते काढून रावसाहेबांच्या हातात दिले आणि म्हणाले, "काय लागलं तर आणा...'' माझ्या तोंडात आलं होतं. '...दहा रुपये उदाला पुरतात का?' पण घरात माणसं असल्यामुळं मी गप्प बसले.

मोरे मला म्हणाले, "तुझा स्वयंपाक होईपर्यंत आम्ही फिरून येतो. इथं घरात अडचण होईल. तातोबा तुला मदत करेल...'' असं म्हणून सगळेजण खाली गेले.

रावसाहेब आणि मधू थोड्या वेळानं परत आले. त्यांनी वांगी, बटाटे, कांदे आणले होते. त्या दोघांनी ते कांदे, वांगी, बटाटे चिरले. दुसरा स्टोव्ह पेटवला आणि रावसाहेब मला म्हणाले, वहिनी.. तेल द्या...'' मी फळीवरची तेलाची बाटली घेतली. त्यात थोडंच तेल होतं. तेवढंच तेल टाकून भाजी फोडणीला टाकली. भाजी करताना मात्र रावसाहेबांची पुटपुट चालू होती, "दादाला काय कळत नाही... उगीच लग्न केलंय. त्याचा त्याला संसारसुद्धा

धड करता येत नाही.'' त्याच्या बोलण्याला माझीही साथ होतीच. स्वयंपाक झाला. सर्वजण फिरून आले. रावसाहेब, मधू जेवायला वाढत होते. मी ताटं काढायचं काम करत होते. मोरेंनी खालच्या खोलीची चावी मागून घेतली. तिथं थोड्या माणसांची झोपायची सोय केली. सगळ्यांची जेवणं झाली. मोरे, रेणकेसर गॅलरीतच चटई टाकून बोलत बसले. मी, मधू, रावसाहेब अद्याप जेवणारच होतो. टोपलीत भाकरी शिल्लक नव्हती. पातेल्यात थोडीशी भाजी होती. मी सगळे डबे पालथे करून बघितले. कशातच तांदळाचा किंवा पिठाचा कण नव्हता. मी टोपलीतला कागद उचलून बघितला. त्यात शिळ्या भाकरीचे तुकडे होते. "बरं झालं... तेवढे तर तुकडे सापडले.'' मी पुन्हा स्टोव्ह पेटवला. ते भाजीचं पातेलं स्टोव्हवर ठेवलं आणि त्यात ग्लासभर पाणी ओतलं. ते पाणी उकळल्यावर आम्ही त्यात भाकरीचे तुकडे भिजवले आणि कसंतरी पोटात ढकललं. पोट भरलंच नाही. अर्धपोटीच उठलो. भरपूर पाणी प्यालो. रात्री कसेतरी दाटीवाटीनं झोपलो.

पहाटे पाणी आल्याचा आवाज आला. त्याबरोबर मी उठून बसले. माझे कपडे घेतले. एका हातात बादली घेऊन मी खाली आले. नळावर पाण्याची बादली भरून घेऊन चार तांब्याची आंघोळ केली. रोजच गार पाण्यानं आंघोळ करावी लागत होती. तीही लवकर उठून. नाही तर माणसांची रांग लागायची. मी माझं पातळ पिळून तिथंच वाळत घातलं आणि बादली भरून घेऊन वरती आले.

रेणकेसरांची मुलगी सविता मुंबईहून शिबिराला येणार होती; म्हणून रेणकेसर आणि मोरे सविताला आणायला स्टँडवर चालले होते. मी सगळ्यांना उठवलं. सगळेजण तासाभरात आंघोळी करून आपले कपडे पिळून टाकून वरती आले. मी राजाच्या आईकडून वीस रुपये उसने मागून आणले. त्या वीस रुपयाचे दोन किलो गहू आणि गोडं तेल आणलं. रावसाहेबांनी गहू दळून आणले. रावसाहेब माझी सगळी कामं करू लागत होते. मी ते दोन किलो गव्हाचं पीठ एकाच वेळी मळलं आणि चपात्या लाटायला बसले. रावसाहेबांनी चहा केला. सगळेजण गरमगरम चहा-चपातीचा नाष्टा करू लागले. मोरे, रेणके सर, सविता सगळेजण हसत-खेळत-बोलत नाष्टा करत होते. नाष्टा करून सर्वजण 'वेरळा-विकास'ला गेले. मी पण थोडी चहा चपाती खाऊन त्यांच्याबरोबर शिबिराला निघाले.

आम्ही 'वेरळा विकास प्रकल्प'च्या ऑफिसमध्ये आलो. 'वेरळा विकास प्रकल्पा'चे मानद सचिव अरुण चव्हाण पन्नास-पंचावन्न वर्षांचे, परंतु अजून उमदे आणि तडफदार दिसत होते. त्यांच्या सहकार्यानंच हे शिबिर होत होतं.

कार्यक्रमाला सुरुवात झाली. प्रथम प्रत्येकानं आपलं नाव, जात, वय सांगायचं होतं. एक-एक मुलगा आपलं नाव, जात, वय सांगून खाली बसत होता.

'सविता बाळकृष्ण रेणके, जात गोंधळी, वय अठरा, या प्रकल्पामध्ये काम करावं असं मनापासून वाटतंय.' प्रत्येकजण आपणाला काय वाटतंय ते सांगत होता. विजयकुमार वाघमारे, तुळजापूर; अविनाश माधव रेणके, उमरगा; शिवाजी कांबळे, निटूर; प्रकाश शिंदे, सोलापूर; शेषराव चव्हाण, काटगांवतांडा, लातूर; चंद्रकांत साळुंखे, माळशिरस; प्रकाश भोसले, गोंधळेवाडी; लक्ष्मण गोसावी, शिरूर; भारत भोसले, जत अशी लांब लांबहून प्रोजेक्टच्या कामासाठी मुलं आली होती. अर्धवट शिक्षण सोडून भीक मागत फिरणारी, कष्ट करणारी ती मुलं होती.

लाकडांपासून घरं तयार करण्याचं नवं तंत्र या मुलांना शिकवणं, हा या प्रोजेक्टचा उद्देश होता. प्रोजेक्ट भटक्या-विमुक्त आणि मागासवर्गीय तरुणांसाठी तयार केला होता. त्याचं शिक्षण देणारे के. आर. दाते शिबिराला आले होते. रेणकेसरांनी आपल्या सोलापुरातील जमिनीवर या प्रकल्पाचा प्राथमिक प्रयोग करायचं ठरवलं होतं. अठरा-एकोणीस वर्षांचे तरुण गोळा करून त्यांना लाकडांपासून घरं कशी तयार करता येतात, त्याचं प्रशिक्षण दिलं जाणार होतं. त्या मुलांच्या राहण्याची, शिक्षणाची व्यवस्था 'वेरळा विकास प्रकल्प' ही संस्थाच करणार होती. म्हणूनच हे शिबिर आयोजित केलं होतं. त्यातले एक मार्गदर्शक दत्ता सावळे आपले विचार मुलांना समजावून सांगत होते.

ते म्हणाले, "हा प्रकल्प भटक्यांचा आणि इतर शोषित पीडितांचा आहे. या प्रकल्पाचा उद्देश सामाजिक प्रक्रिया गतिमान करणे हा आहे. तुम्ही काहीही म्हणा... रचनात्मक कार्याशिवाय विकास करता येत नाही, हे आपणाला दिसून येत आहे. चळवळीतल्या माणसांची ताकद वाढवण्यासाठी प्रकल्पाचा वापर करून घेण्याची गरज आहे. निसर्गाला आणि माणसाला बरबाद न करता आपल्याला जगता येतं, विकास करता येतो हे तत्त्व आता आपण स्वीकारलं पाहिजे. भटक्या-विमुक्त जाती आतापर्यंत जशा जगत होत्या तशा त्यापुढे जगू शकणार नाहीत. बदलत्या काळात काही कौशल्यं आत्मसात केल्याशिवाय त्यांचा विकास होणार नाही."

प्रा. अरुण चव्हाण म्हणाले, "दलित, भटके, विमुक्त आणि लहान शेतकरी यांचा परस्परसंबंध प्रस्थापित करून आपल्याला या प्रकल्पातून एक प्रकारची विकास प्रक्रिया राबवायची आहे. त्यासाठी तरुणांना जे प्रशिक्षण द्यायचं आहे तेही ग्रामीण भागात केंद्र काढूनच. भटक्या-विमुक्त जमातींना एकूण समाजाच्या प्रवाहात आणायचं झाल्यास, त्यांना स्थिर समाजाच्या गरजांचा अभ्यास स्वत: करून त्या पूर्ण करणारी कौशल्यं दिली पाहिजेत. त्यासाठी घरबांधणीचं कौशल्यं आत्मसात करणं आवश्यक आहे."

या शिबिरात बऱ्याच नामवंतांनी विचार मांडले. त्यामध्ये के. आर. दाते, पी. यू. केसकर, जयवंत भोसले, तारा भवाळकर, म. द. हातकणंगलेकर, मीना शेषू यांचा समावेश होता. या शिबिराच्या निमित्तानं माझा नामवंत लोकांशी परिचय झाला. त्यांच्या सहवासात राहायला मिळालं. जेवण आणि राहण्याची व्यवस्था 'वेरळा विकास प्रकल्पा'तर्फेच केली होती. सलग तीन दिवस शिबिर सुरू होतं. तिसऱ्या दिवशी त्यातल्या मुलांची निवड करण्यात आली. तर काही सांगलीतलीच मुलं प्रकल्पासाठी नेमण्यात आली. रेणकेसरांबरोबर रावसाहेब सोलापूरच्या प्रकल्पासाठी गेले.

माझ्या माहेरकडं मागं तसं पुढं चालू होतं. अशोकदादाची सांगलीला बदली झाली होती. कमलआक्काचा मोठा मुलगा अचानक मरण पावला होता. मऱ्याप्पाचं प्रमिलाशी लग्न झालं होतं. प्रमिलाला मासिक पाळी नसतानाही मऱ्याप्पानं तिला बायको म्हणून स्वीकारलं होतं. माझी आणि मोरेंची गरिबी दिवसेंदिवस वाढतच होती. आई सांगलीला मला भेटायला आली की आम्हाला रेशन भरून देत होती. अशोकदादा, वहिनी खूप मदत करत होते. दादानं अर्धा किलो मटण आणलं म्हणजे मला पाव किलो मटण द्यायचा आणि उरलेलं मटण आपल्या मुलांना घेऊन जायचा. कधी कधी वहिनी मुलांना घेऊन माझ्याकडं यायची. माझ्याजवळ चहा करायलाही काय नसायचं. मनातून खूप वाईट वाटायचं. मग दार लावून पोटभर रडून घ्यायची.

मोरे चळवळीशिवाय दुसऱ्या कशाचा विचार करायला तयार नसायचे. दादाचा पगार झाल्यावर वहिनी जेवणाचा डबा घेऊन यायची. त्याच डब्यातलं आम्ही सगळेजण बसून जेवायचो. मग वहिनी मला लागणाऱ्या वस्तू घेऊन द्यायची. आपल्या साड्या मला नेसायला आणून द्यायची. एखादा सिनेमा दाखवायची. दादा कामाला येताना वहिनी काहीतरी करून पाठवून द्यायची. शेवया, चटणी, भाजीपाला, मसाला सगळ्या वस्तू द्यायची. त्या वस्तू घेताना मला संकोचल्यासारखं व्हायचं. वहिनीची तीन लहान मुलं होती. त्यांच्या शिक्षणाचा खर्च, घरभाडं सगळं भागवताना त्यांच्या नाकी नऊ यायचे. तरी वहिनी काही कुरकुर न करता मला द्यायची. वहिनी विश्रामबागला राहायला होती. आम्ही अधूनमधून वहिनीला, मुलांना भेटायला जात होतो. "ताई आली" म्हणत मुलं पळत आडवी यायची. त्यांच्या हातावर द्यायला दहा पैसेसुद्धा माझ्याकडं नसायचे. खायला तर कधी नेतच नव्हते. मी गप्प बसल्यावर वहिनी म्हणायची, "कशाला वाईट वाटून घेतेस? हे काय दुसऱ्याचं घर आहे? तुला कधी वाटेल तेव्हा येत जा... राहत

जा... तुला तर किती वेळा सांगितलं, माझ्याकडंच तुम्ही दोघं राहा.. खरं, तुला पटत नाही. तू जास्त स्वाभिमानी आहेस...''

मी गप्प ऐकून घ्यायची. उलट वहिनीलाच कधी कधी म्हणायची, ''मला काय कमी आहे म्हणून मी तुमच्याकडं राहायला येऊ...?''

मग वहिनी चिडून म्हणायची, ''तू सांगत नाहीस म्हणून. मला काय कळत नाही होय?... का माझं डोळं झाकलेत... तू कशा परस्थितीत दिवस काढतेस ते मला कळतंय. उगीच मी आत्याला सांगत नाही. नाही तर आत्या काळजी करत बसायची.''

मी लगेच म्हणायची, ''वहिनी, आईला सांगू नको... आईला माझी परिस्थिती माहीत नाही. नुसतं दोन वेळेला पोटाला पोटभर खाऊन जगणं म्हणजे आयुष्य नाही. ...दुसऱ्याचा विचार करून जगण्यातच खरं सुख असतं.'' मला मोरे असंच म्हणायचे. मग मी वहिनीला तसंच बोलायची. वहिनी माझ्या तोंडाकडं बघत राहायची.

लहानमोठे कार्यक्रम सतत होत होते. अकलूजलाही भटक्यांचा मेळावा होता. आम्ही दोघेही त्या मेळाव्याला गेलो होतो. मोरेंचे चुलते एकनाथ मोरे तिथं हायस्कूलमध्ये शिक्षक होते. शिवाय ते भटक्यांच्या संघटनेचं काम करीत होते. ते यशवंतनगरला राहात होते. ते स्वभावानं मायाळू होते. त्यांनी आपुलकीनं माझी चौकशी केली. या मेळाव्याला संपूर्ण महाराष्ट्रातून दोनशे कार्यकर्ते आले होते. त्यात डवरी, डोंबारी, गोसावी, वैदू, नंदीवाले, गोंधळी, कुडमुडे जोशी, मदारी अशा विविध भटक्या-विमुक्त जाती-जमातींतली माणसं हजर होती.

मोरे पोटतिडकीनं बोलत होते, ''गाव पातळीपर्यंत कार्यकर्त्यांची फळी उभी करून अज्ञान, अंधश्रद्धा, रूढी, परंपरा, भिक्षेचं लाचार जिणं, जात पंचायत यांच्या विळख्यातून या भटक्या-विमुक्त जाती-जमातींच्या लोकांना बाहेर काढल्याशिवाय, संघटित शक्ती निर्माण केल्याशिवाय या जाती-जमातींचा विकास होणार नाही.''

मोरे मधूनच हात चोळायचे. ती त्यांची सवयच होती. ते बोलताना नेहमी हातवारे करायचे. मोरे म्हणाले, ''कार्यकर्त्यांनी न्याय, हक्काबरोबर जबाबदारीची जाणीवही या जमातींना करून देणं गरजेचं आहे.''

मोरेंच्या भाषणानंतर माळशिरस तालुक्याचे माजी आमदार बाबुराव देशमुख बोलायला उठले. ते म्हणाले, ''बंधूनो,... या जाती-जमातींच्या लोकांनी संघटित होऊन लढा दिला, तरच यांना माणूस म्हणून जगता येईल. भावी पिढी भिक्षेपासून परावृत्त करण्यासाठी भटक्यांनी स्थिर होणं गरजेचं आहे. त्याशिवाय मुलांवर चांगले संस्कार होणार नाहीत. त्यासाठी अगोदर भटक्यांना स्थिर केलं पाहिजे.''

भटक्यांच्या संघटनेचे उपाध्यक्ष आणि बेलदार समाजाचे कार्यकर्ते तुकाराम चव्हाण म्हणाले, ''आमच्या जाती गाढवाचा उपयोग करून माती, दगड वाहण्याचं काम करतात. आमच्या जमातीमध्ये प्रत्येक कुटुंबाकडं गाढव असतंच. ते गाढवच आमचं उपजीविकेचं साधन आहे. परंतु बदलत्या काळानं आमचा व्यवसाय लयाला गेला. आमच्या गाढवांना किंमत उरली नाही. गाढवांच्या जागी ट्रक, ट्रॅक्टर आले. जिथे पूर्वी शंभर-शंभर गाढवांना काम मिळत असे, ते काम आता एक ट्रॅक्टर करतो. त्यामुळं आमच्या उपजीविकेचं साधन बंद झालं. आमची माणसं दोन वेळच्या अन्नासाठी गावोगाव भटकत फिरतात. त्यांच्या पोटाचाच अजून प्रश्न सुटला नाही. मग त्या आमच्या माणसांनी मुलांना शिक्षण कुठून द्यायचं? त्यांच्या जगण्याचाच प्रश्न त्यांना सतत भेडसावत असतो. त्यांनी संघटित कसं व्हायचं?'' असे काही प्रश्न उपस्थित करून तुकाराम चव्हाण खाली बसले.

एकनाथ मोरे संघटनेचे सरचिटणीस होते. ते म्हणाले, ''आमची जमात कुडमुडे जोशी, पोपटवाले जोशी, पिंगळा जोशी या नावानं ओळखली जाते. या जमातीमधली लोकं भविष्य सांगून जगत होती. परंतु आता त्यांना भविष्य सांगून जगणं कठीण झालं आहे. त्यांचा प्रश्न बिकट बनला आहे. त्यामुळं प्रथम भटक्या-विमुक्त जमातींना स्थिर करणं आणि त्यांच्या हाताला काम मिळवून देऊन, त्यांच्या उपजीविकेचा प्रश्न सोडविणं हा आपल्या समोरचा महत्त्वाचा प्रश्न आहे. त्याचबरोबर संघटितपणे संघर्ष करून आपल्या मागण्या शासन दरबारी मांडणंही गरजेचं आहे.''

बरेच कार्यकर्ते आपलं मनोगत व्यक्त करत होते. त्यानंतर 'अखिल महाराष्ट्र जाती-जमाती सेवा सुधारक संघा'चे अध्यक्ष म्हणून मोरेंच्या आणि माजी आमदार बाबुराव देशमुख यांच्या हस्ते माळशिरस, पंढरपूर, मंगळवेढा, इंदापूर, तासगांव, करमाळा या तालुक्यातल्या विविध गावांसाठी निवडलेल्या संघटनेच्या अध्यक्षांचा सत्कार केला. सत्कारानंतर काही कार्यकर्त्यांनी आपापल्या भागातल्या भटक्या जाती-जमातींच्या लोकांची जनगणना केलेली कागदपत्रं मोरेंच्या हातात दिली. कार्यक्रम संपला.

आम्ही त्या दिवशी एकनाथतात्यांच्या घरीच राहिलो. दुसऱ्या दिवशी सांगलीला परत आलो. मोरे भटक्या-विमुक्तातल्या वेगवेगळ्या जाती-जमातीतल्या लोकांच्या जीवनावर कथा लिहीत होते. त्या कथा वेगवेगळ्या दिवाळी अंकांतून प्रसिद्ध होत होत्या. मोरे 'अंधाराचे वारसदार' कादंबरी लिहीत होते.

एक दिवशी दुपारी अचानक आई आली. उन्हामुळं चेहरा घामानं डबडबला होता. पदरानं वारं घेत आई बोलत होती. मोरे लिखाण बाजूला ठेवून आईबरोबर

बोलत होते. बराच वेळ इकडच्या-तिकडच्या गप्पा झाल्या. आईला जेव म्हणावं, तर टोपल्यात भाकरी नाही. चहाला साखर नाही. माझी चांगलीच पंचाईत झालेली. मी उगीच इकडून-तिकडून फेऱ्या मारत होते. आईला चहाची सवय होती. चहा प्याल्याशिवाय आईचा आळसच जायचा नाही. आईनं माझी घालमेल कशी ओळखली कुणास ठाऊक ! तिनं कंबरेची पिशवी काढली आणि माझ्याकडं पैसे देत म्हणाली, "जा साखर, चहापूड आणून चहा कर." मी सामान आणून चहा केला. थोड्या वेळानं मोरे 'वेरळा विकास संस्थे'कडं निघून गेले.

एवढा वेळ गप्प बसलेली आई म्हणाली, "इमल... मला गाडीत लय भूक लागली व्हुती. सकाळी घरातून काय न खाताच बाहीर पडली व्हुते. कुटंतर काय घिऊन खावावं म्हनलं तर गाडी बी थांबली न्हाय."

मला पण काय बोलावं कळेना. घरात काय नाही आणि आईला जेव कसं म्हणावं? आईच म्हणाली, "काय आसंल ती वाड... लय भूक लागल्याय."

माझे डोळे पाण्यानं भरले. आईला कसं सांगावं काय कळेना. काय बोलावं म्हटलं तर तोंडातून शब्द फुटेना. गळा दाटून आलेला. मी फळीवरचा पिठाचा डबा खाली काढला. डब्यात पिठापेक्षा कोंडाच जास्त होता. मी आईला म्हणाले, "थांब आई, मी एक भाकरी करते.... मग जेव."

मी तो कोंडा चाळला. एका भाकरीचं पीठ निघालं. त्या पिठात निम्मा-अर्धा कोंडाच होता. मी त्याचीच एक भाकरी केली. सुजीच्या आईकडून दही आणलं आणि आईला दही भाकर वाढून दिली. आई ते ताट सारून रडायला लागली. मला काहीच कळेना. मी आईला "का रडतेस?" म्हणून विचारत होते. आई रडतच म्हणाली,

"सुमीनं आन् मद्यानं सांगीटल्यालं काय खोटं नव्हतं.... तुमचा वनवास बगून माजी भूकच गिली... कसं काडत आसचीला तुमी दोगं.. म्या बी संसार केला... पर आसं कवा झालं न्हाय. च्यार तुकडं तर मागून आनल्यालं खायला मिळत व्हुतं... तेवडाच पोटाला अधार व्हुयाचा... तुजा न्हवरा यीव दी.... म्या सांगून तुला घिऊन जाती.... नुकरी लागल्यावर घिऊन जावा म्हनावं."

मी आईची समजूत घातली, "आई आपण कधी पोटभर अन्न खात होतो? आणि तू कशासाठी मला घेऊन जाणार? कधी त्यांनी मला छळलंय का मारलंय? काय कारण सांगणार? सगळ्यांना माहिती आहे मोरे मला किती जपतात ते.... उलट लोकं तुलाच नावं ठेवणार.... नांदत्याली पोरगी घरात आणून ठेवली म्हणून.... आज मऱ्याप्पा चार पैसे मिळवतो. म्हणून घरात व्यवस्थित चालतंय... म्हणून आई तुला तसं वाटतंय. आई, आपण ह्याच्यापेक्षा वाईट परिस्थितीत दिवस काढलेत... आई, तू अंगावर कपडालत्ता, दोन वेळेचं

पोटाला चमचमीत जेवण एवढंच का बघतेस? आपल्या माणसांची होणारी ससेहोलपट का बघत नाहीस? त्यांचा कोण विचार करणार? मोरेंना स्वत:पेक्षा त्यांचं दु:ख जास्त वाटतंय... आणि तुझ्या मुलीला एका लेखकाची बायको म्हणून ओळखतात, ते काय कमी आहे? मोरेंना समाजात जी प्रतिष्ठा आहे, ती का पैशात मोजता येते...?''

आईनं पदरानं डोळे पुसले.

तोंडावर उसनं हसू आणत आई म्हणाली, ''तू लेककाची बायकू हाय म्हनून म्या बी सांगत फिरती... जेव माज्याबरूबर... तुमी दोगं सारक्याला वारकं हाय. तू आमच्याकडनं बोलाय सुडून नवऱ्याची कड घितीस. सुमी बोलल्यालं मला खरं वाटलं न्हाई, पर आज तुज्या तोंडातून येकल्यावर बरं वाटतंया... आमाला काय तुजा तरास न्हाय बाय, तू तुजा संवसार संबाळ... म्या कवा येत न्हाय....''

मी गोड गोड बोलून आईची समजूत काढली. परंतु आई जाताना डोळे पुसतच गेली.

मला काहीच सुचत नव्हतं. ....मोरेंचं बरोबर की आई, वहिनी म्हणत्यात ते बरोबर? दोन घास सुखाचे खाऊन गप्प घरात बसावं, का आपल्या लोकांच्या हालअपेष्टा, दु:खं दूर करण्यासाठी झटावं? त्या बायकांना पोटासाठी कोठ्यांवर नाचावं लागतंय. त्यांचं दु:ख आपल्यापेक्षा कितीतरी पटीनं जास्त आहे. त्यांचं सुख कोणी बघायचं? का आपण आपलं सुखी आयुष्य जगण्यात समाधान मानावं? आपण ज्या समाजात जन्मलो, त्या समाजासाठी काही करता आलं तर ते करण्यात जास्त समाधान मिळतंय. मोरेंचा विचार पक्का आहे. आपणच का असं डगमगतोय? मोरेंच्या बोलण्याचा आपल्यावर परिणाम होत नाही, असंही नाही. मोरेंनी आणि कांबळेंनी आपल्या उपवास करण्यावर भलं मोठं व्याख्यान दिलं; समजावून सांगितलं. उपासतापास केल्यानं देव प्रसन्न होतो, हे सर्व कसं खोटं आहे हे त्यांनी उदाहरणं देऊन पटवून सांगितलं होतं. त्या दिवसापासून आपण देवांचे फोटो काढून टाकले. उपवास सोडले. आपल्यात आपोआप परिवर्तन झालं... किती विचार केला तरी मोरेंचं बरोबर वाटतंय. मोरेंचे आई-वडील अशिक्षित असूनसुद्धा त्यांना समाजाबद्दल कळवळा आहे. त्यांनाही वाटतं, आपल्या माणसांनी दोन घास सुखानं खावेत. आपली मुलं शिकावीत. त्यांना असं वाटण्यात मोरेंचा फार मोठा वाटा आहे...

मी अशाच विचारात गुरफटलेली असायची. मी या सगळ्यातून एक चांगलं शिकले ते म्हणजे सर्व दु:खं लपवून सतत हसतमुख ठेवायचं आणि ते मला जमलं. मी सतत हसत राहायची. घरात काय असो नसो, त्याचा काहीही परिणाम माझ्या चेहऱ्यावर कधी दिसला नाही.

निगवे दुमाला (ता. करवीर) इथं खूप मोठ्या प्रमाणावर भटक्यांचा 'गोळामेळा' हा कार्यक्रम आयोजित केला होता. या कार्यक्रमासाठी सांगली, सातारा, अकलूज, मुंबई, ठाणे, बेळगाव इथून सुमारे एक हजार लोकं आली होती. मी आणि मोरे सकाळीच कार्यक्रमाच्या ठिकाणी आलो होतो.

काही भटक्यांनी समारंभाच्या स्थळाभोवती आपली पालं मारली होती. पालासमोर आपल्या तीन दगडाच्या चुली, जळणाचे भारे, घोडी, गाढवं, म्हशी बांधल्या होत्या. कार्यक्रमाचे प्रमुख पाहुणे कोल्हापूरचे जिल्हाधिकारी ए. के. नंदकुमार आणि सौ. ज्योती नंदकुमार होत्या. अध्यक्षस्थानी उद्योगपती सुरेश घोसाळकर होते. याशिवाय भटक्या संघटनेचे उपाध्यक्ष तुकाराम चव्हाण, जिल्हा युवक काँग्रेस (आय)चे अध्यक्ष प्रकाश बोंद्रे, समाजसेवक मा. ता. मोरे, प्रा. एस. एस. घाटगे, डॉ. सुशिलकुमार घोगरे यांचाही समावेश प्रमुख पाहुण्यात होता.

भटक्या जाती-जमातींच्या विकासासाठी आयोजित करण्यात आलेल्या त्या मेळाव्याचं उद्घाटन जिल्हाधिकारी ए. के. नंदकुमार यांच्या हस्ते झालं. सर्वप्रथम स्वागताध्यक्ष म्हणून मोरे बोलले. ते म्हणाले, "भटक्या जाती-जमातींना गाव नाही, घर नाही, शेत नाही, त्यांना नवा धंदा सुरू करायला भांडवल नाही. स्थिरता नसल्यामुळं त्यांच्या मुलांना शिक्षण घेता येत नाही. शिक्षण नसल्यामुळं नोकऱ्या मिळत नाहीत. त्यांच्यासाठी असलेल्या राखीव जागाही भरल्या जात नाहीत. अशा अनेक समस्यांचा डंख वारंवार त्यांना बसून त्यांचं आयुष्य रक्तबंबाळ झालंय. भीक मिळत नाही. दुसरं कौशल्य नाही. त्यांनी जगायचं कसं? भटके विमुक्त गुन्हेगार आहेत, एवढंच नव्हे तर ते जन्मजात गुन्हेगार असतात अशी ठाम समजूत समाजाची आणि शासनाचीही आहे. भटक्यांना तुम्ही सोई सवलती द्या. त्यांना बेघर योजनेअंतर्गत घरं बांधून द्या. ते आपला विकास आपण करतील."

जिल्हाधिकारी नंदकुमार म्हणाले, "भटक्या जाती-जमातींना विविध अडचणी आहेत. अडचणींवर मात करून भटक्या जाती-जमातीतील लोकांनी आपल्या मुला-मुलींना शिक्षण द्यावं. भटक्या समाजानं स्थिर होण्याचा प्रयत्न केला तर शासन त्यांना बेघर योजनेखाली घरं बांधून देईल. त्यांच्या विकासासाठीच्या एकात्मिक ग्रामीण विकास योजनेचा त्यांना लाभ घेता येईल. मुलांच्या जन्मनोंदणीसाठी भटक्यांनी ग्रामपंचायतीचं सहकार्य घ्यावं."

जिल्हाधिकाऱ्यांच्या हस्ते पत्रकार उत्तम कांबळे यांचा मेळावा आयोजित करण्यासाठी सहकार्य केल्याबद्दल सत्कार केला. त्यानंतर जिल्हाधिकारी आणि इतर पाहुणे, अधिकारी यांनी भटक्यांच्या पालांना भेटी दिल्या.

कार्यक्रम सुरूच होता. गारुडी जमातींचा एक कार्यकर्ता आपल्या व्यथा,

वेदना सांगत होता, "साप धरून आमी आमचं पोट भरतो. कवा कवा आमचा जीव धोक्यात येतो. पर तरीबी पोटासाठी साप धरावं लागतंय. साप धरल्यावर आमी त्याचं दात पाडतो. सापाचा खेळ करून मिळालेल्या दोन-चार रुपयावर आनि भाकरीच्या तुकड्यावर आपल्या मुलाबाळांच्या पोटाला घालतो. पर आता लोकं सापाला घाबरत नाहीत.... पैसं पण टाकत नाहीत... जगणंच अवघड झालंय.... आमाला काय तर कामधंदा मिळाला पाहिजे... माथा टेकाला जागा पाहिजे..."

त्यानंतर उत्तम कांबळे बोलू लागले, "भटक्या जाती-जमाती आपल्या मुक्तीसाठी आजही धडपडत आहेत. विविध मेळावे, परिषदा आणि सभा-संमेलनातून ते आवाज उठवत आहेत. परंतु संवेदनाहीन शासनाला आणि समाजाला त्यांचा आवाज ऐकू येत नाही. त्यांच्या मागण्या मंजूर होत नाहीत. त्यांच्या पोटाचा प्रश्न कोणी सोडवत नाही. त्यांची होणारी उपासमार, स्वत:भोवती सुरक्षिततेच्या भिंती निर्माण करून जगणाऱ्या समाजाला आणि शासनालाच दिसत नाही. त्यांनाही माणूस म्हणून जगू द्या. भटक्यांना जन्मजात गुन्हेगार ठरवणारे कायदे रद्द केले पाहिजेत. गायरानं आणि पडीक जमिनी भटक्यांना मालकीनं वसाहतीला दिल्या पाहिजेत आणि शहरात, शहराबाहेर मुलांच्यासाठी आश्रमशाळा काढल्या पाहिजेत."

त्यानंतर बऱ्याच कार्यकर्त्यांची भाषणं झाली. मेळावा मोठ्या प्रमाणात झाला होता. त्याची टी. व्ही.वर झलक दाखविण्यात आली.

परंतु एवढे प्रयत्न करूनही हाती अपयशच आलं. सगळे ठराव कागदावरच राहिले. परंतु कार्यकर्ते मात्र आपलं कार्य बंद करत नव्हते. मोरे सगळ्या कार्यकर्त्यांना घेऊन भटक्यांच्या हक्कासाठी झुंजत होते. सरकारचा दरवाजा ठोठावण्याचा प्रयत्न करत होते. खेडोपाडी जाऊन भटक्यांच्या मुलांना शाळेत घालण्यासाठी प्रयत्न करीत होते. शाळा प्रवेशाचा प्रश्न, दाखल्यांचा प्रश्न, राहण्यासाठीच्या जागेचा प्रश्न याबाबत त्या त्या गावातल्या अधिकाऱ्यांना भेटून ते सोडवण्याचा प्रयत्न करत होते. इतर कार्यकर्त्यांच्या साहाय्यानं मोर्चे, धरणं असं आंदोलनात्मक कार्यही ते करत होते. सभा-व्याख्यानं तर सुरूच होती.

त्यांच्या या धडपडीचा प्रभाव माझ्यावर चांगलाच पडला होता. मलाही चळवळीविषयी आकर्षण वाटू लागलं. माझी इतके दिवस दोलायमान असलेली मन:स्थिती एका विशिष्ट दिशेनं वाटचाल करत होती. घरी येणाऱ्या कार्यकर्त्यांना भात शिजवून घालायचा, त्यांच्या अडचणी समजावून घ्यायच्या. घरात काय असेल नसेल तरी काही फरक पडत नव्हता. येणाऱ्या अडचणींना सामोरे जाण्याची सवय लागली होती.

मोरेंचे मित्र हरिष मालाणी, शेखर स्वामी घरी यायचे. आम्ही पण त्यांच्या घरी जात होतो. हरिष मालाणी, त्यांची पत्नी सरितावहिनी आणि मुलगा मिथिलेश आम्हाला भेटायला आल्यावर आम्ही कोल्हापूरला जात होतो. अर्थात, आमचा सर्व खर्च तेच करायचे. मला मिथिलेश खूप आवडायचा. सरितावहिनींचा स्वभाव फार छान होता. जतला गेलो म्हणजे बाळू कांबळेंच्या घरी जात होतो. त्यांची आई आमची मायेनं विचारपूस करायची. उत्तम कांबळेही आम्हाला खूप मदत करायचे. आमच्या सुखदु:खात ते सहभागी व्हायचे. ते आमच्या घरातलेच कोणी असल्यासारखं वाटायचं. त्यांच्या पत्नी लतावहिनीही स्वभावानं छान होत्या.

आम्ही अधूनमधून बावचीला जात होतो. गोंधळेवाडीला जात होतो. मानकाआजीला भेटून येत होतो. मी दिवसभर घरी असायची. त्यामुळं वाचनाची आवड वाढली होती. घरी बरीच पुस्तके असायची. मी त्यातली पुस्तकं वाचायची.

एके दिवशी दुपारी मी पुस्तक वाचत पडले होते. मोरे 'वेरळा विकास संस्थे'कडं गेले होते. दारावर टक्‌टक् झाली. मी दार उघडलं. दारात एक जाडजूड, रंगानं काळासावळा माणूस हातात काळी छत्री धरून उभा होता. मी अगोदर कधी या माणसाला बघितलं नव्हतं. मी विचारलं,

"कोण पाहिजे? काय काम आहे?"

तो माणूस अवाक होऊन माझ्या तोंडाकडंच बघू लागला. मी पुन्हा विचारलं,

"तुम्ही कोण...?"

तो माणूस मोठे डोळे करून आपल्या मिशांवरून हात फिरवत म्हणाला,

"तू कोन हाय... आन हितं काय करतीस?"

मला त्या माणसाचा राग आला. माझ्याच घरात येऊन मला विचारणारा हा माणूस कोण?

मी फणकाऱ्यानं म्हणाले, "तुम्हाला काय करायचंय? मी या घराची मालकीण आहे...."

तो माणूस माझ्याकडं रागानं बघत म्हणाला, "तू या घराची मालकीन..? कुनी सांगीटलं तुला..? का तू दादासाबाबरूबर पळून आलीयास...?"

माझ्या तोंडाचा पट्टा सुरू झाला, "तुम्हाला नसत्या चौकशा कशाला पाहिजेत? तुम्हाला कोणी सांगितलं आम्ही पळून आलोय म्हणून..? माझं चांगलं चार माणसांत मोरेंबरोबर लग्न झालंय..."

तो माणूस मोठ्यानं हसला. हसत हसत म्हणाला, "तुला ठाव न्हाय जनू... दादासाबाची पयली बायकु हाय... त्येनं तुला फसवलंय जनू...."

एवढा वेळ तणतण करणारी मी हातापायातलं बळ गेल्यासारखी शांत झाले. त्या माणसाला काय विचारायचंसुद्धा सुचेना. मनात विचारांचं काहूर माजलं होतं.

मोरेंनी आपल्याला फसवलं? का फसवलं असेल? खरंच मोरेंची पहिली बायको असेल?...

मी खोटं अवसान आणून उगीचच म्हणाले, "मी तुम्हाला ओळखत नाही. तुमच्या बोलण्यावर कसा विश्वास ठेवणार? तुम्ही उगीच खोटं सांगता...."

तो माणूस शांत आवाजात म्हणाला, "बरं राहू दी... कुनाला चांगलं सांगायचं दीसच ऱ्हायलं न्हायिती... पर येक सांगून ठिवतू... इथून फुढं तू आन तुजं नशीब.... दादासाब आल्यावर सांग त्याला... मिरजंच्या निमजगा माळावर बोलवलंय म्हनून !"

मी "बरं" म्हणाले.

तो माणूस जाण्यासाठी वळला; मला काय वाटलं कुणास ठाऊक, मी त्या माणसाला म्हणाले, "अहो, मोरे येतील एवढ्यात, थांबा तुम्ही."

तो माणूस माझ्याकडं बघत म्हणाला, "पोरी... तुज्याकडं बगून लय वाईट वाटतंया...बीन बाची तू पोर... आन दादासाबानं बी फसवलं.... कसं व्हुयाचं तुजं...?"

तो माणूस घरात येऊन बसला. मी तांब्या घेऊन दूध आणण्यासाठी खाली आले. डोक्यात घण घातल्यासारखं वाटत होतं. मी विचारातच दूध डेअरीजवळ आले. जवळ चार रुपये होते. त्याचं दूध घेऊन आले. तो माणूस फोटोचा अल्बम बघत होता. मी म्हणाले, "चहा घेणार का?"

तो माणूस म्हणाला, "म्या च्या प्येत न्हाय..."

माझ्या मस्तकाची शीर उठली. मी ताड्कन म्हणाले, "चहा पीत नाही म्हणून अगोदर सांगायचं होतं... होते तेवढे चार रुपये दुधावर खर्च झाले. आता सगळं दूध पिऊन टाका..."

तो माणूस हसत म्हणाला, "म्या काय तुला दूध आनायला सांगीटलं नवतं आन च्या बी कराया.... मला दूध प्याची सवय न्हाय. दादासाब आल्यावर त्याला दी... म्हंजी बोलायला ताकद यिल...! बरं ती जावू दी, दादासाबाचं आयबाप कवा आलं होतं का...?"

मी म्हणाले, "होय, एक वेळा आले होते. का, काय काम होतं तुमचं?"

तो माणूस आगीत तेल ओतत म्हणाला, "माजं काय काम नवतं.... पर ती दोगं त्या सुनंकडं बी ऱ्हायला व्हुती.... आठ दीस..."

मी अंदाज काढण्यासाठी म्हणाले, "काय हो, तुम्हाला काय माहीत ते मोरेंचे आई-वडील आहेत म्हणून ! आणि मोरे कधी आले होते का तिकडं... ते गेल्या आठवड्यात मुंबईला कार्यक्रमाला गेले होते..."

त्या माणसानं मोरेंच्या सगळ्या खानदानाची ओळख सांगितली. माझं नाव,

शिक्षण, मी कितवी मुलगी वगैरे सगळं त्यानं सांगितलं आणि म्हणाला, "दादासाब मुंबईला जातू आसं सांगून आठ दीस मिरजंलाच व्हुता... तवा तू म्हायेरात व्हुतीस..."

माझ्या मनातला संशय बळावत चालला. मनात नाना विचार सुरू होते. तो माणूस थोडा वेळ बसून जाण्यासाठी निघाला. मी जाताना त्याच्या पाया पडले. "सुकी ऱ्हा.." म्हणून तो माणूस झटकन खाली गेला. मला ते विचित्रच वाटलं. मी स्वयंपाक न करता पिशवी भरून मोरे यायचीच वाट बघत बसले. मनात राग उफाळून येत होता. मोरे आल्यावर काय काय बोलायचं ते ठरवत होते.

थोड्या वेळानं मोरे आले. पिशवीकडं बघत म्हणाले, "पिशवी कशाला भरलीस? कोण आलंय का तुला घेऊन जायला?"

मी गप्पच उभी होते.

मोरे म्हणाले, "का.. काय झालं? तू बोलत का नाहीस? आणि तुझे डोळे लाल कशानं झालेत...? रडलीस का?"

इतका वेळ दाबून ठेवलेला राग तोंडावाटे बाहेर पडला, "रडली म्हणून तुम्हाला काय झालं..? तुम्हाला आता कशाला माझी गरज लागेल... मला फसवलंय तुम्ही." म्हणतच मी रडू लागले.

मोरे माझ्या तोंडाकडं बघतच होते. त्यांना हे सगळं अनपेक्षित होतं. मोरे शांत आवाजात म्हणाले,

"डोळे पूस... आणि मी तुला काय फसवलंय ते नीट सांग..."

मी त्या माणसानं जसं सांगितलं होतं तसं मोरेंना सांगितलं. मोरेंनी सर्व शांतपणे ऐकून घेतलं आणि मला म्हणाले,

"तो माणूस कसा होता...?"

मी वर्णन करून सांगितलं.

मोरे खदाखदा हसायला लागले. मोरेंना हसत असलेलं बघून माझं डोकं जास्तच भडकलं. माझी बडबड ऐकून मोरे म्हणाले,

"चल, आपण मिरजेला जाऊ. तू वेडी आहेस. तो माणूस म्हणजे माझी लहान बहीण बायडा तिचा नवरा. सिद्राम भोसले त्यांचं नाव. त्यांनी तुझी गंमत केली असेल... त्यांना चिडवायची सवय आहे..."

आम्ही मिरजेला निमजगा माळावर असलेल्या झोपड्यांकडं आलो. त्यातल्याच एका झोपडीसमोर तो माणूस आणि बरीच माणसं पत्ते खेळत बसले होते. दोन बायका लसूण सोलत तिथं बसल्या होत्या. तो माणूस हसत म्हणाला,

"काय... दादासाब, बायकुला बगाया आलास व्हय?"

मोरे म्हणाले, "काय राव, तुम्ही हे काय सांगून आलात ! आमची भांडणं

लावायचा विचार आहे वाटतं तुमचा!''

सिद्रामदादा म्हणाला, ''ये इमल.. बस हितं. रडलीस का न्हाय.... आन ते दूध दादासाबाला प्याला द्याचं व्हुतं.''

तिथं बसलेल्या माणसांना हा काय प्रकार आहे ते समजेना. तिथं बसलेली एक वयस्कर बाई म्हणाली, ''सिद्रामा... काय झालं? आनं ही पुरगी कोन?''

सिद्रामदादानं सर्व वृत्तांत सांगून टाकला. सगळी माणसं मोठमोठ्यानं हसत होती.

सिद्रामदादाची आई म्हणाली, ''उगंच भ्या घातलंस पुरीला.... तुजी सवय काय जात न्हाय बग.''

तेवढ्यात त्या झोपडीतून एक एकोणीस-वीस वर्षांची गोरीपान, घाऱ्या डोळ्याची मुलगी पिठाचा हात घेऊन बाहेर आली. ती बाहेर आल्या आल्या म्हणाली,

''दादा, तू आलायस व्हय?''

तिच्याकडं बघत सिद्रामदादा म्हणाला, ''बायडा... तुज्या वयनीची लय गंमत किली.... खरं काय बी म्हना गड्यांनो, पुरगी बोलाया लय भारी हाय.... आरं मला दारातच हुबं केलं... आमची येकांदी बाय असती म्हंजी मुळूमुळू रडत बसली आसती...''

बायडाताईबरोबर मी त्या झोपडीत गेले. स्वयंपाक सुरू असल्यामुळं सगळी झोपडी धुरानं गच्च भरली होती. बायडाताईनं त्यांच्या घरातल्या माणसांची ओळख करून दिली. निमजगा माळावर भटक्या-विमुक्त जमातीमधली तीनशे ते चारशे कुटुंबं राहत होती. कोणी तणसाच्या पालापाचोळ्याच्या झोपड्या घातल्या होत्या, कोणी पालं मारली होती, तर कोणी धाब्याच्या भिंती बांधून लाकडाच्या फळ्या उभ्या करून वरती कौलं टाकली होती. त्या झोपड्या असलेल्या भागाला 'इंदिरानगर झोपडपट्टी' म्हणत असत. मोरे या झोपडपट्टीत नेहमी येत असत. तिथं पोपटवाले, जोशी, गोंधळी, कुडमुडे जोशी, मडकर, तांबट अशा वेगवेगळ्या जमातींची कुटुंबं स्थिर झाली होती. तिथं एक बालवाडी आणि चवथीपर्यंत शाळाही सुरू केली होती. या झोपडपट्टीत मोरेंनी बरेच कार्यक्रम केले होते. त्यांना तिथली सर्व लोकं ओळखत होती.

थोडा वेळ थांबून आम्ही परत सांगलीला आलो; तोच दामूकाका मरण पावल्याचं समजलं. मग आम्ही पालांवर जाऊन यशोदाकाकीला भेटून आलो.

उत्तम कांबळेंची नाशिक 'सकाळ'ला बदली झाली. त्यावेळी आम्ही कोल्हापूरला कार्यक्रमासाठी गेलो होतो. उत्तम कांबळेंनी मोरेंचं बरंच प्रबोधन केलं. 'नोकरी

करून चळवळ करता येते. किती दिवस असे उपाशीतापाशी काढणार?' असं बरंच काही सांगून मोरेंना त्यांनी नोकरी करायला प्रवृत्त केलं. कांबळेंनी पुणे 'सकाळ'चे संपादक विजय कुवळेकरसाहेब यांना सांगून मोरेंना नाशिक 'सकाळ'मध्ये उपसंपादकाची नोकरी मिळवून दिली. कांबळे जाताना मोरेंना म्हणाले, "मी नाशिकला गेल्यावर तुला पत्र पाठवितो. मग तू नाशिकला निघून ये." मी कांबळेंच्या पत्राची वाट पाहात होते. मोरेंना नोकरी करायचं जिवावर आलं होतं. त्यांना त्या पत्राचं फारसं कौतुक वाटत नव्हतं.

कांबळेंचं पत्र आलं होतं. मोरे नाशिकला जाण्याची तयारी करत होते. रूम मिळेपर्यंत मी कोल्हापुरात राहायचं ठरलं होतं. अचानक मोरेंचे आई-वडील आणि सिद्रामदादा आले. मला वाटलं, मोरे आता नाशिकला जाणार नाहीत. मोरे त्यांच्याबरोबर बोलत बसले. मी स्वयंपाक केला. सगळ्यांची जेवणं झाली. परंतु मोरे नाशिकला जाण्याचं नाव घेईनात. सकाळीच त्यांना नाशिकला निघायचं होतं. अजून मला कोल्हापूरला सोडायचं होतं. जेवण झाल्यावर मोरेंनी मामामामींना नाशिकला जाणार आहे म्हणून सांगितलं. त्यांनाही आनंद झाला. निदान नोकरी करायला तरी तयार झाला, एवढंच त्यांना समाधान होतं. मामा म्हणाले,

"इमलला कोलापुरात ठिवण्यापरास आमी बावचीला घिऊन जातू... तुला घर मिळाल्यावर घिऊन जा."

"बरं" मोरे म्हणाले.

सकाळी मोरे नाशिकला निघून गेले आणि मी मामामामींबरोबर बावचीला आले.

बावचीत रोजच काम खूप असायचं. पहाटे उठावं लागायचं. थंडीत कुडकुडत एक घागर डोक्यावर, दुसरी घागर कडेवर घेऊन दोन घागरीनं पाणी भरावं लागायचं. स्वयंपाक करावा लागायचा. मामींबरोबर शेण, जळण गोळा करावं लागायचं, लाकडाचे भारे डोक्यावरून घेऊन यावं लागायचं. काट्याचं जळण तोडावं लागायचं. मला जरी कामाची सवय असली तरी दिवसभर राबून त्रास व्हायचा. त्यात पोटदुखीचा आजार असल्यामुळं पाण्याच्या जड घागरी उचलल्यामुळं, जळणाचे भारे आणल्यामुळं पोटदुखीचा त्रास वाढत होता.

दसऱ्याचा सण होता. गावातल्या सगळ्या बायका घरं सारवून पोतारून काढत होत्या. मामींनीही मला घर पोतारायला सांगितलं. दुसऱ्या दिवशी मी पहाटे उठूनच स्वयंपाक केला. घरातलं सगळं काम आवरलं. एका बादलीत चिखलाची राड करून घर पोतारायला सुरुवात केली. घर उंच होतं. माझा हात वरपर्यंत पोचत नव्हता. शिडीवर चढून पोतारावं म्हटलं तर पडायची भीती वाटत होती. मी बादलीजवळ डोक्याला हात लावून बसले. रावसाहेब बाहेरून आले.

मला तसं बसलेलं बघून म्हणाले,

"वहिनी, अजून पोतारायला सुरुवात केली नाही? आई आली म्हणजे शिव्या देईल की...."

मी म्हणाले, "माझा हात वरतीपर्यंत पोचत नाही..."

मी घरातल्या सगळ्यांशी हसून खेळून वागायची. सांगलीत येणाऱ्या कार्यकर्त्यांशी आणि इतर लोकांशी मनमोकळेपणानं बोलायची सवय झालेली. त्यामुळं माझ्यातला बुजरेपणा गेलेला. रावसाहेबही खूप बडबडे आणि विनोदी होते. आम्ही दोघं एकमेकांना चापट्या मारत असू. खेळत असू. तो माझा दीर आहे, त्याच्याशी मर्यादा पाळून राहावं, बोलावं असं मला वाटायचं नाही. रावसाहेब माझी कामं करू लागायचे. लाकडं फोडून द्यायचे. मी पण एखादं काम रावसाहेबांना सांगायची.

रावसाहेब शिडीवर चढून पोतारू लागले. मी खालून पोतीरा घेतला. पूर्ण दिवस घर पोतारण्यात गेला.

माझ्या हाताची आग-आग होत होती. मी थोडं पाठ टेकवून बसले, तर मामींची कटकट सुरू झाली. "कशाला बसलीयाच? ऊट.... चूल पिटीव..."

मी गप्प उठून चुलीपुढं जाऊन बसले. रावसाहेबांना राग आला. रावसाहेब मामीला म्हणाले,

"आई... दिवसभर वहिनीनं घर पोतारून, सारवून काढलं. तीही माणूसच आहे. तू आज रात्री स्वयंपाक कर."

मामी म्हणाली, "मी काय दिवसबर बसली नव्हती. लाकडं गोळा कराला गिली व्हुती... माज्या पायात काटा मोडलाय..."

त्यातच त्या दोघांची भांडणं वाढली. मामा पण बडबडू लागले. रावसाहेब काहीच काम करायचे नाहीत म्हणून अगोदरच त्यांच्यावर ते चिडायचे. तशातच ते माझी बाजू घेऊन बोलत होते; त्यामुळं तर आगीत तेल ओतल्यासारखं झालं. मी स्वत:शीच विचार करीत होते, की आपल्याला स्वत:च्या मुलीसारखं सांभाळणारे, आपल्यावर माया करणारे, आपलं कौतुक करणारे सासू-सासरे आपल्याशी असे तिऱ्हाईतासारखं का वागतायत? मी म्हणजे त्यांना संकटच वाटत असल्यासारखं त्यांच्या चेहऱ्यावरून दिसत होतं.

एके दिवशी सकाळी मी भाकरी करत होते. मामी जेवत होत्या. घरातल्या सगळ्यांना लवकर जेवायची सवय होती. मामी जेवता जेवता माझ्याबरोबर बोलत होत्या. आज मामी माझं फारच कौतुक करत होत्या. मीही त्यांचं ऐकून घेत होते.

मामी म्हणाल्या, "तू भाकरी लय पातळ करतीस.... पांडऱ्या शिपत भाकरी बगून लय खावावं वाटतंया... तुला जेवाण चांगलं कराला येतं."

थोडा वेळ अशीच बोलणी झाली.

मामी एकदमच म्हणाल्या, “तू तात्यासंगं लय बोलतीस...हासतीस... ती तुज्या सासऱ्याला आवडत न्हाय... गावातली मानसं बी तुमच्याकडं इचित्र नदरंनं बगत्यात. म्या परवा जळाण गोळा कराया गेल्यावर बायका म्हणत व्हुत्या... ही पुरगी काय बरी दिसत न्हाय... आमी येवड्या म्हाताऱ्या झालो, पर कवा दीराम्होरं हुबं ऱ्हालू न्हाय, का वर त्वांड करून बुललू न्हाय.... आन ही पुरगी दीराबरूबर हसती-बोलती.. दीसभर खिदळत ऱ्हाती.... आसलं काय वागनं हाय! त्येंच्या दोगाची काय तर भानगड आसल्याबिगार आसं ऱ्हात्याती व्हय...?”

माझ्या डोक्यावर आकाश कोसळल्यासारखं झालं. अंगाला दरदरून घाम फुटला. जीभ टाळ्याला चिकटल्यासारखी मी मामींच्या तोंडाकडं बघत राहिले.

मामीच पुढं बोलत होत्या, “इमल... ही श्यारगाव न्हाय. हितं येवड्याचं येवडं व्हुयाला येळ लागत न्हाय. आपुन बी वायसं जपून ऱ्हावावं. गावातली मानसं आशीच बडबडा लागली तर भावाभावाची भांडणं व्हुत्याली. आपलं घर फुटील..”

मामींचा प्रत्येक शब्द माझ्या मेंदूवर घण घातल्यासारखा आघात करायचा. वाटलं, आत्महत्त्या करावी... उद्या मोरेंना असंच समजलं तर त्यांना काय वाटेल...? त्यांनी पण आई-वडिलांचंच खरं धरलं तर आपल्याला कुठंही तोंड दाखवायला जागा राहणार नाही. गावातली लोकंही आपल्याकडं संशयानं बघतात. आपण काय करावं..?

माझ्या आयुष्यातला हा पहिलाच प्रसंग होता, जिथं माझ्या चारित्र्याबद्दलच शंका घेतली गेली होती. मी आणि रावसाहेब भाऊ-बहिणीप्रमाणं निरागस मनानं वागत होतो. त्याचा अर्थ इथली माणसं असा लावतील याची कल्पनाही केली नव्हती. मोरेंचं वाक्य मला आठवत होतं, “घरी आलेल्या कार्यकर्त्यांशी हसून बोलायचं. त्यांची चौकशी करायची...” रावसाहेब शहरात राहिल्यामुळं ते पण माझ्याबरोबर मनमोकळं बोलायचे. चेष्टा करायचे. आम्ही गाण्याच्या भेंड्यांनी खेळायचो.

मामी मला बोलून आपल्या मनावरचं ओझं उतरवून निघून गेल्या. घरात मी एकटीच. रडून रडून डोळे लाल झाले होते. डोक्यात विचारांनी थैमान घातलं होतं. ....मोरेंना हे सर्व कळायच्या आधीच आपण मेलेलं बरं! आपल्या आईला, भावंडांना काय वाटेल? खानदानाची इज्जत मी घालवली म्हणतील. आपण कितीही ओरडून सांगितलं तरी या लोकांना पटणार नाही.

मी चुलीपुढून उठले. हातात कुऱ्हाड घेतली. घराच्या बाजूलाच जळणाचा ढीग होता. तिथं जाऊन मी हातातली कुऱ्हाड लाकडावर सपासपा मारत होते. मनातला राग लाकडांवर काढत होते. वाटत होतं कुऱ्हाड मानेवर मारून घ्यावी

! .....असं ऐकून घेण्याच्या आधी मेले असते तर बरं झालं असतं! आता सर्वजण संशयी नजरेनं माझ्याकडं बघतील. मोरेंचा आपल्यावरला विश्वास उडेल. थरथरत्या हातानं मी लाकडावर कुऱ्हाड मारत होते. विचारांच्या तंद्रीतच लाकडावर कुऱ्हाड बसण्याऐवजी माझ्या हातावर बसली. रक्ताच्या चिळकांड्या उडाल्या. मी तळमळू लागले. तेवढ्यात पाण्याला निघालेली कमलआक्का घागर ठेवून पळतच माझ्याजवळ आली. माझ्या डोळ्यांवर अंधारी येत होती. कमलआक्कानं ओरडून माणसांना गोळा केलं. मामामामीपण पळत आले. सगळ्या बायका मामींना बोलत होत्या. "बरं म्हणून बरं, कुराड अंगठ्यावर बसली, न्हायतर पुरीचा हात तुटला असता. अनुसया, पुरीला सवं न्हाय लाकडं तोडाची.... त्वा तुडून द्याची व्हुती.."

माझ्या हाताच्या वेदनेपेक्षा अंत:करणातली वेदना तीव्र होती. कमलआक्कानं हळद भरून अंगठ्याला कापड बांधलं. मी चुलीजवळ येऊन बसले. रावसाहेब मामींबरोबर भांडत होते. मला रावसाहेबांचा राग आला होता. वाटत होतं, म्हणावं, 'तुला काय करायचंय? मला बोलताना तू कशाला माझी बाजू घेतोस? तुझा माझा काय संबंध? तुझ्यामुळंच मला आज बोलून घ्यावं लागलं.'

परंतु मी काही न बोलता रडत बसले.

नंतर मी रावसाहेबांबरोबर बोलायचं टाळू लागले. त्यांनी केलेला चहा पीत नव्हते. मी घरातली कोणी नाही असंच वागत होते. तोंडाला चिकटपट्टीच लावल्यासारखं राहायची. धुणं धुवायला ओढ्यावर गेल्यावरही बायकांबरोबर बोलत नव्हते. बायकाच तळमळायच्या आणि म्हणायच्या, "काय गं बाय... पुरीचं हाल व्हुत्याती. गुरावाणी काम कराला लावत्याती. जळाण आणायचं.... पुरीला काय ठावं नसंल... पोरी, आला का तुज्या न्हवऱ्याचा कागुद?"

कोणी म्हणायची, "त्वा पयल्यासारकं बोलत न्हायीस. का न्हवऱ्याची आटवण यितिया व्हय....? पुरगी न्हवऱ्याच्या काळजीनं वाळत चालली.... गोरीपान पोरगी काळी ठिक्कर पडली... यिल गं बाय तुजा न्हवरा... काळजी करू नगं... पोटाला खात जा."

मला असं बोलणाऱ्या बायका मामा आणि मामींना मात्र वेगळंच सांगायच्या. त्या दिवसापासून माझी भूकच नाहीशी झाली होती. आपल्या जीवाचं काहीतरी बरं-वाईट करावं वाटत होतं. पण लोकं 'खरं असेल म्हणूनच मेली' असं म्हणतील, या विचारानं मी तो विचार सोडून देत होते.

एकदा रावसाहेबांना काहीतरी पाहिजे होतं. ते मला एकसारखे "वहिनी, वहिनी" म्हणून हाका मारत होते. मी चिडूनच म्हणाले, "माझ्या पाठीमागं सारखं कशाला लागता? घरात काय दुसरी माणसं नाहीत का? मी तुमची कोण? तुम्ही

परत माझ्याबरोबर बोलायचं नाही.''

रावसाहेबांना सगळं विचित्र वाटलं. ते चिडून म्हणाले, ''परत बोलणार नाही. खरं, अगोदर सांगा, का असं बोललात?''

नाईलाजानं मला सर्व सांगावं लागलं. रावसाहेब मलाच वेड्यात काढत म्हणाले,

''वहिनी, तुम्ही कशाला त्यांचं मनावर घेता? ती आडाणी माणसं! त्यांना काय माहीत बायका-पुरुष एकमेकांबरोबर बोलतात ते?''

मी चिडून म्हणाले, ''मला बाकीचं काही माहीत नाही. तुम्ही माझ्याबरोबर बोलायचं नाही आणि मी एकटी घरात असताना तुम्ही घरात थांबायचं नाही...''

''बरं... मी इथं राहात नाही.... माझ्यामुळं कारण नसताना तुम्हाला त्रास झाला. मी आबासकडं जातो....'' असं म्हणून रावसाहेब निघून गेले.

मला मात्र काहीच सुचत नव्हतं. कारण नसताना रावसाहेबांचं मन दुखावलं होतं. त्यांच्या मनातसुद्धा कधी असं भलतंसलतं आलं नसेल. परंतु मी गप्पच राहिले. या सगळ्या त्रासानं माझं पोट खूप दुखायला लागलं. मी आठ-दहा दिवस अंथरुणात पडून होते. परंतु घरातलं कोणीही माझी चौकशी करत नव्हतं. मी तसंच उठून सगळी कामं करत होते. जास्तच पोटात दुखायला लागलं की मी रडत बसायची.

एके दिवशी मामा म्हणाले, ''चल... दवाखान्यात जाऊ.'' मी ''नको'' म्हणाले. मनात वाटत होतं, दुखून दुखून मरून जावं म्हणजे काही कटकट उरायची नाही! परंतु मामा मला मंगळवेढ्याला दवाखान्यात घेऊन गेले. डॉक्टर मामांच्या ओळखीचे होते. मामा त्यांच्या घरी भविष्य सांगायचे. डॉक्टरांनी मला तपासलं. पोटाचा एक्सरे काढला. आम्ही घरी आलो. औषधं सुरू होती. माझी तब्येत दिवसें-दिवस खंगत चालली होती.

मी सगळी कामं आवरून पाच वाजता दारात येऊन उभी राहिले. कडेवर आक्कांचा विश्वास होता. भाऊजी, आक्का विश्वासला बावचीत ठेवून मागायला जात होते. रावसाहेब परत आले होते. माझ्या अंगावर मळलेलं फाटकं पातळ होतं. केसाला तेल नसल्यामुळं केस टोपल्यासारखे झाले होते. पाचची एस्टी गावात आली. मी एस्टीची वाट बघत होते. मोरे येतील असं वाटायचं. परंतु एस्टीतून आई उतरली. मला आईला अचानक बघून आश्चर्य वाटलं. माझ्या डोळ्यात आपोआप पाणी तरळलं. आई एका बाईला आमचं घर विचारत होती. त्या बाईनं माझ्याकडं बोट केलं. आईनं मला अशा अवतारात ओळखलं नाही. आई जवळ आली आणि मला गळ्याला घेऊन रडू लागली. गल्लीतल्या बायका आमच्याभोवती गोळा झाल्या. मामामामी घरात नव्हते. मी आईला घरात आणलं.

चहा करून दिला. आईनं चहा घेतला नाही. उलट माझीच विचारपूस करत होती. सारखी रडत होती, “तुजी आशी दशा कशानं झाली?” विचारायची. काही बायका तिखट-मीठ लावून आईला माझा ‘लय जाच केला’ म्हणून सांगत होत्या. इतके दिवस ज्या बायका माझ्या आणि रावसाहेबांबद्दल संशय घेत होत्या, मामामामींना सांगत होत्या, त्याच बायका उलट आईसमोर मामींना शिव्या घालत होत्या. आई खूप चिडली होती.

थोड्या वेळानं मामामामी आले. “कवा आला” एवढंच विचारून गप्प बसले. आईपण गप्पच बसली. थोड्या वेळानं कमलआक्काकडं आई निघून गेली. मी स्वयंपाक केला. सर्वजण जेवायला बसले.

जेवताना मामांनी विषय काढला, “इमलला वागाचं कळत न्हाय. तिला काय वळाण लावलं न्हाय...”

आईला सर्व अगोदरच समजलं होतं. मामानं पुन्हा एकवेळ सर्व ऐकवलं. आईनं शांतपणे सगळं ऐकून घेतलं. मी रडत होते. मामांचे एक-एक शब्द काळजावर डागण्या देत होते. आई मला म्हणाली,

“उट... हात धू आनं कापडं पिशवीत भर. चल, मी तुला घिऊन जाते...”

मामा आईच्या अचानक बोलण्यानं थोडे गांगरले आणि म्हणाले, “आक्का, पुरगी लय भुळी हाय... म्हणून तुमाला सांगीटलं... तुमी समजावून सांगा...”

आई म्हणाली, “माजी लेक कशी हाय ती मला म्हायीत हाय. तुमचा पोरगा यिऊ द्या, मग मी बोलते. तसं नसलं तर सकाळीच न्यायपंच्यात बसवा...पंच कुणाकडं चूक घालत्याती बगते. तुमच्या बोलन्यानं माजं हुरद पेटलंया... माज्या लिकीनं कसं सोसलं आसील... कर न्हाय त्याला डर कसली?”

आई मामामामींना उद्देशून बोलू लागली. मामामामी आईची समजूत घालत होते. पण आई उपाशीच झोपली.

पहाटे उठून आईनं आवरलं. मी आणि आई कोल्हापूरला निघालो. माझा गाडीखर्च आईनंच भरला. गाडीखर्चाचे पैसेसुद्धा मामांनी दिले नाहीत. लग्न झाल्यावर पहिल्यांदा गेल्यावर सासू-सासऱ्यांनी जो प्रेमळपणा दाखवला होता, तो प्रेमळपणा संशयाचं भूत त्यांच्या मनात बसल्यानं गळून पडला होता. प्रवासात आई माझ्याकडं बघून रडत होती. सासरचा जाच कसा असतो ते मी अनुभवलं होतं.

आम्ही संध्याकाळी सहा वाजता घरी पोचलो. मधु पानाच्या गाडीकडं निघाला होता. थोरली वहिनी त्याच्या जेवणाचा डबा भरत होती. आम्हाला बघून घरातल्यांना आनंद झाला. परंतु थोड्याच वेळात सगळ्यांचे चेहरे नाराज झाले. थोरली वहिनी मला जवळ घेऊन म्हणाली, “का गं इमे... अशी का झालीस? जास्त काम

लावत होते का?''

आईनं सगळं सांगून टाकलं. वहिनीच्या डोळ्यातून पाण्याच्या धारा लागल्या. प्रमिलानं चहा आणून दिला. सगळं ऐकून मधु रागानं लालबुंद झाला होता. माझ्या अवताराकडं बघून त्याच्याही डोळ्यात पाणी तरळलं. मधु पायात चप्पल घालत म्हणाला, ''आई, भाऊजी आल्यानंतर ताईला पुन्ना पाठवायचं का नाय ते बगू... तू तवर कोनाला काय बोलू नको.''

वहिनीनं डबा आणून त्याच्याकडं दिला. मला दवाखान्यात नेण्यासाठी मधूनं आईकडं पैसे दिले. शेजारच्या बायका माझी चौकशी करायला येत होत्या. माझा अवतार बघून काय ओळखायचं ते ओळखत होत्या. परंतु आई, वहिनी माझी 'तब्येत बरी नाही म्हणून अशी झालीय' म्हणत होत्या. थोड्या वेळानं आम्ही दवाखान्यात जाऊन आलो.

मऱ्याप्पा पानपट्टीवरून परत आला. मधूनं त्याला सर्व सांगितलं होतं. मऱ्याप्पानंही माझ्याकडं बघून डोळ्याला रुमाल लावला. भरलेले डोळे रुमालानं कोरडे करत तो म्हणाला, ''आई... मी घरात नसलो आनि कोन विमलला घिऊन जायाला आलं तर पाठवू नकु. माला माजी बहीण जड न्हाई..''

रात्री उशिरापर्यंत घरात माझीच चर्चा सुरू होती.

दुसऱ्या दिवशी रात्री मोरे कोल्हापूरला आले. मोरेंना बघून मला खूप आनंद झाला. परंतु मनात भीती वाटत होती. मोरे बावचीला जाऊन आले होते. त्यांनी काही उलटसुलट सांगितलं असेल तर काय करायचं?

''तुझा अवतार असा कशानं झाला? तुला बरं वाटत नव्हतं का?'' मोरेंनी विचारलं.

आईच म्हणाली, ''तिच्या पोटात दुकतंय. तुमच्या आयवडलानं दवाखान्यात दाकवलं व्हुतं... आमी काल आवषीद आनलंय.''

''जास्त दुखतंय का?'' मोरेंनी विचारलं.

मी फक्त होकारार्थी मान हालवली.

मोरे म्हणाले, ''आपण गावात जाऊन येऊ... उद्या सकाळीच आपल्याला नाशिकला जायचंय. जास्त रजा नाही. तुला घेऊन जाण्यासाठी आलो होतो.''

आम्ही दोघं घरातून बाहेर पडलो. मी भीतभीतच मोरेंना विचारलं, ''तुम्हाला घरातल्यांनी काय सांगितलं का?''

मोरे म्हणाले, ''मला कोणीच काय सांगितलं नाही... तुम्ही सकाळी बावचीतून निघाला आणि दुपारी मी तिथं पोचलो. आई-आण्णा तू आजारी आहेस एवढंच म्हणाले. पण मी येताना स्टँडवर तातोबा तेवढा म्हणाला... 'दादा, वहिनी पुन्हा कधी बावचीला येणार नाही असं मला वाटतंय..' काय झालं? तुला कोणी

बोललं का? तुझी तब्येत अचानक एवढी खराब कशानं झाली?"

मी भीतभीत मोरेंना सगळं सांगितलं. मला वाटलं, मोरे वाटेतच माझ्या थोबाडीत मारतील किंवा इथंच सोडून जातील. मोरे काहीतरी बोलतील म्हणून मी भीतीनं लटलटा कापत होते. पोटात जास्तच दुखू लागलं. परंतु मोरे काहीच बोलले नाहीत. उलट मला म्हणाले,

"माझा माझ्या भावावर विश्वास आहे आणि तू इतके दिवस माझ्याजवळ राहून मला ओळखलं नाहीस. सगळ्या गावानं जरी ओरडून सांगितलं असतं, तरी मी मनावर घेतलं नसतं. माझा तुझ्यावर पूर्ण विश्वास आहे. उगीच मी तुला सोडून गेलो नव्हतो. चूक तुझी नाही किंवा त्यांचीही नाही. ती अडाणी माणसं... त्यांना पुरुष-स्त्रिया एकमेकांशी बोलतात ही कल्पनासुद्धा सहन होणार नाही... पदराआड चेहरा लपवून जगणाऱ्या त्या स्त्रिया... त्यांना बाहेरचं जग काय माहीत असणार? आणि तू सांगलीत वागतेस तसं तिथं वागत होतीस.... तुला माहीत नाही, देश तसा वेश... असं वागावं लागतं. जाऊ दे, तू काय मनावर घेऊ नको... मी तुला मुद्दामच बावचीला ठेवलं होतं. तुला माणसांची पारख करता यावी म्हणून."

मोरे मला त्यावेळी फार मोठे वाटले. मोरेंचं मन किती मोठं आहे, याची मला कल्पना आली. त्या दिवसापासून मोरेंची मूर्ती माझ्या हृदयात अगदी नकळत कोरली गेली.

आम्ही घरी परत आलो. मी रात्री आईला आणि वहिनीला मोरे काय म्हणाले ते सांगून टाकलं.

आई म्हणाली, "खरंच... तुजा न्हवरा देवाच्या गुनाचा हाय.... दुसरा येकांदा आसता तर... भावाभावांची डोस्की फुटली आसती... घर फुटलं आसतं... आनं भावाभावात वाईटपना आला आसता..."

वहिनी म्हणाली, "आत्या, ते कार्यकर्ते आहेत. त्यांना सगळ्या गोष्टी समजावून घ्यायची सवय झालीय. मोरेंच्या ठिकाणी ते असते म्हणजे आत्या आत्तापर्यंत माझं मढं बसलं असतं..."

आई म्हणाली, "व्हय...बाय, आश्या लय रागीट हाय."

दुसऱ्या दिवशी मऱ्याप्पानं पाचशे रुपये मोरेंना दिले. मी, मधु, मोरे सांगलीला आलो. आईनं येताना पीठ, तांदूळ बांधून दिलं होतं. मी एका पोत्यात स्वयंपाकाला लागणारी भांडी भरून घेतली. घराला कुलूप लावलं. मोरेंनी आमच्या खोलीशेजारच्या बाळू कोरे या मित्राकडं घराची चावी दिली आणि उरलेलं सामान 'तुम्ही नाशिकला घेऊन या' म्हणून सांगितलं.

आम्हाला नाशिकच्या गाडीत बसवून मधु कोल्हापूरला परत गेला.

आम्ही रात्री नाशिकला पोहोचलो. उत्तम कांबळेंच्या घरापर्यंत डोक्यावर पोत्याचं चुंगडं आणि हातात पिशव्या घेऊन आलो. दोन-चार दिवस कांबळेंकडंच आमचा मुक्काम होता. कांबळेंना 'सकाळ'तर्फेच राहायला बंगला मिळाला होता. सहा खोल्यांचा मोठा बंगला होता. त्याला 'ओक बंगला' म्हणायचे. सौ. मंदा लांडे यांनी आम्हाला सिडकोतल्या पवननगरला एक खोली भाड्यानं घेऊन दिली. लांडेबाईंचे आमच्यावर फार मोठे उपकार होते. नाशिकमध्ये भाड्यानं घर मिळणं मुश्कील होतं. लांडेबाई आणि त्यांचे यजमान शिवाजी लांडे हे दोघेही सामाजिक चळवळीत काम करत होते.

आम्ही पवननगरच्या खोलीत राहायला आलो. सिडकोची सर्व घरं एकसारखी होती. एका खोलीतच संडास, बाथरूम, पाण्याचा नळ होता. आम्हाला दोघांना तेवढी खोली पुरेशी होती. त्या खोलीला महिना दोनशे रुपये भाडं होतं. दोन हजार रुपये डिपॉझिट द्यावं लागलं. डिपॉझिटचे पैसे 'सकाळ'मधून घेतले होते. मोरेंना 'सकाळ'मध्ये नऊशे रुपये पगार होता. आम्ही काटकसरीतच दिवस ढकलत होतो. मोरे दिवसा बातमीदारी आणि रात्री टेबल ड्यूटी करत होते. मोरे रात्री अपरात्री घरी यायचे. शेजारी कोणाची ओळख नसल्यामुळं मी स्वत:ला कोंडून घेऊन बसत होते. आम्ही अधूनमधून कार्यक्रमाला जात होतो. पगारात आमचं भागत नव्हतं. आगीतून उठून फुफाट्यात पडल्यासारखं झालं होतं. मोरेंचे मित्र बाळू कोरे आणि त्यांची आई आमचं उरलेलं सामान घेऊन नाशिकला आले. चार दिवस आमच्याजवळ राहून, व्यवस्थित राहा म्हणून सांगून परत सांगलीला गेले.

आमची फारच ओढाताण व्हायला लागली म्हणून मी जेवणाचे डबे करायचं ठरवलं. 'सकाळ'मध्ये प्रल्हाद कुलकर्णी काम करत होते. त्यांची पत्नी डबे करायचं काम करत होती. मी त्यांच्याकडं बऱ्याच वेळा बसायला जात असे. मी मोरेंना विचारलं, "आपल्याकडं कोणी खानावळ लावायला तयार आहेत का बघा. मी लोकांना जेवणाचे डबे करून देईन..."

मोरे सुरुवातीला तयार झाले नाहीत. परंतु पैसेच पुरत नसल्यामुळं नाईलाजानं त्यांनी आपल्या मित्रांना विचारलं. 'सकाळ'मधली तीन-चार मुलं डबे घ्यायला तयार झाली. त्यामध्ये श्रीकांत कात्रे, राजीव खांडेकर, पांडुरंग गायकवाड यांचा समावेश होता. मी आगाऊ पैसे घेऊन रेशन भरायची. सकाळी लवकर उठून घरातलं सगळं काम आवरायची, भाजी आणायची आणि सगळा स्वयंपाक तयार करून ठेवायची. मोरे मधूनच कामावरून परत यायचे. मी भरून ठेवलेले डबे ते घेऊन जायचे. परत ड्यूटी संपल्यावर जेवणाचे खरकटे डबे घेऊन घरी यायचे.

त्यांना या कामाचा खूप ताण पडायचा. मलाही दिवसभर चुलीतच मरावं लागायचं. दिवसभर कामातच माझा वेळ जायचा आणि मिळणारा पैसा महिनाभर रेशन आणि भाजीवर खर्च व्हायचा. फायदा होण्याऐवजी तोटाच जास्त.

आम्ही अधूनमधून कांबळेंच्या घरी जात होतो. कधी कधी तिथंच मुक्कामही करत होतो.

बावचीचा 'आषाढ' जवळ आला होता. आम्ही 'आषाढा'साठी बावचीला गेलो. गावामध्ये घरं सारवणं-पोतारणं सुरू होतं. आमचं घर मी आणि आक्कानं पोतारून काढलं. आक्का दुसऱ्यांदा गरोदर होती. एवढं मोठं पोट घेऊन आक्का कामं करायची. दोन-दोन घागरीनं पाणी आणायची. कार्यकर्ते गावात कार्यक्रम घेणार होते. मोरे त्याच्याच तयारीला लागले होते. मामा, मामी मला काही बोलत नव्हते. त्यांना वाटत होतं, मी अजून मोरेंना काय सांगितलं नसेल. म्हणूनच मोरेंनी त्यांना काहीही विचारलं नाही.

'आषाढा'चा दिवस उजाडला. प्रत्येक कुटुंबानं एक-दोन बकरी कापली, तर कोणी कोंबडा कापला. तो दिवस देवधर्म, बकरी सोलणं, शिजवणं, खाणं यातच गेला.

दुसऱ्या दिवशी कार्यक्रम होता. गावातली सगळी माणसं स्टेजजवळ गोळा झाली होती. दुसऱ्या गावाहूनही माणसं कार्यक्रमाला आली होती. जित्ती, मरवडे, जंगलगी, हुनूर, सलगरे, निंबोणी अशा गावांहून लोकं आली होती. कार्यक्रमाचे प्रमुख पाहुणे रेणकेसर होते. एकनाथ मोरे, भगवान मोरे, गावातले इतर पुढारी, पंच मंडळी कार्यक्रमाची तयारी करीत होते.

कार्यक्रम सुरू झाला. रेणकेसर भाषण करत होते. मी, आक्का आमच्या दारातून भाषण ऐकत होतो. रेणकेसर शिक्षणाचं महत्त्व पटवून देत होते, "देव-देव करून आपला विकास होणार नाही. मुलांना शिकवा." रेणकेसरांनंतर भगवानतात्यांचा मोठा मुलगा राजूभाऊजी बोलायला उठले. ते आमच्याबरोबर सांगलीतच राहायला होते. राजूभाऊजी स्वभावानं खूप प्रेमळ होते. माझ्या तब्येतीची ते नेहमी काळजी घ्यायचे. आपल्याजवळचे पैसे घालून मला लागणारी औषधं आणून द्यायचे. ते सांगलीतल्या आमच्या खोलीत नेहमी येत होते. आमच्या अडीअडचणींना मदत करत होते. राजूभाऊजी स्टेजवर आले. त्यांचा सत्कार करण्यात आला. राजूभाऊजी म्हणाले,

"माझ्या ज्ञानाचा उपयोग मी गरजू लोकांसाठी आणि माझ्या गावोगाव भटकत फिरणाऱ्या समाजासाठी करीन. भटक्या-विमुक्तांच्या लोकांना विनामूल्य उपचार करीन."

त्यानंतर बऱ्याच कार्यकर्त्यांची भाषणं झाली. भटक्या-विमुक्त जमातीच्या समस्या सोडवण्यासाठी काय करता येईल, सरकारी योजनांचा लाभ कसा घेता येईल, याविषयी कार्यक्रमात चर्चा झाली.

भाषणांनंतर स्पर्धा सुरू झाल्या. पहिल्यासारखं आता 'आषाढा'चं स्वरूप राहिलं नव्हतं. गोंधळ, तमाशा आणायचं बंद केलं होतं. गावातून वर्गणी काढून मोरे, एकनाथ मोरे प्रत्येक वर्षी 'आषाढा'ला विविध कार्यक्रम, स्पर्धा ठेवत होते. मुलींसाठी चमचा-लिंबू, लंगडी अशा स्पर्धा ठेवलेल्या होत्या. मुलांसाठी सायकल शर्यती, कुस्त्या, कबड्डी, खो खो यांसारख्या स्पर्धा होत्या. मुली दातात चमचा-लिंबू धरून पळत होत्या. बायका तोंडाला हात लावून आश्चर्यानं पळणाऱ्या मुलींकडं बघत होत्या. आपल्या पोरींचं कौतुक बघण्यात त्यांना समाधान वाटत होतं. सगळ्या स्पर्धा झाल्यावर नंबर आलेल्यांना वह्या, पुस्तकं, पेनं अशी बक्षिसं देण्यात आली. घोडे पळविण्याच्या शर्यती मोठ्या प्रमाणात घेतल्या. आजूबाजूच्या गावांमधून तरुण स्पर्धांसाठी येत होते.

आता 'आषाढ' हा नुसता बोकडं, बकरी कापून खाण्यापुरताच मर्यादित राहिला नव्हता. त्याचा उपयोग समाजसुधारणेसाठी केला जात होता. लहान मुलांसाठी बालवाडी सुरू होती.

आम्ही बावचीतला कार्यक्रम करून गोंधळेवाडीला गेलो.

गोंधळेवाडीत जत्रेची आरास सुरू होती. आई, मऱ्याप्पा जत्रेसाठी आले होते. आम्ही मानकाआजीकडं गेलो. त्यांना खर्चासाठी थोडे पैसे आणि बावचीतून येताना आणलेलं मटण दिलं. मानकाआजी आमची मायेनं विचारपूस करत होती. गोंधळेवाडीत कार्यक्रमाची तयारी केली होती. संख, असंगी, विजापूरहून माणसं कार्यक्रमाला आली होती. कार्यक्रम मोठ्या प्रमाणात झाला. रेणकेसरांनी फार प्रभावी भाषण केलं. भाषण झाल्यावर रेणकेसर सोलापूरला निघून गेले. आम्ही बावचीला परत आलो.

आक्काला मुलगी झाली होती. बायकांनी घर गच्च भरलं होतं. आक्काला एका खोलीत जागा करून दिली होती. रात्री जेवण झाल्यावर मामामामीनं विषय काढला. मामी म्हणाली,

"दादासाब... तुजं लगीन व्हून दोन-तीन वर्सं झाली. आजून मूल-बाळ झालं न्हाय... आबास तुज्या म्हागचा आसून त्यो दोन पोरांचा 'बा' झाला... तुजं पोरगं बगाची तिवडी आशा हाय. तुजं पोरगं बगीतलं म्हंजी आमी डोळं झाकाया रिकामं झालू... पुरीला अजून दिवसच जात न्हायती... तवा अजून तुजा काय इच्यार हाय?"

मोरे खवळले आणि म्हणाले, "नाही झालं तरी चालेल, परंतु तुम्ही तिला

काय बोलू नका. जगात काय लोकसंख्या कमी झाली नाही, तेव्हा आमची त्यात भर पडायला... मूल म्हणजे सर्व काय असतं असं नाही... आमचं आम्हाला जगायचं मुश्कील झालंय... त्याच्यात मुलाची भर कशाला? त्यापेक्षा नाहीच झालं तर फारच चांगलं.''

मामा म्हणाले, ''दादासाब, आसं काय बोलतूस येड्यावानी...? पोरं पायजीच की.''

मामी म्हणाली, ''पोराबिगार घर कसं शोबील? पोरगं म्हंजी वंशाचा दिवा. लोकांच्या बायकास्नी दोन-तीन झाली....'' असं म्हणून मामीनं आमच्याबरोबर लग्न झालेल्या माणसांची नावं सांगायला सुरुवात केली. त्यांना किती मुलं झाली, तेपण मामी सांगत होत्या.

मी गप्प ऐकून घेत होते. मूल होत नाही हा दोष माझाच आहे, असं घरातली माणसं बोलत होती. परंतु मोरे माझी बाजू घेऊन बोलत होते. बराच वेळ त्या विषयावर चर्चा सुरू होती. भाऊजीपण मध्ये मध्ये बोलत होते. शेवटी मोरेच म्हणाले, ''परत कधी घरात मुलाचा विषय काढायचा नाही.'' आणि ते उठून बाहेर गेले.

मामामामींची बडबड सुरूच होती. त्यांना नातू बघायची इच्छा होती. ते त्या भावनेनं बोलत होते. माझ्या मनावर त्याचा खोल परिणाम होत होता. गावातल्या बायका मी नळावर पाणी भरायला गेल्यावर विचारायच्या, ''आजून काय झालं न्हाय व्हय? बया.. एक लिकरू झालं म्हंजी घर सुरळीत चालतंया... खरंच बया, पुरीला अजून कसं लिकरू झालं न्हाय... आमाला वर्साला एक व्हुयाचं.''

मामी म्हणायची, ''लगनात देवाचं काय केलं न्हाय म्हनून मूलबाळ व्हत न्हाय..''

मामी पुष्कळ देवांना नवस करायची. अंगात येणाऱ्या बाईकडून माझ्या ओट्यात गणोबा घालायला लावायची. बावचीत गेल्यावर पहिला प्रश्न असायचा, ''दिस गेलं का...?'' मी ''नाही'' म्हणाले, की बायकांचे टोमणे, कुचकट बोलणं सुरू व्हायचं. मी निमूटपणं सगळं ऐकून घ्यायची. उलटं काय बोलावं म्हटलं तर त्यांनी मलाच मूर्खात काढलं असतं. आम्ही दोन दिवस बावचीत राहून परत निघालो. इतर माणसं घोड्यावर ओझं लादून पोट भरण्यासाठी निघून गेली. भाऊजी, आक्कापण त्यांच्यामध्ये होते.

बाळासाहेबाला नाशिकला शाळा शिकायला आणलं होतं. निंबोणीला शाळेला जाऊन-येऊन त्याला त्रास व्हायचा. गावापासून शाळा लांब होती. बाळू आठवीत शिकत होता. त्याच्या शिक्षणाचा खर्च, आमचा खर्च, पैशाची फारच ओढाताण व्हायची. डबे करूनही परवडत नव्हतं, म्हणून मी डबे करायचं बंद केलं आणि

शिवणक्लास लावला. परंतु शिवणक्लास करायला वही, कात्री, कपडा लागायचा. मोरेंच्या पगारातून हे भागत नव्हतं. मी शेजारच्या बायकांकडून ब्लाऊज पीस मागून घ्यायची आणि त्यांचं फुकट ब्लाऊज शिवून द्यायची. तेवढंच शिवणक्लास शिकता येईल म्हणून. परंतु फी भरायला पैशाचा प्रश्न यायचा. म्हणून मी शिवणक्लास अर्ध्यातूनच सोडून दिला.

मोरेंचे कार्यक्रम, मेळावे, भाषणं, कॉलेजवर व्याख्यानं सुरूच होती.

नाशिक जिल्ह्यातल्या वडांगळे इथे 'अंधश्रद्धा निर्मूलन शिबिर' आयोजित केलं होतं. 'ऑल इंडिया युथ फेडरेशन'च्या वतीनं आयोजित केलेल्या या शिबिरात मार्गदर्शन करण्यासाठी मोरेंना निमंत्रित केलं होतं. मी पण शिबिरासाठी गेले. शिवाजी लांडे, ॲड. दत्ता निकम, चौधरी सर, राजू नाईक, बनकर असे बरेच कार्यकर्ते मिळून गेलो. वडांगळीमधल्या प्राथमिक शाळेत शिबिर सुरू झालं. शिबिराला पन्नास-साठ माणसं उपस्थित होती. शिबिरात जादूटोणा कसा खोटा असतो, नारळातून रंगीत पाणी आणि खण कसा काढतात, पाच-दहा पैशाच्या नाण्यांची राख कशी करतात हे कार्यकर्ते प्रत्यक्षपणे दाखवत होते. या कार्यक्रमाला गावातल्या लोकांनी गर्दी केली होती. ती अशिक्षित माणसं आश्चर्य व्यक्त करीत होती. माझ्याही ज्ञानात भर पडत होती. प्रात्यक्षिक झाल्यानंतर शिबिरात त्याबाबतची माहिती सांगितली. हा जादूटोणा नाही किंवा दैवी चमत्कार नाही, तर ही हातचलाखी आहे हे त्या लोकांना आणि शिबिरार्थींना पटवून दिलं. मोरेंसह चार-पाच जणांची भाषणं झाली.

आम्ही गावात एका कार्यकर्त्याच्या घरी चहाला गेलो. तिथून चहा पिऊन बाहेर पडलो, तर समोरच्या घरात बायकांची गर्दी झालेली. चौकशी करता समजलं, की त्या घरात एक मांत्रिक बायकांना ताईत, दोरे वगैरे देत आहे. आम्ही त्या घरात जायचं ठरवलं. परंतु आम्ही कार्यकर्ते म्हणून गेलो तर तो मांत्रिक आपलं काम थांबवणार! काय करता येईल, असा विचार करीत होतो. मोरे माझ्याकडं बघत म्हणाले, "हे बघ, तू पोटात दुखतंय म्हणून सांग. आम्ही तुझ्याबरोबर येतो. पोटात दुखत असल्याचं नाटक कर...."

पोटात दुखण्याचा भरपूर अनुभव माझ्या गाठीशी होता.

मी डोक्यावरून पदर घेतला आणि त्या घरात घुसले. घरात सगळीकडं उदाचा धूर पसरला होता. एका घोंगड्यावर एक तीस-पस्तीस वर्षांचा काळा माणूस डोळे मिटून मंत्र पुटपुटत होता. त्याच्या अंगावर साधेच कपडे होते. त्याच्यासमोर मातीची पाच लोटकी मांडलेली होती. त्या लोटक्यात राख होती. बायका हात जोडून त्याच्यासमोर बसल्या होत्या. मी पण त्या बायकांच्यामध्ये जाऊन बसले. एक बाई हळू आवाजात मला म्हणाली,

"तुला काय व्हुतंय...? का सासुरवास हाय?"

मी तिच्या प्रश्नानं थोडी गडबडून गेले. परंतु लगेच स्वत:ला सावरत म्हणाले,

"नाही... माझं पोट दुखतंय. चार वर्षं झाली. दवाखान्याला भरपूर पैसे घातले... पण काही गुण आला नाही, म्हणून आलेय."

ती बाई त्या बुवामहाराजाचं कौतुक करू लागली, "खरंच गं बाय.. या देवरस्याचा लय गुण यीतुया. गिली पाच वर्सं झाली ह्यो आमच्या गावात यीतुया... समद्यास्नी गुण आलाय. माज्या लिकीचं लगीन ठरत नव्हतं पर ह्येनं दोरा दिला आनं गेल्या वरसालाच लिकीचं लगीन झालं... आन अवंदा बाळातपणाला लेक म्हायारला आल्याया."

मला त्या बाईची कीव येत होती. मी हात जोडून बसले. एक एक बाई त्या मांत्रिकाला आपली अडचण सांगत होती. तो मांत्रिक त्यांना अंगारा (राख) किंवा ताईत, दोरा देत होता आणि तोंडानं काहीतरी पुटपुट करीत होता.

त्या घरमालकिणीनं घराची शांती करण्यासाठी त्याला बोलावून आणलं होतं. त्या बाईची परिस्थिती अत्यंत गरीब होती. ती म्हणत होती, "देवरशीबाबा, माज्या घराची शांती कर. घरामधी समदं बरकत यीवदी... आवंदा शेतात पीकपाणी यीवूदी. किती राबलं तर पोटाला पुरत न्हाय..."

तो मांत्रिक म्हणाला, "घरशांती कराया चाळीस रुपयं खरूच यील...."

त्या बाईकडं पैसे नसावेत. ती तिथून उठली आणि तांब्याची घागर घेऊन बाहेर निघून गेली. मोरे, बनकर माझ्याजवळ येऊन बसले.

मोरे म्हणाले, "बुवामहाराज, आमचं अगोदर बघा की... आम्हाला उशीर होतोय."

त्या मांत्रिकानं डोळे किलकिले करून माझ्याकडं बघितलं आणि म्हणाला,

"पुरी, जरा म्होर यी..."

मी थोडं पुढे सरकले. त्याच्या पाया पडले. त्यानं माझ्या डोक्यावर हात ठेवला आणि म्हणाला, "तुला काय व्हुतंय?"

मोरेच म्हणाले, "महाराज, तिच्या पोटात दुखतंय. फार इलाज केले... पण गुण येत नाही."

तो मांत्रिक खूष झाला. त्यानं तोंडातल्या तोंडात मंत्र पुटपुटला आणि एका कागदात लोटक्यातली राख बांधून ती पुडी माझ्याकडं देत म्हणाला,

"पुरी...राती झोपताना ह्यो अंगारा पाण्यात कालवून पी. आनं कपाळाला लाव.... बाहिरवासा झालाय.... म्या उतारा करून टाकतो. वीस रुपयं द्या."

बनकर म्हणाले, "एका अंगाऱ्याच्या पुडीला वीस रुपये होय...?"

मघाशी घागर घेऊन गेलेली बाई रिकामीच परत आली. तिनं घागर विकून पैसे आणले होते. तिनं चाळीस रुपये मांत्रिकाकडं दिले आणि म्हणाली,

"देवा... माजं तेवडं घराचं काम करा. गुण आला म्हंजी तुमाला कापडं करती."

मांत्रिक म्हणाला, "मावशी.. तुमी काळजी करू नगा. म्या चांगली शांती करतू. घराची पिडा काडून टाकतू."

ती बाई बनकरांकडं बघत म्हणाली, "इस रुपय लय झालं व्हय? उद्या पुरीचं काय बरंवायीट झालं म्हंजी....?"

बनकरसरांनी गालातल्या गालात हसतच खिशातून वीस रुपये काढून त्या मांत्रिकाकडं दिले. आम्ही सर्वजण मांत्रिकाच्या पाया पडलो. त्यानं आम्हाला अंगारा लावला.

आम्ही शिबिराच्या ठिकाणी परत आलो.

मोरे आणि बनकरसर यांनी त्या भोंदू मांत्रिकाची माहिती सर्व कार्यकर्त्यांना सांगितली. मोरे म्हणाले, "तो बुवा अज्ञानी माणसांना फसवून पैसे लुबाडत आहे. आम्ही तिथं काही बोललो असतो तर गावातल्या लोकांचा आम्हाला विरोध झाला असता. आता त्याला आपण इकडंच बोलावून आणू... त्याचं खरं स्वरूप उघडं करू..."

सर्वच कार्यकर्त्यांना उत्साह आला. शिबिरार्थींना पण, भोंदू बुवांना पुराव्यानिशी कसं पकडलं जातंय ते पाहण्याची उत्सुकता लागली. कार्यकर्त्यांनी दोघा-तिघांना त्या भोंदू बुवाकडं पाठवलं. माझ्या पोटात जास्त दुखत असल्यानं त्याला 'मागेल तेवढे पैसे देतो, पण या,' असं सांगून घेऊन यायला सांगितलं.

ते तिघे कार्यकर्ते गेल्यानंतर मला तिथल्या एका चटईवर झोपायला सांगितलं. मी तळमळत असल्याचं नाटक करीत त्या चटईवर झोपले. माझ्या भोवतीनं सर्व कार्यकर्ते बसले होते. पैसे जास्त मिळण्याच्या आशेनं तो बुवा धावत-पळतच आला. त्यानं माझ्या हाताची नाडी बघितली आणि पिशवीतून अंगारा काढून माझ्या कपाळाला लावला. थोडा अंगारा चिमटीत धरून बुवानं मंत्र पुटपुटायला सुरुवात केली. तो काय म्हणतोय ते आम्हाला समजत नव्हतं. मी मोठ्या मुश्किलीनं हसू आवरत होते. चिमटीतला अंगारा एका ग्लासभर पाण्यात टाकून त्यानं मला प्यायला दिला. पाण्यात मिसळलेली राख प्यायची माझ्या जिवावर आलं होतं. मी हातात ग्लास धरून सगळ्यांच्या तोंडाकडं बघत होते. तेवढ्यात शिवाजी लांडे मला म्हणाले,

"विमल, बाहेर जाऊन... ग्लासमधलं पाणी पी."

मी बाहेर उठून आले. माझ्या पाठोपाठ राजू नाईक आले. त्यांनी माझ्या

हातातला ग्लास घेऊन पाणी फेकून दिलं. मी पुन्हा आत येऊन बसले.

बुवा म्हणाले, "प्येलं का मंतरलेलं पाणी.... का टाकून देलं...?"

मी म्हणाले, "प्याले."

"मग पोटात दुखाचं कमी झालं का?"

"नाही."

मग बुवांनी एका लिंबाला हळद-कुंकू लावून ते लिंबू राजू नाईक यांच्याकडं दिलं आणि म्हणाले, "सात येळा झाडाच्या अंगावरून लिंबू उतरून डावीकडं फेका, म्हंजी भूत निगून जायील."

मी दारात उजवीकडं तोंड करून उभी राहिले. राजू नाईक माझ्या अंगावरून लिंबू उतरवत होते. कार्यकर्ते गालातल्या गालात हसत होते. मला फार जोरात हसायला आलं. मी तोंडावर पदर घेऊन हसत होते. हसताना माझं अंग गदागदा हालत होतं. माझ्याकडं बघत बुवा ओरडला, "भूत झाडाच्या अंगातून निगून चाललंय!"

तो काहीतरी बडबडू लागला, "ह्या झाडाला सोड.... न्हायतर म्या माज्या मंतरानं तुला जाळून टाकीन.... सोड, सोड" असं म्हणत बुवा घुमू लागला. चिमटीत अंगारा घेऊन माझ्या अंगावर फेकत ओरडू लागला, "म्या जातू....जातू... मला उतारा टाका. त्वा कोन हाय...? बोल, त्वा कोन हाय...?"

बुवा मोठमोठ्यानं मंत्र म्हणू लागला. घुमतच बुवा बडबडत होता, "म्या... गडी हाय... म्या जातू..."

थोड्या वेळानं बुवा शांत झाला. मी पण खाली बसले. माझ्या अंगावर सगळी राखच पडली होती. सगळे कार्यकर्ते त्या बुवाच्या भोवतीनं गराडा घालून बसले आणि प्रश्नांचा भडिमार सुरू झाला.

"बुवा... तुम्ही कोणता मंत्र म्हणता? तुम्ही मंत्र कुठं शिकला? तुमचा गुरू कोण? तुम्ही लोकांना फसवून पैसे काढता. तुम्ही भोंदू साधू आहात."

बुवा कावराबावरा होऊन बघू लागला.

"या बाईचं पोटच दुखत नव्हतं, तर भूत कुठलं लागेल? तुम्हाला काही समजत नाही." ॲड. दत्ता निकम म्हणाले.

बनकरसर म्हणाले, "तुम्ही लोकांची फसवणूक करताहात. आम्ही तुम्हाला पोलिसांच्या स्वाधीन करणार."

पोलिसांचं नाव घेताच बुवाची पाचावर धारण बसली. बुवा एकदम सटपटला. गयावया करत म्हणाला,

"मला मंत्रबिंत्र काय येत न्हाय.... पोटासाटी करतुय... मला सोडा..."

कार्यकर्ते म्हणू लागले, "हे सगळं खोटं आहे, असं तुम्ही सगळ्या माणसांसमोर

कबूल करा... आणि कुणाकुणाचे पैसे घेतलेत ते परत करा. तुम्ही कोणत्याही उकिरड्यावरची राख माणसांना प्यायला लावता त्यामुळं लोकांना काय झालं तर? लोकांच्या अंधश्रद्धेचा फायदा घेऊन त्यांना तुम्ही लुबाडता?''

एकेका कार्यकर्त्याचा स्वर चढू लागला. बुवाला वाटलं, आता आपली काय धडगत नाही. हे लोक आपल्याला असं सोडणार नाहीत. तो स्वत:लाच दोष देत होता. आपण इथं येऊन चूक केली म्हणत होता.

'अंधश्रद्धा निर्मूलन शिबिरा'साठी गेलेल्या कार्यकर्त्यांना प्रत्यक्ष एक केस मिळाली होती. त्याचं खरं रूप तिथल्या लोकांसमोर दाखवणं आवश्यक होतं. त्या भोंदू बुवावर गावातली लोकं यापुढं तरी विश्वास ठेवणार नाहीत, असा कार्यकर्त्यांनी विचार केला.

मग गावातल्या चौकात संध्याकाळी सभा घेतली. त्या सभेत बुवा बोलू लागला, ''मला मंत्र येत न्हाय.. मी लोकास्नी फसवतो... पोटासाठी म्या खोटं नाटक करतु... तुमी माणसं माजं खरं हाय आसं समजून मला पैसं देता आनिक आंगारा घेता.... हितनं फुढं म्या कुनाला फसवणार न्हाय.... तुमचं पैसं म्हागारी घ्या...'' असं म्हणून त्यानं दिवसभर लोकांनी दिलेले पैसे गावच्या सरपंचाकडं दिले.

या सभेतच कार्यकर्त्यांनी भाषणं केली. त्या बुवाला गाडीखर्चापुरते पैसे कार्यकर्त्यांनीच दिले. तो सगळ्यांची क्षमा मागून खाली मान घालून निघून गेला. गावातील माणसं मात्र आश्चर्यानं आमच्याकडं बघत होती. आम्ही परत नाशिकला निघालो. भूक फार लागली होती. रस्त्यातच कार्यकर्त्यांनी भजी, चिवडा असं काहीतरी पोटात ढकललं. रात्री उशिरा घरी पोचलो. मला फार समाधान वाटत होतं. आपण एका भोंदू माणसाला धडा शिकवला; समाजोपयोगी कामात आपण हातभार लावला, असं वाटत होतं.

नाशिकमधल्या एच. पी. टी. महाविद्यालयाचे मराठी विभाग प्रमुख प्रा. य. प्र. कुलकर्णीसर यांनी मोरेंना एम. ए.ला ॲडमिशन घ्यायला उत्तेजन दिलं होतं. मोरे रोज सकाळी सात ते अकरा एम. ए.चे तास करत होते. त्यानंतर दिवसभर बातमीदार म्हणून काम करीत होते. त्यामुळं त्यांना घरात लक्ष द्यायला वेळच मिळत नव्हता. मलाच घरातलं सर्व बघावं लागायचं. पगारामध्ये भागत नव्हतं. म्हणून मी मुलांना शाळेत सोडण्याचं काम करू लागले. माझं शिक्षण कमी असल्यामुळं मला कुठं नोकरी मिळत नव्हती. एका मुलीला शाळेत सोडायला महिन्याला पन्नास रुपये मिळत होते. परंतु मुलंही जास्त मिळत नव्हती. दोन मुलींना शाळेत सोडत-आणत होते. घरात दोन वेळेला

पोटभर अन्न मिळत नव्हतं. आम्ही एकवेळ जेवून एकवेळ उपाशीच काढत होतो. तशातच बाळूच्या शाळेची महिन्याला फी द्यावी लागायची. सिडकोत जवळ होतंय म्हणून त्याला विनाअनुदान शाळेतच घालावं लागलं होतं. त्याच्या वह्या-पुस्तकांचा खर्च होताच.

बाळू मला घरकामात मदत करायचा. पाणी भरायचा, भाजी आणायचा. सर्व कामं तो न सांगताच करायचा. मोरे घरी फक्त जेवण्यासाठी यायचे. कधी कधी वेळ मिळाला नाही तर यायचे सुद्धा नाहीत. माझी आणि बाळूची बडबड चालू असायची. आम्ही दोघं मोरेंच्याच उखाळ्या-पाखाळ्या काढत राहायचो. बाळू म्हणायचा,

''तुमचं दोघांचंही बरं आहे. ...तुम्हाला दोघांना कोल्हापूरची माणसं कपडे घेतात, मला कोणीच काय घेत नाही. दादाचा पगार तर पोटालाच पुरत नाही. काय मागायचं म्हटलं तर माझ्याच जीवावर येतंय. घरातली परस्थिती बघूनच बिगरवह्यांचं शाळेला जावावं लागतंय. पायात चप्पल नाही, त्यामुळं पाय पोळतात.''

मी म्हणायची, ''पगारच तेवढा आहे तर त्यांनी काय करावं? आपल्या तिघांच्या पोटाचा खर्चच भागत नाही. म्हणून तर मी ही लहानसहान कामं करते. उद्यापासून तू माझं स्लिपर घालून जा.''

बाळू म्हणायचा, ''मी तुमचं स्लिपर घालून गेल्यावर तुम्ही काय घालणार...? तुम्हाला तर दिवसभर फिरावं लागतंय.. मुलींना शाळेत सोडायला-आणायला जावं लागतंय.. घरातलं सगळं तुम्हालाच बघावं लागतंय. दादा ड्यूटी, कॉलेज, चळवळ यातच गुरफटलेला असतोय...''

मी म्हणाले, ''मुलींना शाळेत सोडल्याचे पैसे मिळाले की मी तुला चप्पल घेऊन देईन.''

मोरेंनी एम. ए. भाग एकची परीक्षा ड्यूटी करतच दिली होती. रात्रभर जाग्रण करून त्यांना अभ्यास करावा लागत होता. शाळेला सुट्टी पडल्यामुळं बाळू बावचीला गेला होता. मोरेंना 'यशवंतराव चव्हाण महाराष्ट्र मुक्त विद्यापीठा'त डॉ. भालचंद्र फडके आणि कुलगुरू राम ताकवले यांच्या मदतीनं हंगामी नोकरी लागली. मुक्त विद्यापीठात नोकरी लागल्यानंतर निदान दोन वेळा पोटाला जेवायला तर मिळत होतं. मोरे एम. ए. च्या शेवटच्या वर्षाला होते. त्यांना अभ्यासाला थोडा फार वेळ मिळत होता. 'सकाळ'मध्ये असताना बातमीदारीसाठी फिरावं लागायचं; म्हणून हप्त्यावर लुना घेतली होती. त्याचे हप्ते भरावे लागत होते. आम्हाला अधूनमधून घरी पैसे पाठवावे लागायचे. मानकाआजीलाही जमेल तसे थोडेफार पैसे पाठवत होतो. आर्थिक ओढाताण सुरूच होती.

भटक्या-विमुक्तांचा जयसिंगपूर इथे मेळावा घ्यायचं ठरलं होतं. आम्ही दोघं

कोल्हापूरला आलो होतो. कोल्हापूर आणि जयसिंगपूरमधल्या कार्यकर्त्यांनी जाहिराती छापून अगोदरच वाटल्या होत्या. आम्ही जिथं जिथं पालं आहेत तिथं तिथं जात होतो आणि त्या माणसांना गोळा करत होतो.

दुसऱ्या दिवशीच कार्यक्रम होता. विविध ठिकाणांहून कार्यकर्ते मेळाव्यासाठी आले होते. वेगवेगळ्या जाती-जमातींच्या कार्यकर्त्यांनी मेळाव्यात आपले अनुभव सांगितले. काही वक्त्यांची भाषणं झाली. 'मुलांना शिकवा, अंधश्रद्धेला बळी पडू नका, विविध जमातींच्या लोकांनी संघटित झालं पाहिजे; याशिवाय आपला विकास होणार नाही.' असं काहीजण म्हणाले.

मेळाव्यात काही ठराव मंजूर करण्यात आले. त्यामध्ये, 'भटक्या-विमुक्तांना सरकारनं गावठाणाची जागा राहण्यासाठी द्यावी, व्यवसाय करण्यासाठी कर्जपुरवठा करावा, पोलिसांचा अत्याचार थांबवावा' आदी ठरावांचा समावेश होता. असे ठराव बऱ्याच वेळा केले होते. वर्तमानपत्रांतूनही ते प्रसिद्ध झाले होते. त्याच्या प्रती शासनाला, मंत्र्यांना दिल्या होत्या. परंतु भटक्या-विमुक्तांच्या स्थितीत काही फरक पडत नव्हता. उलट दिवसेंदिवस त्यांची स्थिती वाईटच बनत चालली होती. जगणं कठीण होत होतं. परंतु आमची धडपड मात्र सुरूच होती.

कार्यक्रम संपल्यानंतर मी आणि मोरे भाऊजींना भेटण्यासाठी गडहिंग्लजला गेलो. पालं गावापासून लांब होती. पावसामुळं पालांसमोर चिखल झाला होता. आम्ही आलेलं बघून आक्का काखेत मुलगी घेऊन गडबडीनं आडवी आली. आम्ही पालात आलो. मी आणि आक्का बोलत बसलो. शेजारच्या पालांतली बायका, पुरुष आमची विचारपूस करत होते. पावसाच्या साचलेल्या गढूळ पाण्यातच उघडीनागडी पोरं अंघोळी करत होती. बायका पोरांवर खेकसत होत्या, "आरं दाम्या, पाण्यात बुडू नगं... जिवाला यील.... ये हाकडं." एखादं पोरगं म्हणायचं, "म्या आंगुळ करणार हाय."

मोरेंनी विचारलं, "पमा, आबास कधी येईल?"

आक्का म्हणाली, "आता येत्याली येवड्यात... लांबच्या गावाला मागाया जातू म्हनालं व्हुतं."

मोरे उठून जगू भाऊजींच्या पालाकडं गेले.

आक्का म्हणाली, "आक्का, करमतंय का तकडं..? आमी तर रोज आठवण काडतुया... कसं दीस काडताया म्हनून... पगार पोटाला पुरतुया का? आन तुमी लोकांची कामं करता म्हनं !"

मी म्हणाले, "तुम्हाला कुणी सांगितलं मी दुसऱ्यांची कामं करते म्हणून?"

"आण्णासाब सुटी पडल्यावर बावचीला आलं व्हुतं... तवा त्येंनी घरात सांगीटलं... तुमी पोरास्नी साळंला सोडताय आनं लोकास्नी जेवान करून देताया...

आणासाबानं सांगिटल्यावर आमाला लय वाईट वाटलं. मामा म्हणालं, दादासाबाची बायकू चांगली हाय म्हनूनच त्याच्याजवळ टिकली. लगीन झाल्याधरनं पुरीनं हालात दीस काढल्यात... त्यानं मिळवून आनून घालाचं तर पुरगीच मिळवतीया... मामी म्हनाली, पुरगी संवसाराची हाय... दोगं कसं हसून-खिळून ऱ्हात्याती. आमी उगंच पुरीला वंगाळ बोललू... पुरगी गुनानं चांगली हाय.''

बाळूनं आमची सगळी परिस्थिती घरात सांगितली होती. मी विषय बदलण्यासाठी म्हणाले,

''आक्का विश्वास कुठाय?''

''इस्वास गावात आसतुया मामामामीपशी. त्याला मामींची सवं हाय. आनं मामा म्हणत्यात, वाऱ्या कावदळात पोराचं हाल करन्यापरीस गावातच च्यार तुकडं खावून राहू दी... आक्का एक सांगू, मला लय वाटतंया... माजा इस्वास शिकून मोट्टा व्हावा... त्येंनी शिकलं असतं म्हंजी आमचं आसं हाल झालं नसतं.'' आक्का म्हणाली.

मी मनातल्या मनात म्हणाले, मोरे शिकूनही माझे हाल होतातच की!

तेवढ्यात भाऊजी येताना दिसले. आक्का बोलायची थांबली. भाऊजींच्या अंगावरचं धोतर फाटलं होतं. खांद्यावर हाडप, हातात काठी, डोक्यावर टोपी, शर्टावर ठिगळं लावलेला काळा कोट नि गालफडाची हाडं बसलेली. वयानं मोरेंपेक्षा लहान असूनही थोराड वाटत होते.

भाऊजी हाडप खाली ठेवत म्हणाले, ''कवा आला वयनी? समदं बरं हाय नव्हं?''

आक्काच म्हणाली, ''सकाळी आल्याती... तुमची कवाधरनं वाट बगत व्हुती. भाऊजी सारकं इचारत व्हुतं.''

''जेवायला वाडलीस का?''

''पिटाळीत पिटाची चिमूट न्हाय. म्हनून तुमची वाट बगत व्हुते...'' आक्का म्हणाली.

भाऊजीनं पैसं दिल्यावर साखर आणून चहा केला. भाऊजी अपराधी भावनेनं म्हणाले, ''पालात दाणं नसत्याली दळून आणाया... पैशाकडनं बी तंगी आलीया. हाडपंत पसाभर दाणं हायिती मागून आणल्यालं, ती दळून आण...''

भाऊजी आलेलं बघून मोरे जगूभाऊजींच्या पालातून आले.

भाऊजी मोरेंना म्हणाले, ''कसं बरं हाय न्हवं...? आन वयनी लोकांची कामं करती म्हनं... वयनीला लोकांची लेकरं सोडाला, जेवान कराला लावतूस व्हय? त्या परास गावात न्हिवून सोड...''

मला मात्र त्यांचं हसूच येत होतं. आमची लोकं भाकरीच्या तुकड्यासाठी

दारोदार फिरत होती. परंतु त्यांना बायकांनी दुसऱ्यांची कामं केलेली आवडत नव्हती.

मी म्हटलं, "अहो... काम करायला काय लाजायचं?

भाऊजी म्हणाले, "तुमी गप बसा... तुमाला काय कळतंया !"

मग मात्र मी गप्प बसले. भाऊजींनी मागून आणलेले शिळे तुकडे आम्ही सर्वांनी खाल्ले. भाऊजी बारा मिसळीचं थोडंफार धान्य दळायला गिरणीकडं घेऊन गेले. मी आणि आक्का पाणी आणायला गेलो. त्या पाचसहा पालांतल्या बायका तीन दगडाची चूल पेटवत होत्या. पावसामुळं भिजलेली लाकडं पेटत नव्हती. धूर होत होता. बायका चुलीत तोंड खुपसून फुंकत होत्या. त्यांच्या डोळ्यांतून पाणी टपकत होतं. पोरांची रडारड सुरूच होती.

आक्कानंही चूल पेटवली. मी भाकरी करायला बसले. आक्का मला भाकरी करू देत नव्हती. ती त्या मुलीला - मोरेंनी त्या मुलीचं नाव रोहिणी ठेवलं होतं - घेऊन अंगावर पाजतच चुलीला जाळ घालत होती. मला तिची ओढाताण बघवत नव्हती. म्हणून मीच भाकरी थापू लागले.

संध्याकाळी जेवण झाल्यानंतर त्या पालातली सर्व माणसं आमच्या पालाम्होरं जमली. गावाकडल्या गोष्टी निघाल्या. तेवढ्यात विजा चमकू लागल्या. ढगांचा गडगडाट सुरू झाला. बायकापुरुष आपापल्या पालांकडं गेल्या. थोड्याच वेळात रपरप पाऊस पडू लागला. आम्ही पालात वाकळ पांघरून बसलो. सगळीकडं पाणीच पाणी झालं होतं. "ओझ्याखाली पानी आलंय.. पुरीला उटीव.." "अगं सविते, आंगाखाली पानी आलंय ऊट...." नकुसामावशी आपल्या मुलीला ओरडून सांगत होती. माणसं खुरप्यानं पालाभोवती परवा (चर) घेत होते. भाऊजी हातात खुरपं घेऊन पालाबाहेर गेले. पाऊस काही थांबत नव्हता. वाकळा भिजून ओल्याचिंब झाल्या होत्या. बायका देवाची विनवणी करत होत्या. "मेगराज्या... पडायचं थांब बाबा" पाऊस थोडंच त्यांचं ऐकणार होता? पाऊस कोसळत होता. पोरांची रडारड, आरडाओरड सुरूच होती. पालातच पाणी घुसल्यामुळं झोपायला जागा नव्हती. थंडीत कुडकुडत सगळ्यांनी ती रात्र तशीच जागून काढली.

दुसऱ्या दिवशी सर्वजण मागायला गेले. मी त्या भिजलेल्या वाकळा पिळून जळणाच्या भाऱ्यावर टाकल्या. बायका पालातलं पाणी काढत होत्या. बायका म्हणत होत्या, "मला तर वाटलं हुतं.. पालं व्हावून जात्याती का काय? केवडा मोटा पाऊस झाला... माजी दांडगी कुंबडी मिली..."

आम्ही तिथे दोन दिवस राहून कोल्हापूरला आलो. तिथला कार्यक्रम आटोपून नाशिकला परत आलो.

आमची धडपड सुरूच होती. मोरेंचं कॉलेज, ड्युटी, कार्यक्रम सुरूच होते. बाळू नववीच्या वर्गात शिकत होता. मी दुसऱ्यांची दळणं - ज्वारी, गहू - निवडून द्यायची, भाकरी, पोळ्या करून द्यायची. स्वयंपाकाची, डबा देण्याची कामं मिळावीत म्हणून आम्ही पवननगरहून त्रिमूर्ती चौकात कुलकर्णीबाईंच्या शेजारी राहायला आलो होतो. उत्तम कांबळे पण त्रिमूर्ती चौकातच राहात होते. मी, कुलकर्णीबाई, पंगे आजी मिळून स्वयंपाक करण्यासाठी जात असू. दिवसभर स्वयंपाक केल्यानंतर पंधरा रुपये मिळायचे. पोतंभर तांदूळ निवडले की वीस रुपये मिळायचे. पण त्यासाठी तीन-चार दिवस घालवावे लागायचे. तेवढाच घरखर्चाला आधार व्हायचा.

भटक्या-विमुक्तांच्या चळवळीबरोबरच इतर सामाजिक, सांस्कृतिक चळवळींत आणि कार्यक्रमांत आम्ही दोघेजणही सहभागी होत होतो. मोरेंनी एम. ए.ची अंतिम परीक्षा दिली होती. काही महाविद्यालयात नोकरीसाठी अर्जही केले होते. परंतु रिझल्ट लागला नसल्यानं मुलाखतीसाठी बोलावलं जात नव्हतं. मुक्त विद्यापीठातली मोरेंची नोकरी हंगामीच होती. दर सहा महिन्यांनी त्यांना नोकरीत मुदतवाढ मिळत होती. त्यांचं लेखन, वाचन सुरूच होतं. घरखर्च भागवण्यासाठी मला मिळतील तसली लहानमोठी कामं करावी लागत होती. त्याचबरोबर सामाजिक कार्यही सुरू होतं. भटक्या-विमुक्तांच्या आणि शोषित पीडितांच्या प्रश्नांची, त्यांच्या व्यथा-वेदनांची मला जाणीव झाल्यानं आमचे कौटुंबिक प्रश्न आम्हाला फार महत्त्वाचे वाटत नव्हते. कौटुंबिक प्रश्नांना आणि अडचणींना कवटाळून आपलीच दुःखं उगाळीत बसण्याच्या मानसिकतेमधून मी केव्हाच बाहेर पडले होते. मी स्त्री असूनही इतर कार्यकर्त्यांत फिरते, त्यांच्याशी बोलते, 'स्त्री-मुक्ती'ची भूमिका मांडते म्हणून आमच्या जमातीमधली माणसं नाकं मुरडत होती. त्याचा त्रास मला फार होत नव्हता; परंतु आई आणि भावंडांना मात्र लोकांचं बोलून घ्यावं लागत होतं. लग्न होऊन चार वर्षं झाली तरी अद्याप मूल नाही म्हणून सासरकडची मंडळी छळत नसली, तरी माझ्याकडं बघण्याची त्यांची दृष्टी फारशी समाधानकारक नव्हती. परंतु मोरे आपल्याच विचारांशी ठाम होते. मुलांना जन्माला घालण्यानंच स्त्रीच्या जीवनाचं सार्थक होतं असे नाही, तर तिला अनेक क्षेत्रं साद घालीत असतात, असं मोरे म्हणायचे. आम्ही एकमेकांना समजून घेत होतो. त्यामुळं मी इतरांच्या बोलण्याची गंभीरपणे दखल घेत नव्हते. विश्वासलाही शिक्षणासाठी आणायचं होतं. भाऊजी घरासाठी अजून दारोदार भीक मागत फिरतात, निदान त्यांच्या मुलांना तरी शिकवावं, त्यांच्या पायावर त्यांना उभं करावं, ती आपली नैतिक जबाबदारी आहे, असं सारखं वाटत होतं.

आज असंख्य अडचणींना तोंड द्यावं लागत आहे. प्रत्येक दिवस नवीन समस्या घेऊन आमच्यासमोर उभा राहातोय. परंतु त्या समस्येला आणि जीवनात येणाऱ्या ज्ञात-अज्ञात प्रश्नांना तोंड देण्याची जिद्द माझ्यात निर्माण झाली आहे. माझ्यातला आत्मविश्वास मला परिस्थितीशी संघर्ष करण्याची उर्मी देतो आहे. त्यामुळंच तर जगण्याचा प्रश्न मला कधी भेडसावत नाही; कारण नवसमाज निर्मितीचं ध्येय आम्ही समोर ठेवलं आहे. या ध्येयाची वाटचाल किती खाचखळग्यांची आहे त्याचा मला अनुभव येत आहे. त्या प्रत्येक अनुभवातून माझ्यातला आत्मविश्वास अधिक दृढ होत आहे.

म्हणूनच मी परिस्थितीशी, जीवनाशी संघर्ष करायला सज्ज आहे....

*रूढी-परंपरांपासून मुक्त होऊन माणूस म्हणून जगण्यासाठीची धडपड...*

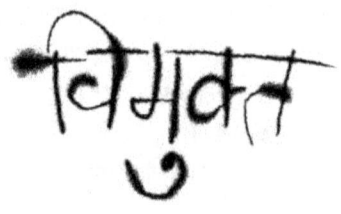

# विमुक्त

दादासाहेब मोरे

*संत्या फारच अस्वस्थ झाला होता. धमन्याने जातपंचायतीचा घोर अपमान केला आहे, असेच त्याला वाटत होते. तेथील सर्वच माणसांत कुजबुज सुरू होती. एखाद्या हडळिणीकडे बघावे, तसे बायका, मुलं लच्छीकडे बघत होती. लच्छीच्या चेहऱ्यावर मात्र समाधान दिसत होते. संत्या नीट सावरून बसला. खाकरून त्याने घसा साफ केला आणि निर्णय देऊ लागला, "धमन्या व लच्छीनं जातीला काळं फासाचं काम केलंय... जातपंच्यातीचा आवमान केलाय... गुलब्याचं पयसं घेतलं ती घेतलं... आणिक बायकूबी घरात ठिवून घितली... उंद्याच्याला आपल्या जातीत आसच व्हुया लागलं तर... येकमेकांच्या सबदावर कोण सुदीक इस्वास ठिवणार न्हाय.. परत्येक घरातील बाया, माणसं... मनाला यील तसं वागत्याली... ही जातीच्या हिताचं न्हाय... तवा धमन्यानं... आपलं पाल... आशील त्या... सामानसुमानासकट... गुलब्याच्या ताब्यात देवावं... आणिक आंगावरच्या कापडासकट आपल्या बायकु-पोरांस्नी घिवून कुटंबी जावावं... त्येचा आणिक त्येच्या बायकु-पोरांचा जातीशी आता कसलाच संबंध न्हाय."संत्याचा हा निर्णय ऐकताच तेथील सर्व माणसं उठली. लच्छी व धमन्या आपल्या दोन्ही मुलांना घेऊन, तेथून शहराच्या दिशेने निघाले. तेथील बायका, पुरुष, मुलं त्या दोघांकडे आवाक होऊन पाहत होती. लच्छी व धमन्याच्या चेहऱ्यावर मात्र वेगळेच तेज चमकत होते. त्यांची मुलं त्यांना बिलगून चालत होती. लच्छी व धमन्या दोघांनीही पालांकडे वा तेथील माणसांकडे ढुंकूनही पाहिले नाही. ते आपल्या जातीच्या आदिम परंपरांपासून, दुष्ट रूढींपासून मुक्त झाले होते. जातीच्या, जमातीच्या बंधनांनाच नव्हे तर जाती-जमातीच्या चौकटींना कायमचा रामराम ठोकून, माणूस म्हणून जगण्यासाठी जात होते. त्याच वेळी सूर्य उगवत होता.*

www.ingramcontent.com/pod-product-compliance
Lightning Source LLC
LaVergne TN
LVHW022357220825
819400LV00033B/863